लेखकाविषयी

एस. हुसेन झैदी हे अनुभवी शोध, गुन्हेगारी आणि दहशतवाद पत्रकार आहेत. अनेक दशकं पत्रकारिता क्षेत्रामध्ये त्यांनी कारकिर्द गाजवली आहे. *'माफिया क्वीन्स ऑफ मुंबई'*, *'डोंगरी टू दुबई'*, *'भायखळा टू बँकॉक'*, *'मुंबई अॅव्हेंजर्स'* आणि *'इलेव्हन्थ अवर'* ही त्यांनी लिहिलेली काही पुस्तकं. त्यावर काही बॉलीवुड चित्रपटही बनवले गेले. हुसेन झैदी सध्या आपल्या कुटुंबासोबत मुंबईत राहतात.

रॉ हिटमॅन

द रिअल स्टोरी ऑफ एजंट लिमा

रॉ एजंट लकी बिश्तचा खिळवून ठेवणारा थरारक प्रवास

एस. हुसेन झैदी

अनुवाद : उल्का राऊत

प्रस्तावना : नीरज कुमार माजी दिल्ली पोलीस प्रमुख

MANJUL

मंजुल पब्लिशिंग हाउस

First published in India by

MANJUL

Manjul Publishing House

Corporate and Editorial Office
•2nd Floor, Usha Preet Complex, 42 Malviya Nagar,
Bhopal 462 003 – India
Sales and Marketing Office
•C-16, Sector 3, Noida, Uttar Pradesh 201301, India
Website: www.manjulindia.com
Distribution Centres
Ahmedabad, Bengaluru, Bhopal, Kolkata, Chennai,
Hyderabad, Mumbai, New Delhi, Pune

Marathi translation of *Raw Hitman: The Real Story of Agent Lima*

Published by arrangement with
Simon & Schuster Publishers India Pvt Ltd.
Simon & Schuster India 818, Indraprakash Building,
21, Barakhamba Road, New Delhi 110001
A Paramount Global Company

Marathi edition first published in 2024
by Manjul Publishing House Pvt. Ltd.

ISBN: 978-93-5543-852-2

Marathi translation: Ulka Raut

Printed and bound in India by Repro India Limited

अर्पण

माझे मित्र आणि मार्गदर्शक

डॉक्टर शाबीब रिझवी ह्यांना प्रेमपूर्वक अर्पण

अनुक्रमणिका

प्रस्तावना : नीरज कुमार ix
प्रस्तावना : मागच्या सीटवरचा माणूस xi

१. अटक १
२. आंधळी कोशिंबिर ५
३. हल्द्वानी ते तेल अवीव ९
४. सापांनी भरलेला खड्डा १३
५. थर्ड डिग्री १६
६. लाल मिरच्या २०
७. लपवलेलं हत्यार २५
८. हिंसक इतिहास ३०
९. राजू परगईचा उदय ३६
१०. शूट टू किल ४०
११. आरोपपत्र ४४
१२. चौदा सेकंदांचा कॉल ४८
१३. अपघाती मृत्यू ५३
१४. पहिला प्रयत्न ५७
१५. नरकातून आलेला बंदूकविक्रेता ६१
१६. चित्त्याबरोबर चहापान ६५
१७. टाल्कम पावडरमध्ये फोन ७१
१८. अखंड धाव ७५
१९. प्रेम महत्त्वाचं असतं ७९
२०. अंतिम मुक्काम ८२
२१. एकांतवासातील कैद ८७

२२. अनपेक्षित पाहुणे ९१
२३. पुन्हा नवा तुरुंग ९५
२४. जंगलामध्ये सुरक्षित कसं राहायचं ९९
२५. मी लकी कमांडो १०२
२६. राजकीय वारे १०८
२७. अखेरची सवारी ११३
२८. सुनावणीला आरंभ ११६
२९. सौभाग्यवती परगईंच्या घोडचुका १२२
३०. एक्झरसाइज ब्रेकडाउन १२८
३१. कमांडो परत आला १३२
३२. लकी बिश्त कायम गजाआडच राहणार का? १३६
३३. शापित सुवर्ण १४१
३४. पांडेचा प्लॅन १४५
३५. संरक्षणातील धोके १४९
३६. भ्रमनिरास १५४
३७. जुन्या सवयी सुटणं कठीण असतं १५८
३८. ओके 'नसलेल्या' हॉटेलची कहाणी १६३
३९. ऐन वेळेवर झालेला हस्तक्षेप १६७
४०. जामीन १७३
४१. बहिणीचा विवाह १७८
४२. दोषी की निर्दोष? १८२
४३. आजन्म सैनिकच १८९

श्रेयनिर्देश १९३
लेखकाविषयी १९७
अनुवादक परिचय १९८

प्रस्तावना

गुन्हेगारी जगताविषयी लिहिणाऱ्या लेखकांमध्ये एस. हुसेन झैदींचं नाव शिखरावर आहे. मुंबईच्या अंडरवर्ल्डवरील प्रभावी आणि माहितीपूर्ण लेखनासाठी ते ख्यातकीर्त आहेत. त्यांची पुस्तकं आर्थिक राजधानी मुंबईच्या माफियांवरील ज्ञानकोश मानली जातात. *डोंगरी टू दुबई, भायखळा टू बँकॉक, माय नेम इज अबू सालेम* वगैरे मुंबईच्या अंडरवर्ल्डवरील पुस्तकांवर बॉलीवुडने असंख्य चित्रपट बनवले आहेत. माफियांप्रमाणेच त्यांनी हेरगिरी आणि गुप्तहेर हे विषयही हाताळले आहेत. त्यांच्या *मुंबई अॅव्हेंजर्स* ह्या पुस्तकावर *फँटम* हा लोकप्रिय चित्रपट बनला होता. *लंडन कॉन्फिडेन्शिअल* ह्या वेब सिरीजचं पटकथालेखन त्यांनी केलं आहे. झी5वर ही सिरीज पाहाता येईल. साहजिकच भारतीय गुप्तहेर संस्थांपैकी एका संस्थेसाठी हिटमॅनचं काम केल्याचा दावा करणाऱ्या लक्ष्मण बिश्तची कहाणी त्यांना चित्तवेधक आणि चित्तथरारक वाटली ह्यात आश्चर्य नाही. *रॉ हिटमॅन : द रिअल स्टोरी ऑफ एजंट लिमा* हे पुस्तक लेखकाने ह्या स्वयंघोषित मारेकऱ्याच्या विस्तृत मुलाखतींवर आधारित लिहिले आहे.

प्रख्यात लेखक तर ते आहेतच, पण श्री. झैदींनी अनेक नवोदित लेखकांना प्रोत्साहन दिलं आहे. त्यांचं लिखाण प्रकाशित करण्यासाठी मदत केली आहे. त्यामधील मीही एक लेखक. २०१३ साली *भायखळा टू बँकॉक* या पुस्ताकाच्या प्रकाशन समारंभाला प्रमुख पाहुणा म्हणून मी उपस्थित होतो. पोलीस अधिकारी असल्याने पुस्तकातील अनेक खळबळजनक व्यक्तींशी माझा संबंध आला होता. झैदींच्या पुस्तकामध्ये अनेक चुकीचे संदर्भ मला आढळले आणि त्यांना ते मी परखडपणे सांगितले. माझ्या उद्धटपणामुळे झैदी नक्कीच माझ्यावर नाराज झाले असतील असं मला वाटलं. पण त्यांच्या मनाच्या मोठेपणाने मी चकित झालो. ते पेंग्विन बुक्सच्या मुख्य संपादक चिकी सरकारला भेटले. पोलीस अधिकाऱ्याच्या

प्रदीर्घ कारकिर्दीतून माझ्या जवळ असंख्य थरारक, रंजक किस्से जमले आहेत आणि ते छापले गेले पाहिजेत असा आग्रह त्यांनी धरला. दुसऱ्याच दिवशी चिकीचं करारपत्र माझ्या टेबलवर आलं. झैदींनी मला नकार द्यायला जागाच ठेवली नाही. गुन्हेगारी विषयावरचा माझा लेखनप्रवास सुरू झाला. *डायल डी फॉर डॉन* आणि *खाकी फाइल्स* हा त्या युतीचा परिणाम आहे.

इतरांना, विशेषत: गुन्हे आणि गुन्हेगारांची आतल्या गोटातील माहिती असणाऱ्या सरकारी संस्थांना, प्रोत्साहन देण्याच्या ह्याच गुणामुळे झैदी कमांडो लक्ष्मण बिश्तच्या अद्भुत कहाणीकडे आकर्षित झाले असावेत. लक्ष्मण बिश्त स्वत:ला 'हिटमन' म्हणवतो – मारेकरी. त्याचे अनुभव खरोखरच चित्तवेधक आहेत. उत्तराखंडच्या डोंगराळ भागातील तरुणाला एक केंद्रीय गुप्तहेर संस्था भरती करते. त्याला भारत आणि इस्रायलमध्ये विशेष कमांडो प्रशिक्षण दिलं जातं. त्याला उत्तर-पूर्वेच्या संघर्षमय विभागामध्ये विविध ठिकाणी आणि नंतर अति अत्यंत महत्त्वाच्या व्यक्तींचा वैयक्तिक सुरक्षा रक्षक म्हणून तैनात केलं जातं. साधारण त्याच सुमारास एजन्सी एजंट लिमाला स्थानिक शस्त्रास्त्रं डीलरला ठार करण्यासाठी नियुक्त करते. लिमा कामगिरी करतो पण त्या खुनासाठी लक्ष्मण बिश्तला पकडलं जातं. त्याला अनेक वर्षं तुरुंगात सडावं लागतं. अखेर तो निर्दोष सुटतो. ह्या पुस्तकामधून झैदींनी त्याची ही सुरस आणि चमत्कारिक कहाणी जगासमोर आणली आहे.

पोलीसखात्यामध्ये कारकिर्द केलेल्या मला ह्या कथनामध्ये अनेक दोष दिसताहेत. पहिलं म्हणजे कोणताही सच्चा गुप्तहेर गुप्त मोहिमेविषयी तपशील जगजाहीर करणार नाही. दुसरी गोष्ट एजन्सीचं काम गुप्त माहिती जमा करणं हे आहे. शस्त्रास्त्रं डीलरला ठार करण्यासाठी एजन्सी आपल्या हिटमनला पाठवेल ही गोष्ट पचायला कठीण आहे. आणि तिसरी गोष्ट लक्ष्मण बिश्तची कहाणी खरी आहे, असं एक वेळ मान्य केलं तरी त्याचं सर्वांसमोर छाती पिटणं समजत नाही.

बिश्तची कहाणी अविश्वसनीय वाटत असली तरी असामान्य ताकदीचे लेखक झैदींनी आपल्या आकर्षक लेखनशैलीने ती सादर केली आहे. त्यांच्या लाखो चाहत्यांना हे पुस्तक खिळवून ठेवेल हे निश्चित. कथानक पुढे जातं तसा वाचक त्यामध्ये पूर्णपणे गुंतत जातो. अति वेगाने पुढे जाणारी रहस्यमय कथा तुमचा श्वास रोखून ठेवते. पुस्तक अतिशय वेधक आहे आणि वाचून पूर्ण होईतो तुम्ही खाली ठेवत नाही. त्यावर आधारित चित्रपट बनेल हे नक्की. कमांडो लक्ष्मण बिश्तला अफाट प्रसिद्धी मिळेल, तो अजरामर होईल ह्यात जराही शंका नाही. लेखकाच्या प्रचंड वाचकवर्गाच्या भेटीला आणखी एक असाधारण पुस्तक येत आहे हे मात्र खरं.

–नीरज कुमार

(माजी दिल्ली पोलीस प्रमुख)

प्रस्तावना
मागच्या सीटवरचा माणूस

६ सप्टेंबर २०११, नैनीताल, उत्तराखंड

रात्रीचे साडेबारा वाजले होते. भोवालीच्या जंगलामधून वेगाने चाललेल्या फोर्डच्या टपावर पावसाच्या थेंबांचा मारा होत होता. गाडीचालकाचं नाव राजेंद्र परगई उर्फ राजू परगई. उत्तराखंडचा महाखतरनाक गुन्हेगार. तुफान वेगाचं वेड असलेला परगई सत्तर किमी प्रतितास वेगाने गाडी चालवत होता. डोंगराळ प्रदेशातील रस्त्यांवर ह्यापेक्षा अधिक वेगाने जाणं शक्य नव्हतं.

परगईच्या शेजारी बसलेल्या अमित आर्यने बिअरची बाटली तोंडाला लावली. आर्य हा परगईचा विश्वासू साथीदार आणि गुन्हेगारीमधील भागीदार होता. वयाच्या केवळ तेहतिसाव्या वर्षी परगईच्या खात्यामध्ये असंख्य अचाट धाडसी गुन्ह्यांची नोंद झाली होती. अगदी अलीकडेच परगईने आपल्या SUVखाली डंगवाल नावाच्या इसमाची कवटी फोडली होती. सहा महिन्यांपूर्वी हल्दवनीच्या योगेश सुनेहरीचा खून झाला. तो परगईनेच केला असा आरोप होता.

आर्यने बिअरची बाटली गाडीत मागील सीटवर बसलेल्या माणसाला दिली. त्याने हल्लीच परगई आणि आर्यबरोबर दोस्ती केली होती (त्यांना निदान तसं वाटलं होतं.) तो मृत्युदूत आहे, किंबहुना साक्षात मृत्यू आहे तो. अव्वल दर्जाचा प्रशिक्षित मारेकरी, ह्याची त्यांना पुसटशीही कल्पना नव्हती.

गाडीने आणखी काही मैलांचं अंतर पार केलं. मागच्या सीटवरील माणसाने बिअरचा शेवटचा घोट घेतला आणि बाटली बाहेर भिरकावली. डांबरी रस्त्यावर ती

खळ्कन फुटली. परगईच्या खांद्यावर ओलसर हात ठेवून त्याने करंगळी वर केली. ते पाहून आर्यला हसू आलं.

परगईने गाडी बाजूला घेऊन थांबवली. श्यामखेत भाग होता हा. मागच्या सीटवरचा माणूस उतरून दूरवरच्या झुडुपांमागे गेला. ट्रॅक पँट खाली सरकवून त्याने लपवलेलं पिस्तूल चेक केलं. बंदुकीमध्ये गोळी भरून तयार होती. खरं तर असं करणं खूपच धोकादायक होतं, पण रात्रीच्या शांत वातावरणामध्ये बंदुकीत गोळी मध्ये भरण्यासाठी खटका ओढला तर आवाज सर्वदूर ऐकू गेला असता. त्याने लघवी करण्यासाठी बराच वेळ घेतला. दूरवरून रातकिड्यांची किरकिर सतत कानी पडत होती.

''रात्रभर मुतणार आहेस की काय?'' आर्यने गाडीतून ओरडून विचालं.

परगई ह्या विनोदावर मोठ्याने हसला. हे त्याचं अखेरचं हसणं होतं. तो माणूस काही न बोलता गाडीकडे येऊ लागला. परगईने गाडी सुरू केली. तो गाडीजवळ आला. पण मागचं दार उघडण्याऐवजी त्याने पुढील काळ्या टिंटेड खिडकीवर टकटक केलं.

आर्यने काच खाली केली. ''आता कसली वाट पाहतोयस?'' तो खेकसला.

बूम! त्या माणसाने 7.65 mm पिस्तुलाचा नेम धरून गोळी झाडली. ती एकच गोळी आर्यच्या कवटीतून निघून परगईच्या कपाळात घुसली. सर्वत्र पसरलेल्या भयाण शांततेत बंदुकीचा आवाज दुमदुमला. मारेकऱ्याच्या चेहऱ्यावर आर्यच्या गरम रक्ताचे थेंब उडले. त्याने रक्त शर्टच्या बाहीने पुसलं. गाडीच्या समोरच्या काचेवरसुद्धा रक्ताचा सडा पडला होता.

मारेकऱ्याने परगई आणि आर्यचा श्वासोच्छ्वास, नाडी तपासून पाहिली. जिवंतपणाची कोणतीही लक्षणं आढळली नाही.

दूरवरून हेडलाइटचा प्रकाश दिसू लागला होता. कोणी मोटरसायकलवाला रस्त्यावरून जात होता. त्याने हेल्मेट घातलं होतं. जाता जाता त्याने गाडीकडे कटाक्ष टाकला. त्याला परिस्थितीची कल्पना आली असावी. थोडं पुढे जाऊन त्याने बाइक थांबवली. मान वळवून पाहिलं. मारेकऱ्याने त्याच्यावर बंदूक रोखलेली पाहून बाइकवाला घाबरलाच. बंदूक धरलेला हात हलवून मारेकऱ्याने त्याला निघायचा इशारा केला. जीव वाचवण्यासाठी बाइकवाला अति वेगाने तिथून पळाला.

मारेकऱ्याने आपल्या मोबाइल फोनचा फ्लॅशलाइट चालू केला. त्या प्रकाशात तो अतिशय बारकाईने काहीतरी शोधायला लागला. काही क्षणांनंतर त्याला हवं ते सापडलं. मारल्यानंतर गोळीचं काडतूस (केसिंग) उडालं. हत्या झाली तिथेच ते पडलेलं होतं. पोलिसांना ते सहज सापडलं असतं. आश्चर्याची गोष्ट म्हणजे ह्या रहस्यमय व्यक्तीला नेमकं तेच हवं होतं. त्याने काडतूस लपवण्याचा अजिबात प्रयत्न केला नाही.

आता मारेकऱ्याने मागील सीटवरची नोटांनी भरलेली बॅग उचलली आणि सुमारे चारशे मीटर अंतरावरील झुडुपांमध्ये फेकली. तपास करताना पोलिसांना बॅग सापडेल अशी आशा त्याला वाटत होती. बॅग गाडीत ठेवली असती तर सर्वप्रथम घटनास्थळी पोहोचलेला साक्षीदार ती लंपास करेल ही दाट शक्यता होती. किंवा गाडीमधील पैशांनी भरलेल्या बॅगला कोणीही हात लावलेला नाही हे पाहून ह्या हत्या सुपारी देऊन केलेल्या नव्हत्या हे पोलिसांना पटकन समजलं असतं.

त्याने मनगटावरच्या घड्याळाकडे नजर टाकली. योजनेचा पुढचा भाग अमलात येण्याची वेळ झाली होती. आणि ठरल्यानुसार दोन गाड्या आल्याच. एक आल्टो आणि दुसरी स्कॉर्पिओ. गाड्यांमधून चार माणसं उतरली. तलवारी, सुरे आणि गुप्त्या अशी हत्यारं घेऊन ते जय्यत तयारीनिशी आले होते. ते घाईघाईने मारेकऱ्याजवळ आले. काळोख अधिकच दाट झाला होता. पावसाचा जोरही वाढला. मारेकऱ्याच्या चेहऱ्यावरचं आणि हातांवरचं रक्त धुतलं गेलं. चौघं त्याच्या तोंडाकडे पाहत होते. त्याचे साथीदार होते ते.

‘‘मूर्खांनो, तुमच्या वरातीत सामील होण्यासाठी पोलीस येणारेत का? त्यांची वाट पाहताय?’’ मारेकरी ओरडला. फोर्डकडे कटाक्ष टाकून तो म्हणाला, ‘‘त्यांचा श्वास चालू आहे अजून. पूर्णपणे जीव जायला हवा!’’

चौघं गाडीकडे धावले. आधीच मेलेल्या दोघांवर त्यांनी सपासप वार केले. मारेकरी थोड्या अंतरावरून बघत होता. चौघं धापा टाकत परतले.

‘‘दोघांचा खीमा केलाय.’’ एक जण म्हणाला.

हे ऐकून मारेकरी गाडीजवळ गेला. काही वेळापूर्वी त्याने स्वत: दोघांना खतम केलं होतं, तरीसुद्धा त्याने पुन्हा त्यांची नाडी तपासायचं नाटक केलं.

‘‘हरामखोर, एक काम धड करता येत नाही. कसले पैसे दिलेत तुम्हाला?’’ तो कडाडला.

चौघं गोंधळून गेले. ‘‘का? काय झालं?’’ एकाने घाबरत विचारलं.

‘‘दोघं जिवंत आहेत अजून. ठार मारा.’’

तिथे जवळच पडलेले मोठे दगड त्या दोघांच्या डोक्यात घालायची आज्ञा त्याने दिली. ते जड दगड उचलून त्यांनी आधीच गतप्राण झालेल्या दोघांचा कपाळमोक्ष केला. कवटी फुटल्याचे आवाज आले.

मारेकरी समाधानाने हसला. कामामधील महत्त्वाचा भाग यशस्वी झाला होता. उत्तराखंडच्या दोन खतरनाक गुन्हेगारांचा अंत झाला होता. केवळ एकच गोळी पुरेशी झाली. पण योजना कृतीत येण्यापूर्वी अनेक महिन्यांचे परिश्रम खर्ची पडले होते ह्याची कल्पना फारच थोड्यांना होती.

मारेकऱ्याने चौघांना गाडीत बसायला सांगितलं. नंतर सर्वत्र अखेरची नजर फिरवली. झाडांची पानं वाऱ्यामुळे सळसळत होती. कमरेवर बांधलेलं होलस्टर सराईतपणे काढून त्याने फोर्डमध्ये दोघा मृत गुन्हेगारांच्या पायाशी फेकलं.

तो स्कॉर्पिओमध्ये बसला. दोन्ही वाहनं मागे वळून वेगाने निघाली. साधारण पस्तीस किलोमीटर अंतरावर त्याने गाडी थांबवली. हात मिळवून साथीदारांचा निरोप घेतला. 'भूमिगत व्हा' असा सल्ला देऊन तो खाली उतरला.

चालत तो जंगलाच्या दिशेने गेला. लपायच्या जागी पोहोचल्यानंतर त्याने पिस्तुलाचे भाग सुटे केले. ते सर्व भाग प्रेशर कुकरमध्ये टाकून तो शेगडीवर ठेवला. वाफेवर पिस्तुलाचे सुटे भाग स्वच्छ झाले. गोळी झाडल्यानंतर क्रोमाइटचे डाग पडले होते. ते धुवून निघाले. नंतर ऑक्स-52 नावाच्या तेलाने प्रत्येक भाग साफ केला आणि पिस्तुलाची पुन्हा जोडणी केली. हात ज्वालेवर धरले. शेक लागल्यावर हाताला लागलेलं तेलही गळून पडलं. पिस्तूल आणि हात पूर्णपणे साफ झाले.

तीन वाजले. मारेकऱ्याला पुढची पावलं काळजीपूर्वक उचलायची होती. दोन अत्यंत घातक गुन्हेगारांना त्याने ठार केलं होतं. त्याचे परिणाम भयंकर होतील, बदला अत्यंत क्रूरपणे घेतला जाईल हे तो जाणून होता. त्याला निसटायला हवं होतं. रात्रीच्या काळोखात कायमचं गायब होणं हा एकच पर्याय त्याच्या समोर होता.

एक

अटक

६ सप्टेंबर २०११, वेळ सकाळचे आठ

तेवीस वर्षांचा लक्ष्मण बिश्त उर्फ लकी बिश्त, भारताच्या महाशक्तिशाली राष्ट्रीय सुरक्षा दलामध्ये कमांडो होता. हल्द्वानीमधील आपल्या घरामध्ये गाढ झोपला होता. महत्त्वाचे राजकीय नेते श्री. एल. के. अडवाणींचा वैयक्तिक सुरक्षा अधिकारी होता तो. नऊ दिवसांपूर्वी तो रजा घेऊन दिल्लीहून आपल्या गावी आला होता. आई आजारी होती. औषधोपचार करूनही तिचा ताप उतरत नव्हता. आईची सेवा करण्यासाठी तरुण लकी कमांडो हल्द्वानीमध्ये आला होता.

लकीचं घर डिफेन्स कॉलनीत होतं. अन्य लष्करी कर्मचारीही परिवारासह वसाहतीमध्ये राहत होते. लकीचे पिता लष्करात होते. बांगलादेशाची निर्मिती झाली त्या १९७१च्या भारत-पाकिस्तान युद्धात त्याच्या आजोबांनी हौतात्म्य पत्करलं होतं.

सकाळी साधारण आठ वाजता दारावर पडणाऱ्या दणादण थापांनी गाढ झोपलेल्या लकीची झोपमोड झाली. लकीच्या वडिलांनी दार उघडलं. समोर पोलिसांची मोठी पलटण पाहून ते आश्चर्यचकित झाले. पोलिसांच्या आठ वाहनांनी घराभोवती वेढा घातला होता. हल्द्वानी लहानसं गाव असल्यामुळे सारे एकमेकांना ओळखत होते. घरामध्ये घुसलेले काही पोलीस अधिकारी लकीच्या वडिलांच्या परिचयाचे होते. विजय चौधरी, प्रमोद शाह आणि वरिष्ठ पोलिस अधीक्षक के. एस. चौहान.

वडिलांनी पाठीवर हलकेच ढोसल्यामुळे लकीला जाग आली. झोपाळू डोळ्यांनी तो पोलिसांना सामोरा गेला. त्याची आई, बहीण आणि आजी भिंतीजवळ चिंतित चेहऱ्याने उभ्या होत्या.

एस.एस.पी. चौहानांनी त्याला विचारलं, ''तुझी वैयक्तिक शस्त्रं आणि गोळ्या कुठे आहेत?'' सुरक्षा एजन्सीमध्ये लकी उच्च पदी आहे आणि पदाला अनुसरून त्याला कोणती हत्यारं बाळगायची परवानगी आहे हे त्यांना माहीत होतं तर!

कमांडो असल्यामुळे लकीकडे दोन वैयक्तिक हत्यारं होती 7.65 mm पिस्तूल आणि एक शॉटगन. दोन्ही हत्यारं भारतामध्ये कुठेही वापरण्याची परवानगी त्याला होती. ह्या दोन शस्त्रांव्यतिरिक्त सरकारने दिलेलं ग्लॉक पिस्तूलही त्याच्याकडे होतं. रजा घेऊन गावी येण्यापूर्वी त्याने पिस्तूल दिल्लीच्या शस्त्रागारामध्ये जमा केलं होतं. परवाना असलेली वैयक्तिक शस्त्रं मात्र घरात होती.

प्रशिक्षणामुळे लकी शस्त्रं चालवण्यात तरबेज होता. त्याचं विशेष कौशल्य म्हणजे दोन्ही हातांनी तो तेवढ्याच अचूकपणे बंदूक चालवायचा. गंमत म्हणजे चाप न दाबता कार्बन मशिनगन चालवायचं कसब त्याच्यामध्ये होतं. सर्वसाधारणत: AK-47 वापरताना कॉकिंग हँडलचा उपयोग करावा लागतो, पण लकी केवळ बॅरल वापरून AK-47 चालवायचा.

''शस्त्रं कुठे आहेत?'' एस.एस.पी. चौहानांनी पुन्हा विचारलं.

लकीने कपाटाकडे जाण्यासाठी पाऊल उचललं. पण पोलिसांनी लगेच त्याला अडवलं; अर्थातच त्याच्या हाती बंदूक येऊ नये म्हणून... हे स्पष्ट समजत होतं. एस.एस.पीं.नी हवालदाराला कपाट उघडायला सांगितलं.

''सर्च वॉरंट आहे का?'' लकीने विचारलं.

''नाही. पण तू सहकार्य केलं नाहीस तर तुझ्या गांडीत दंडा घालून वॉरंट बाहेर काढेन.'' एस.एस.पीं.नी धमकावलं.

लकीच्या घरी पोलीस आले आहेत ही बातमी वणव्यासारखी फैलावली. आसपासचे गावकरी दारात गोळा झाले. प्रसिद्धी माध्यमंही घटनास्थळी हजर झाली. आत जायचा त्यांचा प्रयत्न पोलिसांनी हाणून पाडला. शिव्याही दिल्या. हवालदाराने कपाटामधून पिस्तूल आणि गोळ्या बाहेर काढल्या. ते पाहून एस.एस.पी. हसले. लकीच्या पाठीवर थाप मारून म्हणाले , ''चल आमच्या बरोबर.''

'का?'

''विशेष काही नाही. साधी चौकशी करायची आहे.'' एस.एस.पी. खांदे उडवून म्हणाले.

''मला फोन करायचा आहे.''

ही साधी चौकशी नाही हे लकीला चांगलंच माहीत होतं. 'फोन करायचा आहे' असं म्हणताक्षणी त्याचे दोन्ही फोन पोलिसांनी जप्त केले. 'स्टेशनवर जायचं आहे' असं त्याला सांगण्यात आलं. पोलीस त्याच्या कुटुंबीयांशी आदराने वागत होते. तो आदर टिकवायचा तर त्यांच्या आज्ञेला मान तुकवणं आवश्यक होतं. लकीची आई रडत होती. निळी जीन्स आणि सफेद शर्ट हा वेश बदलण्याची तसदी न घेता लकीने पायांत फ्लिपफ्लॉप सरकवले आणि निघाला.

''मी काही तासांत परत येतो,'' आईची समजूत काढत लकी म्हणाला.

बाहेर सगळं हल्द्वानी गाव जमलं होतं. पत्रकार धावतच त्याच्या जवळ आले, पण पोलिसांनी घाईघाईने लकीला बोलेरोमध्ये चढवलं. गाडीमध्ये मागच्या बाजूला तीन पोलीस बसले होते. प्रमोद शाह पुढे आणि मधल्या भागी लकी आणि त्याच्या दोन्ही बाजूला पोलीस बसले. गरज पडलीच तर लगेच गोळी झाडता यावी म्हणून दोघांचेही हात आपापल्या बंदुकांवर होते. स्थानिक पोलीस स्टेशनकडे गाडी निघाली.

काही क्षणांच्या शांततेनंतर प्रमोद शाहने मागे वळून विचारलं, ''काल रात्री कुठे होतास तू?''

''हे मला का विचारताय?''

शाह दात विचकून हसले, ''कळेल लवकरच.''

बोलेरो पोलीस स्टेशनला पोहोचली. लकीला खाली उतरवण्यात आलं. दोन पोलीस अजूनही त्याच्यावर राखण करत होते. एस.एस.पी. चौहानही एव्हाना पोलीस स्टेशनवर पोहोचले होते. प्रसिद्धी माध्यमंही मागोमाग हजर होती. लकीला हातकड्या घातलेल्या नाहीत हे पाहून एस.एस.पी. चौहान भडकले.

''बेअक्कल! सस्पेंड करेन एकेकाला!'' ते कडाडले.

पोलिसांनी तातडीने लकीचे हात पाठीमागे वळवून हातकड्या घातल्या. स्टेशनमध्ये हजर असलेल्या पोलिसांच्या तुकडीमध्ये लकीचे दोन जानी दोस्त होते – वीरेंद्र चौहान आणि जीतू आर्य. अतिरिक्त पोलीस अधीक्षक पी. रेणुका, आय. पी.एस.सुद्धा उपस्थित होती. सहा महिन्यांपूर्वी त्याने उत्तराखंड पोलिसांसाठी अति कठीण असं तपास प्रशिक्षण (डिटेक्शन ट्रेनिंग) सत्र घेतलं होतं. रेणुकासह दोनशे अधिकाऱ्यांनी प्रशिक्षणात सहभाग घेतला होता.

हातकड्या घातलेल्या लकीला प्रशस्त कॉन्फरन्स हॉलमध्ये नेण्यात आलं. मधोमध गोलाकार विशाल टेबल, सभोवताली खुर्च्या. लकीला बाकावर बसवण्यात आलं. हातकड्या घातल्यामुळे लकी प्रचंड संतापला होता. त्याला इथे का आणलंय हेही अजून सांगितलं नव्हतं. अधिकृत अटकही केली नव्हती. दीर्घ श्वास घेऊन लकीने रागावर नियंत्रण आणायचा प्रयत्न केला.

पण एस.एस.पी.नी विचारलेले प्रश्न फारच धक्कादायक आणि अनपेक्षित होते.

''लक्ष्मण सिंग बिश्त. बोल.'' ते म्हणाले.

''कशाविषयी बोलायचं? हवापाण्याविषयी?'' लकीने विचारलं.

किंचित थबकून चौहान म्हणाले, ''राजू परगई आणि अमित आर्यला का मारलंस?''

हे ऐकून लकी चरकला. नीट ऐकलं का मी? हो, हेच ऐकलं. आता मात्र परिस्थितीचं गांभीर्य त्याच्या लक्षात आलं. फाड्कन मुस्कटात मारावी तसा तो भानावर आला. 'काही तासांत परत येतो', असं आईला सांगितलं होतं, पण त्याच्यावर दुहेरी हत्यांचा आरोप होता. तो एकदम सुन्न झाला. पायाखालची जमीन सरकली. दोन अतिशय खतरनाक गुंडांच्या खुनाचे आरोप त्याच्यावर करण्यात आले होते. आणि त्याहीपेक्षा भीतिदायक गोष्ट म्हणजे ह्या गुंडांवर उत्तराखंडच्या काही बड्या राजकीय व्यक्तींचा वरदहस्त होता. त्यांची अनेक बेकायदेशीर कामं हे दोघं करत. हे सर्व माहीत असल्यामुळे लकीला आपल्या जिवाची चिंता वाटू लागली.

दोन

आंधळी कोशिंबिर

सर्वांच्या नजरा लकीवर रोखल्या होत्या. त्याच्या कपाळावरून घामाच्या धारा वाहायला लागल्या. भिंतींमध्ये चिणले जात आहोत असं वाटत होतं. *एजन्सी*साठी काम करतोय असा ग्रह होऊ नये म्हणून भारतीय लष्करामधील स्वत:च्या पदाविषयी, कार्यस्वरूपाविषयी उत्तरं देणं त्याने टाळलं.

''तू परगई आणि आर्यला का मारलंस?'' एस.एस.पी. चौहाननी विचारलं.

''मी त्यांना मारलेलं नाही.''

''तू परगईला ओळखत होतास हे खरं आहे ना?''

''तो गुन्हा आहे का? तो कुप्रसिद्ध गुंड होता. अख्खं उत्तराखंड ओळखतं त्याला. *काही* लोकांनी कर्तव्यदक्षता दाखवली असती तर तो एवढा ताकदवान झालाच नसता.'' लकी उत्तरला.

लकीच्या तिरकस प्रतिक्रियांमुळे एस.एस.पी. चौहानांचा अहंकार दुखावला. एका संशयिताची वरिष्ठ अधिकाऱ्याशी उद्धटपणे बोलायची हिंमत पाहून अन्य अधिकारी चकित झाले. वजनदार राजकारण्याशी लागेबांधे असल्यामुळेच पोलिसांनी परगईला सूट दिली, असं लकी खुल्लमखुल्ला सुचवत होता.

''तुला बोलतं करायचे अन्य मार्ग माहीत आहेत आम्हाला,'' एस.एस.पी. चौहाननी धमकावलं.

''मग सर्वांत खतरनाक मार्ग वापरा.'' लकी म्हणाला.

''आम्ही सगळे च्यूत्ये आहोत असं वाटतं का तुला? तू पिस्तूल चालवलंस, नंतर साफही केलंस. हे आम्हाला समजणार नाही असं वाटलं का तुला?'' चौहान म्हणाले.

त्यांनी लकीचं जप्त केलेलं पिस्तूल आणायचं फर्मान सोडलं. उपनिरीक्षकाने ते आणल्यानंतर पिस्तुलात तीन राउंड भरायला सांगितलं. आपल्या बोटांचे ठसे येऊ नयेत म्हणून त्याने आधी हातमोजे चढवले. पिस्तुलाच्या हँडलवर हातरुमाल गुंडाळला. आणि मगच गोळ्या भरल्या.

नंतर चौहानांच्या आज्ञेवरून उपनिरीक्षक वेगाने बाहेर बागेमध्ये गेला. तीनदा गोळ्या झाडल्याचा आवाज आला. आपल्या शवपेटीवर तीन खिळे ठोकले गेले, आता सुटका नाही असं लकीला वाटलं. बंदुकीमधून अलीकडेच गोळ्या झाडल्याचा खोटा पुरावा न्यायालयात सादर करायचा पुरता बंदोबस्त केला गेला. काम उरकून उपनिरीक्षक परत आला. पिस्तुलातून अजूनही धूर येत होता.

घटनास्थळी सापडलेलं होल्स्टर लकीला दाखवण्यात आलं. सीलबंद पाकिटामध्ये होतं ते. उपनिरीक्षकाने झाडलेल्या गोळ्याही प्लास्टिक पाकिटामध्ये सीलबंद होत्या. पिस्तूल होल्स्टरमध्ये व्यवस्थित फिट होत आहे हेही सबइन्स्पेक्टरने दाखवून दिलं.

एस.एस.पी. आणि साध्या कपड्यातील फॉरेन्सिक तज्ज्ञाने पाकिटावर सह्या केल्या. हा सारा नाट्यमय प्रकार लकीने घाबरून गुन्हा कबूल करावा ह्यासाठी चालू होता. लकी घाबरला होता पण त्याने चेहऱ्यावर भीती दिसू दिली नाही.

''आमचा सर्वांत खतरनाक मार्ग वापरा म्हणालास ना?'' चौहाननी विचारलं.

लकीने मान डोलावली.

''ठीक आहे. बघतोच तुझा किती टिकाव लागतो.''

कनिष्ठ अधिकाऱ्यांना त्यांनी लकीला दुसरीकडे हलवायला सांगितलं. दोन उपनिरीक्षक लकीला घेऊन बाहेर पडले. प्रवेशदाराजवळच्या पोलीस वाहनात बसवून दोघं त्याच्या दोन्ही बाजूला बसले. गाडी निघाली. अन्य वाहनंही मागे येत होती. सकाळपासून लकीने काहीही खाल्लं नव्हतं. अनेकदा विचारूनही त्याने अन्नपाणी घेण्यास नकार दिला. त्यामध्ये अमली पदार्थ मिसळून खोटा कबुलीनामा वदवून घेतील अशी भीती त्याला वाटत होती. दुसरं म्हणजे एजन्सी किंवा कुटुंबीयांशी संपर्क करता आला नव्हता.

लकीला अज्ञात स्थळी नेलं जात असताना तिकडे त्याचे वडील मुलाचा ठावठिकाणा शोधण्यासाठी आकाशपाताळ एक करत होते. पोलीस स्टेशनच्या कोतवालाने सांगितलं, ''तुमच्या मुलाला सर्वसाधारण चौकशीसाठी ताब्यात घेतलं आहे. उद्या सकाळी घरी येईल.'' काय करावं त्यांना काहीच सुचत नव्हतं. ओळखीच्या लोकांनीही हात वर केले.

सुमारे चाळीस किलोमीटर अंतर पार केल्यानंतर पोलिसांची गाडी भोवालीनजीकच्या पंचतारांकित हॉटेलजवळ थांबली. *पोलीस अशा महागड्या हॉटेलमध्ये आपल्याला का नेताहेत? स्वीटमध्ये ठेवताहेत की काय? नेमकं काय आहे त्यांच्या मनात?* लकीच्या मनामध्ये असंख्य प्रश्न घोळत होते.

संध्याकाळी पाच वाजता लकीला हॉटेलच्या सर्वांत वरच्या मजल्यावरील खोलीमध्ये नेण्यात आलं. विकास चौधरी, उत्तराखंडच्या स्पेशल ऑपरेशन्स ग्रूपचे (SOG) प्रमुख खोलीमध्ये लॅपटॉपवर टाइप करत बसले होते. SOG ही पोलिसांची क्रॅक टीम होती. राज्यामध्ये विशेष मोहीम पार पाडणं आणि गरज भासल्यास गुन्हेगारांचा एन्काउंटर करणं ही क्रॅक टीमची कामं.

दणकट आणि रुबाबदार व्यक्तिमत्त्व असलेले चौधरी दिसायला काहीसे रणदीप हूडासारखे होते. ते तीन पिस्तुलं बाळगायचे, त्यांतील एकाचाच परवाना त्यांच्या जवळ होता. एसीच्या थंडगार हवेमुळे लकीच्या अंगावर शिरशिरी आली. चौधरींनी लॅपटॉप बंद केला आणि धारदार नजरेने लकीकडे रोखून पाहिलं.

''काल रात्री तू अकरा वाजता कोणाला फोन केलास?''

''मित्राला. नेहमी बोलतो त्याच्याशी.''

'का?'

''हाय, हॅलो म्हणायला.''

''पहाटे चार वाजता पुन्हा फोन केलास, तो का?''

''हाय, हॅलो म्हणायला.'' लकी निर्विकार चेहऱ्याने म्हणाला.

चौधरी लकीच्या बेदरकार उत्तरावर हसले. त्यांनी टीव्ही चालू केला. एकामागून एक चॅनेल बदलले. सर्वत्र एकाच बातमीचा गदारोळ सुरू होता. अफवा, तर्कवितर्कांचं पेव फुटलं होतं. एक बातमीदार छातीठोकपणे सांगत होता की, 'दुहेरी हत्याकांडामध्ये लक्ष्मण बिश्तचाच हात आहे.' दुसरा म्हणाला, ''लकी मायावतींचा वैयक्तिक सुरक्षा अधिकारी आहे.'' काहींच्या मते, 'तो तत्कालीन मुख्यमंत्री नरेंद्र मोदींचा सुरक्षा अधिकारी आहे.' पण सर्वाधिक धक्कादायक बातमी – 'लकी संघटित गुन्हेगारी जगतासाठी काम करतो' ही होती. ती ऐकून मात्र लकी हादरून गेला.

चौधरींनी लकीला चहापाणी हवं का विचारलं, पण त्याने साफ नकार दिला. स्वच्छतागृहात जाण्याची परवानगी मागितली. 'दार बंद करणार नाही आणि दाराबाहेर अधिकारी पहारा देईल', ह्या अटीवर चौधरींनी त्याची विनंती मान्य केली. मनाचा मोठेपणा दाखवायचं कारण ते लकीला आधीपासून ओळखत होते.

रात्री उशिरा चौधरी आणि त्यांच्या चौघा माणसांनी हातकड्या घातलेल्या लकीला कोणतीही खूण नसलेल्या पोलीसगाडीत बसवलं. लकीच्या चेहऱ्यावर काळा मास्क घालण्यात आला. फाशी देण्यापूर्वी कैद्याला असाच मास्क घालतात ह्या गोष्टीची लकीला आठवण आली.

गाडी चालू झाली. लकीला काहीच दिसत नव्हतं. लवकरच गाडीचा वेग वाढला. लकी रस्त्याचा अंदाज घेत होता. स्पेशल ऑपरेशन्स ग्रूप खतरनाक गुन्हेगारांना जंगलात नेऊन त्यांचा एन्काउंटर करायचे. चौधरीचाही तोच बेत असेल

ह्या विचाराने लकीला धडकी बसली. पहाटेचा दीड वाजला होता. आज सात सप्टेंबर. दरवर्षी ह्या तारखेला आपली पुण्यतिथी साजरी होणार की काय, असे विचार लकीच्या डोक्यामध्ये घोळत होते.

गाडी थांबली. चौधरीच्या माणसांनी लकीला खेचतच बाहेर काढलं. जंगलामध्ये सर्वत्र स्मशानशांतता पसरली होती. एकाने लकीचा मास्क काढला. चौधरी आपल्यावर बंदूक रोखून उभा आहे हे पाहून लकीच्या काळजाचा ठोका चुकला.

''अगदी अचूक गोळी मारली होती. केवळ एक प्रशिक्षित माणूसच तशी गोळी मारू शकतो.'' थोड्या अंतरावर गोळी मारायच्या पोझमध्ये उभे असलेले चौधरी म्हणाले. राजू परगई आणि अमित आर्यला एकाच गोळीत ठार करणाऱ्या मारेकऱ्याविषयी बोलत होते ते.

''मी गोळी मारली नाही.''

चौधरी बंदुकीचा चाप सरकवून म्हणाले, ''माझ्या संयमाची परीक्षा पाहू नकोस. तू परगई आणि आर्यला का मारलंस चटकन सांग.''

लकीला आणखी घाबरवण्यासाठी चौधरींनी पुन्हा एकदा चाप सरकवला. पण त्यांचं हे चुकलंच. पिस्तूल भरलेलं नाही, चौधरी त्याला फसवू बघताहेत हे लक्षात आल्याने लकी हसला. पिस्तुलात गोळ्या असत्या तर पहिल्यांदा चाप दाबला तेव्हा गोळी चेंबरमध्ये सरकली असती. चौधरींनी दुसऱ्यांदा चाप दाबला तेव्हा गोळी खाली पडायला हवी होती. तिच्या जागी दुसरी गोळी आली असती. पण असं काहीच झालं नाही. कारण मुळात पिस्तुलामध्ये गोळ्याच नव्हत्या!

लकीने चौधरींना जवळ बोलावलं. तो गुन्हा कबूल करणार असं वाटल्याने ते खुशीने हसले. जवळ आल्यानंतर लकी त्यांच्या कानामध्ये कुजबुजला, ''हातकड्या घातलेल्या माणसाला ठार करणं ह्यामध्ये फार मोठा पुरुषार्थ वाटतो का तुम्हाला? प्रत्यक्ष युद्धभूमीवर समोरासमोर लढला आहात का कधी?''

चौधरी गोंधळून त्याच्याकडे पाहत होते.

''माझा स्कोअर आहे एकशे एकोणचाळीस. खरीखुरी लढाई. हातकड्या नव्हत्या घातलेल्या. तुमचा खोटा खेळ खेळून झाला असेल तर निघायचं का?''

आपलं नाटक लकीला समजलं, आता आपल्या माणसांसमोर आणखी नाक कापायला लागू नये म्हणून लकीला परत पोलिसांनी गाडीत बसवलं. आणि सारे भोवाली पोलीस स्टेशनला परतले. लकीला कोठडीत टाकण्यात आलं. पोलीस आता कोणती खेळी खेळतात ह्याची वाट पाहत असताना लकी आपलीही पुढची चाल ठरवत होता.

तीन

हल्द्वानी ते तेल अवीव

लक्ष्मण सिंग बिश्त उर्फ लकीचा जन्म १९८५ साली बुंगली गावामध्ये झाला. हे गाव उत्तराखंडमधील पिठोरागड जिल्ह्यामध्ये आहे. गाव अतिशय मागासलेलं आहे. पक्के रस्तेही नाहीत. ह्या भागातील तरुणांना भारतीय फौजेत भरती होण्याची जन्मजात ओढ असते. ह्या महान देशाच्या रक्षणासाठी मुलांना मोठ्या गर्वाने फौजेत पाठवलं जातं.

लकीचं कुटुंबही वेगळं नव्हतं. त्याचे पिता संरक्षण मंत्रालयात काम करायचे. आजोबा भारतीय सेनेत सुभेदार होते. १९७१ साली पाकिस्तानशी झालेल्या युद्धामध्ये त्यांना वीरमरण आलं होतं. लकीनेही फौजेत भरती व्हावं अशी त्याच्या वडिलांची इच्छा होती. त्यासाठी ते लहानपणापासूनच लकीची तयारी करत होते. लकी आणि त्याच्या दोन बहिणी शाळेत शिकत होत्या. वडिलांनी तिघांच्या शिक्षणाकडे समान लक्ष दिलं होतं.

पाचवीपर्यंत लकी स्थानिक शाळेत शिकला. नंतर पुढच्या शिक्षणासाठी जयपूरला आत्याकडे गेला. दहावी पास झाल्यानंतर लगेचच वडिलांनी त्याच्याकडून संरक्षण मंत्रालय प्रायोजित प्रवेशपरीक्षेसाठी अर्ज भरून घेतला.

१२ डिसेंबर २००३ रोजी लकीला संरक्षण मंत्रालयाकडून पत्र आलं. प्राथमिक फेरीमधील परीक्षांसाठी नागालँडच्या दिमापूर येथे त्याला हजर राहायचं होतं. वडिलांनी प्रवासखर्चासाठी तीन हजार रुपये द्यायचं कबूल केलं. नागालँड निसर्गसौंदर्यासाठी प्रख्यात होतं. ते प्रत्यक्ष पाहायला मिळणार म्हणून लकी खूश झाला. निर्दिष्ट तारखेला पोहोचण्यासाठी बॅग भरून त्याने दिमापूरची ट्रेन पकडली.

परीक्षेसाठी देशाच्या कानाकोपऱ्यांतून उमेदवार आले होते. पण परीक्षा कमालीच्या कठीण असल्यामुळे सुरुवातीचा उत्साह हळूहळू मावळायला लागला. राहण्याची व्यवस्थित सोय नव्हती. परीक्षा केंद्राभोवती अनेक मोडकीतोडकी दुकानं होती. झोपण्यासाठी रात्री तिथे आसरा घेण्याविना परीक्षार्थींना अन्य पर्याय नव्हता.

एका दुकानात बारा जण दाटीवाटीने झोपायचे. प्रत्येकाला एका रात्रीसाठी शंभर रूपये द्यावे लागत. झोपायला गादी नव्हतीच. दुकानदार प्रत्येकाला फक्त एक चादर देत. लहानशा दुकानात अकरा मुलं, एक बाथरूम, कठीण, कडक जमीन. लकीला आजही ते दिवस स्पष्ट आठवतात. पण अशा खडतर परिस्थितीमध्येही सारे युवा उमेदवार गुण्यागोविंदाने, मजेत राहत होते.

परीक्षा कमालीच्या अवघड होत्या. सैन्याधिकारी परीक्षक अतिशय कठोर होते. बारीकशीही चूक खपवून घेतली जात नसे. किंचित पोक काढलेला दिसला तरी ढुंगणावर बेदम फटके मिळायचे.

सोळाशे मीटर अंतर साडेपाच मिनिटांच्या आत पूर्ण करणं ही पहिली शारीरिक परीक्षा होती. लकी ह्या परीक्षेत पास झाला. नंतर शंभर मीटर अकरा सेकंदांच्या आत पार करायची परीक्षाही त्याने सहज पास केली. लकी उत्तम धावपटू होता आणि त्याने गेले कैक महिने धावायचा सराव केला होता. वडिलांनी दिलेलं प्रशिक्षण आज कामी आलं होतं.

प्रशिक्षकांनी सांगितलेले सोळा पुल-अप आणि सोळा पुश-अपसुद्धा लकीने एक मिनिटात पूर्ण केले. आता नऊ फूट रुंदीच्या खड्ड्यावरून लांब उडी मारायची होती. लकीला आजही तो रोमांचक आणि थरारक प्रसंग आठवतो. ''पलीकडे उडी मारताना मला जणू पंख फुटले असं वाटत होतं.'' तो म्हणाला.

लेखी परिक्षाही घेतली गेली. प्राथमिक शाळेच्या अभ्यासक्रमामधील अगदी साधे प्रश्न विचारले होते. अखेर वैद्यकीय तपासणी झाली. उमेदवारांचे सर्व कपडे काढून अनेक शारीरिक परीक्षा घेतल्या गेल्या. दिमापूरमध्ये पंधरा दिवस घालवल्यानंतर लकी घरी परतला.

नेहमीप्रमाणे लकी क्रिकेट खेळण्यात आणि मित्रांबरोबर गावभर उंडारण्यात रमला. दीड महिना उलटल्यानंतर परीक्षा आणि निकाल ह्याचा त्याला पूर्ण विसर पडला. पण एक दिवस 'बंगलोर प्रशिक्षण केंद्रामध्ये हजर हो' असं सांगणारा फोन आला. नागालँडमध्ये एक लाख बेचाळीस हजार इच्छुकांनी प्राथमिक फेरीमधील परीक्षा दिल्या होत्या. त्या सर्व परीक्षांमध्ये लकीला यश मिळालं होतं. हे समजल्यानंतर त्याच्या वडिलांचा आनंद गगनात मावेनासा झाला.

बंगलोरला आणखी एक वैद्यकीय तपासणी झाली. मानसिक चाचणीही घेतली जाणार होती.

चाचणीसाठी लकीचा नंबर पुकारला गेला. खोलीमध्ये टेबलाजवळ साध्या कपड्यातील चार पुरुष आणि एक महिला बसली होती. लकीची भीती कमी व्हावी म्हणून त्यांनी सुरुवातीला साधे प्रश्न विचारले. ही परीक्षा काहीशी गुंतागुंतीची होती. उमेदवाराचं मानसिक स्थैर्य आणि समतोल अत्यंत बारकाईने तपासला जात होता. मानसतज्ज्ञ आणि परीक्षार्थींमध्ये मानसिक ताकदीचा खेळ चालायचा. कधी उमेदवाराला विचित्र प्रश्न विचारून त्याची प्रतिक्रिया जोखली जायची. तणावाखाली तो कसा वागतो हे पाहण्यासाठी त्याच्याशी ओरडून, रागावून बोललं जायचं.

''मला फौजेत भरती व्हायला आवडेल.'' असं लकी म्हणाला. त्यावर मानसतज्ज्ञ महिलेने विचारलं, ''समजा तुला सैनिकाची ड्यूटी न देता पंतप्रधानांचा वैयक्तिक सुरक्षा अधिकारी पद दिलं तर तू काय करशील?''

''ती जबाबदारी संपूर्ण प्रामाणिकपणे निभावशील का?''

''अर्थात. त्यासाठी माझी क्षमता पूर्णपणे पणाला लावेन.''

''आई आणि बहिणी ह्यांमध्ये तुला अधिक पूजनीय कोण आहे?''

''माझी आई.'' लकी उत्तरला.

हे ऐकून एका मुलाखतकाराने विचारलं, ''ह्याचा अर्थ तुला बहिणींविषयी आदर वाटत नाही?''

लकी क्षणभर गोंधळला. पण लगेच सावरून म्हणाला, ''बहिणींविषयी आदर आहेच, पण आई सर्वाधिक आदरणीय आहे.''

''समजा, बहिणींबरोबर बाजारात गेला असताना कोणी त्यांची छेड काढली तर तू काय करशील?''

''मी त्याची हाडं मोडेन.''

हे ऐकून मानसतज्ज्ञ हसून म्हणाले, ''पण तूच म्हणालास ना कोणत्याही परिस्थितीत मी शांत राहतो, संयमाने वागतो.''

लकीला काही समजेनासं झालं. त्याच्या नंतर लक्षात आलं की ते सारे त्याचा स्वभाव समजून घेण्यासाठी असे उलटसुलट प्रश्न विचारत आहेत. बंगलोरमधील पुढचे तीन महिने 'शून्य सप्ताह' (झिरो वीक) होते. शिस्तपालन आणि ड्रिलचं मूलभूत प्रशिक्षण दिलं जात होतं. अनेकदा प्रशिक्षण मैदानावर कॅडेट दिवसभर लेफ्ट-राइट-लेफ्ट करायचे. झाडपूस, बूटपालिश अशासारखी कामंही सांगितली जात.

१९ एप्रिल २००४ रोजी कॅडेटना दिल्ली आंतरराष्ट्रीय विमानतळावर नेण्यात आलं. IL-76 हे चार पंखांचं विमान त्यांच्यासाठी उभं होतं. इंदिरा गांधींच्या कारकिर्दीत हे विमान भारतात आलं. त्याचं नाव बदलून IL-76 गजराज असं ठेवलं होतं. आपल्याला कुठे नेण्यात येत आहे ह्याची किंचितही कल्पना लकीला नव्हती. त्याच्याकडे पासपोर्टही नव्हता. सरकारने तात्पुरता पासपोर्ट बनवून घेतला असावा.

सुमारे शंभर कॅडेट विमानात चढले. अडीच तासांच्या उड्डाणानंतर विमान एका ठिकाणी थांबलं. पण कोणालाही खाली उतरण्याची परवानगी नव्हती. ते कोणतं ठिकाण होतं ह्याची आजही लकीला कल्पना नाही. काही वेळाने विमानाने पुन्हा झेप घेतली. आणि ते तेल अवीवला उतरलं.

लष्करी ट्रकमध्ये सर्व कॅडेट चढले. कमांडो ट्रेनिंगसाठी आपण इस्रायलला आलो आहोत हे लकीला समजलं. हे ट्रेनिंग आपल्या मानसिक आणि शारीरिक सहनशक्तीची कसोटी पाहणार आहे ह्याची मात्र त्याला किंचितही कल्पना नव्हती.

चार

सापांनी भरलेला खड्डा

तेल अवीव, २००४

लकी आणि त्याचे बॅचमेट सापाच्या खड्ड्याभोवती बसले होते. खड्ड्यामध्ये जागोजागी छोटीछोटी मातीची वारुळं होती. प्रत्येक वारुळामध्ये साप होते. इस्रायलच्या कमांडो ट्रेनिंग सेंटरमधील एक प्रशिक्षक झोरा सिंग सापांनी भरलेल्या खड्ड्यामध्ये निडरपणे उभे होते. अत्यंत प्रभावी व्यक्तिमत्त्वाच्या झोरा सिंगना भारतीय सेनेने इस्रायलला डेप्युटेशनवर पाठवलं होतं. त्यांचे लांबरुंद खांदे आणि गडगडाटी आवाज यामुळे भल्याभल्यांची भीतीने गाळण उडायची. चोपन्न वर्षांचे झोरा सिंग तब्येतीने खणखणीत होते.

झोरा सिंगनी एका बिळात हात खुपसला. काही वेळाने हात बाहेर आला. हातामध्ये वळवळणारा कोब्रा होता. तो फूत्कार टाकत होता, सुटण्यासाठी धडपडत होता पण झोरा सिंगच्या वज्रमुठीमधून सुटका होणं अशक्य होतं.

त्यांनी मोठ्या कौशल्याने कोब्रा डाव्या हातात घेतला. सापाने झोरा सिंगच्या दंडाला वेटोळं घातलं. झोरा सिंगनी उजव्या खिशात हात घालून धारदार सुरी बाहेर काढली. आणि क्षणार्धात नागाचं मुंडकं धडावेगळं केलं. कोब्राच्या धडामधून रक्ताच्या चिळकांड्या उडाल्या.

झोरा सिंगचा दणदणीत आवाज घुमला, ‘‘कमांडो! लक्षात ठेवा, साप खायला शिकलात तर कधीच उपाशी मरायची पाळी येणार नाही.’’

सापाची कातडी त्यांनी हातानेच सोलून काढली. त्यांच्या साहाय्यकांनी शेकोटी पेटवली. झोरा सिंगने शेकोटीत साप भाजायला टाकला. लकी हे सारं अनिमिष नजरेने पाहत होता. झोरा सिंगविषयी आदर आणि कौतुक क्षणोक्षणी वाढत होतं.

झोरा सिंगचं व्यक्तिमत्त्व प्रभावशाली होतं. ते दरारा निर्माण करत. कॅडेटकडून सर्वोत्तम कामगिरीची अपेक्षा करत. अगदी क्षुल्लक चूक झाली तरी जबर शिक्षा होत असे. अकादमीमधील अति वरिष्ठ अधिकाऱ्यांपैकी ते एक होते. अनेक धडाडीचे कॅडेट त्यांच्या हाताखालून गेले होते. सर्वप्रथम कॅडेटला पूर्णपणे नामोहरम करून त्याच्यामधून एक उत्तम अधिकारी, निर्भय सैनिक घडवायचा असा झोरा सिंगचा खाक्या होता. भारतीय संरक्षण खात्याने अनेक पुरस्कार देऊन त्यांना सन्मानित केलं होतं.

दिवसभराच्या परिश्रमानंतर संध्याकाळी उमेदवारांमध्ये जराही त्राण उरायचं नाही. अशा वेळी झोरा सिंग आवडता खेळ खेळायचे. लकीच्या प्रशिक्षणाचा हा नियमित भाग झाला होता.

झोरा सिंग म्हणत, ''कमांडो, माझं घर पाच किलोमीटर अंतरावर आहे. माझी पत्नी माझी वाट पाहत असेल. मी आज्ञा दिल्यानंतर तुम्ही जोरात ओरडा जेणेकरून आपला नवरा घरी येतो आहे हे तिला समजेल.''

नंतर झोरा सिंग आज्ञा देत, ''कमांडो, *लाइन तोड!*''

सारे बेंबीच्या देठापासून, सारं तेल अवीव खडबडून जागं होईल अशा, आरोळ्या ठोकत. लकीही जोरात बोंब मारायचा. कॅडेटमध्ये नवा उत्साह संचारायचा. सारे नीट जागे झाले आहेत ह्याची खात्री पटल्यानंतरच झोरा सिंग थांबायची आज्ञा देत.

लकी आणि त्याचा बडी हेंचो, हा प्रशिक्षणासाठी पोर्तुगालमधून आला होता, ह्या दोघांनीही झोरा सिंगकडून फार लाथा खाल्ल्या होत्या. लहानसहान चुकांसाठी ते त्यांचे पार्श्वभाग सुजवून काढायचे. लकीचे कुल्ले तर काळेनिळे पडले होते. मागे वळून आरशात निरखून पाहिलं तर झोरा सिंगच्या बुटाचे ठसेही कुल्ल्यावर दिसले असते! लकीला त्या काळ्यानिळ्या वळांचा आणि बुटाच्या ठशांचा चक्क अभिमान वाटायचा. शरीर आणि मन दणकट आणि कणखर होत असल्याची चिन्हं होती ती.

लकी आणि हेंचोला भाषेची समस्या होती. दोघांनाही मोडकंतोडकं इंग्रजी यायचं. असं असूनही त्यांची जोडी जमवली होती. दोघांनी एकत्र काम करणं अपेक्षित होतं. प्रशिक्षणाच्या पहिल्या आठवड्यात हेलिकॉप्टरला लोंबकळणाऱ्या दोरावरून घसरून खाली येण्याचं कसब – स्लिदरिंग – शिकायचं होतं.

जेवणाची सुट्टी देण्यापूर्वी झोरा सिंग कडक आवाजात सूचना देत, ''कमांडो, पंधरा मिनिटांत मैदानात परत यायचं.''

कमांडो धावतपळत आपल्या सायकलींवर स्वार होऊन दुसऱ्या मैदानाकडे कूच करत. दरम्यान जेवणही उरकायचं असे. जेवायला वेळ न मिळाल्यामुळे लकी अनेकदा उपाशीपोटी कवायती करत असे.

हेंचो लकीपेक्षा उंचीने कमी असला तरी अधिक तंदुरुस्त होता. सायकल रेसमध्ये तो लकीला हरवायचा. अडीच वर्षांच्या प्रशिक्षण कालावधीत दोघांची घट्ट मैत्री जमली. शस्त्रास्त्रं हाताळण्यात लकीचं कौशल्य असाधारण होतं.

आरंभीच्या काळात दिवसभरातील कमालीचं दमवणारं शारीरिक प्रशिक्षण संपवल्यानंतर प्रशिक्षणार्थींचं मानसशास्त्र प्रशिक्षण सुरू होत असे. झोरा सिंग दरारा उत्पन्न करणाऱ्या आवाजात हुकूम सोडत, ''आपापल्या खोलीमध्ये जाऊन कपडे बदला. सैनिकी कपडे घालून अर्ध्या तासात वर्गात हजर व्हा.''

जराही त्राण उरलेलं नसलं तरी प्रशिक्षणार्थी कसेबसे आपल्या सायकली रेटत खोलीवर पोहोचत. कपडे बदलून वर्गात हजर होत. वर्गामध्ये तत्त्वज्ञान आणि मानसशास्त्राच्या पुस्तकातील उतारे वाचून दाखवत. झोरा सिंग लांब छडी घेऊन वर्गामध्ये फेरी मारत. एखाद्याला डुलकी काढताना पकडलं की छडीचे फटके बसत.

वर्गात लकी खुर्चीवर अधांतरी बसायचा. झोप लागेल आणि झोरा सिंग सणकन पाठीवर मारतील ह्या भीतीने तो बूड खुर्चीवर टेकवतच नसे. एकदा अत्यंत दमलेला हेंचो नकळत खुर्चीवर टेकला. आपोआप त्याचा डोळा लागला. लकीच्या हे लक्षात येताच त्याने हेंचोला उठवण्याचा प्रयत्न केला.

''हेंचो, नो स्लीप. नो स्लीप.'' लकी कुजबुजला.

दुर्दैवाने हेंचो झोपी गेला हे झोरा सिंगने पाहिलं. त्यांच्या छडीचा फटका सपकन कानावर बसताच हेंचो खडबडून जागा झाला. धक्क्याने तो हवेत उडाला आणि मग धपकन खुर्चीत आदळला. रात्री तो प्रसंग आठवून लकी आणि हेंचो हसत सुटले. झोरा सिंग सापाचे तुकडे चिकन लॉलीपॉपसारखे मिटक्या मारत खात होते हे दृश्य लकीला आठवलं. लवकरच आपल्यालाही साप पकडून, सोलून, भाजून खावा लागणार हे तो जाणून होता. *साप खायला शिकलात तर कधीच उपाशी मरायची पाळी येणार नाही*, हे झोरा सिंगचे शब्द आठवून तो साप खाण्यासाठी मानसिक तयारी करत होता.

पाच

थर्ड डिग्री

सप्टेंबर, २०११

पोलीस स्टेशनमधील कोठडीला खिडकी नव्हती, उजेडही नव्हता. लकी खुर्चीवर बसला होता. हात मागे घेऊन हातकड्या घातलेल्या असल्याने त्याला खुर्चीमध्ये नीट बसता येत नव्हतं. त्याच्या भोवती कोंडाळं करून बसलेल्या पोलिसांच्या टीमकडे तो स्थिर नजरेने पाहत होता. छताला लटकलेल्या एकुलत्या बल्बच्या प्रकाशात कोठडी अधिकच भयाण वाटत होती. कोपऱ्यात बाथरूम होती. सर्वत्र असह्य दर्प पसरला होता.

एस.एस.पीं.नी जवळ येऊन विचारलं, ‘‘परगईची हत्या का केलीस?’’

आता मात्र लकीचं डोकं सणकलं. आजपर्यंत त्याने पोलिसांना शिवीगाळ केली नव्हती. पण आता मात्र त्याची सहनशक्ती संपली. सतत एकच प्रश्न विचारून तो वेगळं उत्तर देईल अशी अपेक्षा करत होते ते.

‘‘भेंचोद, तेच तेच गाणं वाजवायला मी टेपरेकार्डर आहे का?’’

एस.एस.पी. संतापले. त्यांनी खूण करताच एका पोलिसाने जाडजूड दोरीने लकीचे हात आणि काही पोलिसांनी चपळाईने लकीचे पायही खुर्चीला बांधले. तोंडामध्ये बोळा कोंबला.

‘‘लकी, मी तुला बजावलं होतं. बोलतं करण्याचे अन्य मार्गही आहेत आमच्याकडे.’’ एस.एस.पी. कडाडले.

त्यांनी खुर्चीला जोरात लाथ मारली. लकीसह खुर्ची कोलमडली. लकीचे पाय वरती झाले. एस.एस.पीं.नी खुणावताच दोघा पोलिसांनी कोपऱ्यामधील जाडजूड

उसाचा दांडा उचलला. काय होतं आहे हे लकीला समजायच्या आत त्याच्या पायाच्या तळव्यांवर त्यांनी सर्व शक्तीनिशी, अत्यंत निष्ठरपणे फटके द्यायला सुरुवात केली.

लकी प्राणांतिक वेदनेने किंचाळत होता पण तोंडात बोळा असल्याने आवाज बाहेर येत नव्हता. दोन्ही पावलांवर आलटूनपालटून फटके पडत होते. प्रत्येक फटक्याला मेंदूपर्यंत असह्य कळ जात होती.

एस.एस.पी. मधूनमधून प्रश्नाचा मारा करतच होते. ''सांग लवकर, हत्या करण्यामागे तुझा काय हेतू होता?''

लकीचे तळवे सुजले. पायाच्या नसा थाडथाड उडत होत्या. डोकं जोरजोरात हलवत होता. तोंडातून दबक्या किंकाळ्या बाहेर पडत होत्या. आता लकीने जणू कबुलीजबाब द्यायचा आहे अशा अर्थी डोकं हलवलं.

एस.एस.पीं.नी खूण केल्यावर एक पोलीस लकीच्या तोंडातला बोळा काढायला सरसावला... ''थोडे फटके खाल्ले तर माज उतरला तुझा? नावाचाच कमांडो आहेस तू!'' एस.एस.पी. छद्मीपणे हसून म्हणाले.

बोळा काढताक्षणी लकीने शिव्यांची लाखोली वाहायला सुरुवात केली. ''मादरचोदांनो, माझे हात सोडा. एकेकाची खांडोळी करतो की नाही पहा.'' तो किंचाळला.

पोलिसाने घाईघाईने त्याच्या तोंडात बोळा कोंबला. पुन्हा मारहाण सुरू झाली. लकीला किंचाळायचंही त्राण उरलं नव्हतं. पोलीसही मारहाण करून दमले होते. थोडी विश्रांती घेण्यासाठी ते थांबले. एस.एस.पी. खोलीबाहेर गेले. दोन पोलिसांनी लकीची खुर्ची सरळ केली. हातकड्या घालून पाठीमागे ठेवलेले हात पुढे आणले. बाकी सर्व पोलीस निघून गेले. एक मात्र AK-47 त्याच्यावर रोखून पहारा द्यायला थांबला.

एक हवालदार जेवणाचं ताट घेऊन आला. अत्यंत सावधपणे ताट लकीच्या खुर्चीजवळ ठेवून तो विजेच्या वेगाने दूर पळाला. ताटामध्ये डाळ, चपाती आणि भात होता. लकीने सर्व बळ एकवटून ताट लाथेने उडवलं. ते समोरच्या भिंतीवर जाऊन आपटलं. सर्व अन्न भिंतीवर आणि जमिनीवर सांडलं.

हवालदाराने दचकून उडीच मारली. सांडलेलं अन्न आणि उलथलेल्या ताटाकडे आणि नंतर लकीकडे तो थक्क होऊन पाहत राहिला. मग भानावर येऊन धावतच खोलीबाहेर पळाला.

एक तास उलटला असेल. पोलीस कोणत्याही क्षणी परततील हे लकीला माहीत होतं. डोळे मिटून त्याने खुर्चीवर डोकं टेकलं. मनामध्ये आईवडिलांचे विचार येत होते. त्यांची काय परिस्थिती झाली असेल? 'लवकर परत येतो' असं आईला सांगून निघाला होता. ती काळजी करत असेल. विचार करण्यात मिनिटं आणि

नंतर तास उलटले, पण एस.एस.पी. आणि त्यांची छळवाद्यांची फौज आली नाही. लकीच्या अंदाजानुसार संध्याकाळचे पाच वाजले असावेत. साध्या कपड्यातील माणूस खोलीत आला. चाळिशीचा असावा. हातात रायटिंग पॅड. त्यावर क्लिपला अडकवलेली कागदांची चळत. वरिष्ठ अधिकाऱ्याचा आविर्भाव. हा फॉरेन्सिक तज्ज्ञ असणार असं लकीने अनुमान काढलं. एक हवालदार लकीच्या पायांची दोरी सोडून बाहेर निघून गेला.

''मी दयाल शरण. फिंगरप्रिंट तज्ज्ञ.'' थोडं थांबून ते पुढे म्हणाले, ''लक्ष्मण बिश्त. तुला कोणत्या गुन्ह्यासाठी अटक केली हे मला माहीत आहे.''

''मी तुम्हाला एक गोष्ट सांगू का?'' लकी म्हणाला.

'सांग.'

''काही झालं तरी मी तुम्हाला सहकार्य करणार नाही. हवं तर माझ्या बुडाचे फिंगरप्रिंट घेऊ शकता.''

लकीचा आगाऊपणा पाहून दयालला धक्का बसला. पण हावरटपणाने मात केली. लकीने फार मोठ्या रक्कमेची सुपारी घेऊन राजू परगईची हत्या केली असं त्यांनी सूचित केलं. ''तुझ्यासारखा अति कुशल कमांडो फक्त प्रचंड पैशांसाठीच हे काम करेल ही गोष्ट स्पष्ट आहे.'' थोडं थबकून ते म्हणाले, ''एकदा खटला चालू झाला की ही कागदपत्रं भक्कम पुरावा म्हणून सादर होतील.''

डॉक्टरला नेमकं काय म्हणायचं आहे हे लकीला बरोबर समजलं. पैसे मिळाले तर ते लकीला मदत करतील असा गर्भित इशारा त्यांनी दिला होता. लकीच्या डोक्यामध्ये एक योजना आकाराला आली. त्याने मनामध्ये काही गणितं केली, काही आडाखे बांधले. ही सुवर्णसंधी त्याला गमवायची नव्हती.

''मी तुम्हाला एक फोन नंबर देतो. त्यांना माझं नाव सांगा. तुम्हाला हवी तेवढी रक्कम मागा. ते देतील.'' लकी म्हणाला.

''मला हवी तेवढी? खरंच?''

लकीने मान डोलावली.

डॉक्टरचे डोळे चमकले. ''सांग नंबर.''

''जरा थांबा. त्याबदल्यात तुम्ही माझं एक काम करायचं.''

''काय हवंय तुला?''

डॉक्टर दयालने आपले फिंगरप्रिंट घेऊन त्यावर आजची तारीख टाकावी आणि सही करावी असं लकीने सांगितलं. डॉक्टरने लगेच हे मान्य केलं. त्याने दोन्ही हातांच्या आणि पायांच्या बोटांचे ठसे घेतले. पैशासाठी हपापलेल्या डॉक्टरने कबूल केल्याप्रमाणे सर्व कागदपत्रांवर त्या दिवसाची तारीख आणि वेळ टाकून सही ठोकली. सात सप्टेंबर, पाच वाजता.

''चल आता तो फोन नंबर दे मला.'' दयाल उतावीळ झाला होता.

लकीने फटाफट दहा आकडी नंबर सांगितला. डॉक्टरने आपल्या डायरीत नंबर लिहून घेतला.

''त्यांना १९४२० हा कोड सांग. त्यानंतर तुला ते योग्य प्रकारे वागवतील.'' लकी म्हणाला.

दयालने चश्मा शर्टच्या खिशात ठेवला. लकीकडे विजयानंदाचा कटाक्ष टाकून ते निघाले. लकीच्या चेहऱ्यावर हलकं स्मित होतं. त्याने डॉक्टरला दिलेला नंबर खोटा होता. किंबहुना फोन नंबर आणि कोड नंबर दोन्ही खोटे होते. पण डॉक्टरने सही केलेली कागदपत्रं खरी होती. त्यांचा खटल्यामध्ये लकीला फार मोठा फायदा होणार होता.

आत्ता जे काही घडलं ते आठवून लकीला हसू आवरेनासं झालं. अचानक दरवाजा लाथ मारून उघडला. एस.एस.पी. आणि त्यांची टोळी आत शिरली. सगळ्यांच्या चेहऱ्यांवर चीड दिसत होती. छळ करण्यासाठी आगळीवेगळी साधनंही हातामध्ये होती.

सहा

लाल मिरच्या

एक हवालदार दोरखंडाचं वेटोळं घेऊन जवळ आला. छताला हूक होता. दोरी वर फेकून त्याने हुकामध्ये अडकवली. लकीच्या पायांभोवती चादर गुंडाळून ते दोरीने घट्ट बांधले गेले. लकीला न्यायालयात उभं करायचं होतं. बाहेरून दिसतील अशा जखमा होऊ नयेत म्हणून ही दक्षता घेण्यात आली.

आता लकीला उलटं लटकवण्यात आलं. खाली डोकं, वर पाय अशा अवस्थेमध्ये त्याच्या अगदी तोंडासमोर लाल मिरच्यांचा ढीग ठेवून एस.एस.पीं.नी काडी लावली. त्याचा तिखटजाळ धूर लकीच्या थेट नाकात गेला. लकी खोकायला लागला. डोळे लालभडक झाले. जळजळ व्हायला लागली. लकीने इकडेतिकडे वळायचा प्रयत्न केला पण त्याचा त्रास कमी झाला नाही. शुद्ध हरपायला लागली. सारी खोली गरगर फिरतेय असा भास होऊ लागला.

लकीला त्रास असह्य झाला पण एस.एस.पीं.ना पाझर फुटला नाही. अखेर लकीने बेशुद्ध पडल्याचं नाटक केलं. हातकड्या लावलेले हात खाली सोडले. डोळे बंद केले. अंग सैल सोडलं. दोन मिनिटं गेली तरी लकी जराही हालचाल करत नाही हे पाहून एस.एस.पी. धास्तावले. अतिशय खळबळजनक हत्याकांडामधील मुख्य संशयित पोलीस कस्टडीत मरण पावला तर त्याची जबाबदारी आपल्यावर येईल हे त्यांना माहीत होतं.

''त्याला लगेच खाली उतरवा.'' त्यांनी आदेश दिला.

त्याला शुद्धीवर आणण्यासाठी पोलिसांनी बरेच प्रयत्न केले. अखेर दहा मिनिटांनी लकीने शुद्ध आल्याचं नाटक केलं. पुढील दहा मिनिटं एस.एस.पीं.नी

अक्षरश: तांडव केलं. बेंबीच्या देठापासून किंचाळणं, आरडाओरडा, हातपाय आपटणं असे सर्व प्रकार करूनही लकीला कबुलीजबाब द्यायला भाग पाडायचे त्यांचे प्रयत्न व्यर्थ ठरले.

''हा मादरचोद पटकन बोलणार नाही. ह्याला शिमल्याची सफर घडवायला हवी.''

चार-पाच पोलीस लगेच कामाला लागले. लकीचे सर्व कपडे त्यांनी काढले. लकी पूर्णत: नग्न झाला. एस.एस.पीं.नी मोठ्याने ओरडून दुसरी आज्ञा दिली. त्यानुसार दोन शिपायांनी लोखंडी रॅकवरून बेडच्या आकाराची बर्फाची लादी आणली. लकीला लादीवर फेकून पालथं झोपवण्यात आलं. घट्ट पट्टे बांधून त्याला हालचाल करणं अशक्य केलं. अतिशय तीव्र अशी थंडगार शिरशिरी डोक्यापर्यंत गेली. डोक्यात कोणी हातोडा मारला असावा असं लकीला वाटलं. लकीच्या सर्वांगाला बर्फाचा स्पर्श होत राहावा म्हणून एक पोलीस त्याच्या उघड्या पाठीवरून रोलर फिरवत होता. लकीच्या शरीराचं तपमान झपाट्याने उतरायला लागलं. मेंदूवर परिणाम होऊ लागला. चित्रविचित्र भास होऊ लागले. आपण खरोखरच शिमल्यामध्ये आहोत, हिमवर्षावाचा आनंद घेत आहोत असं क्षणभर वाटलं. श्वास घेणं कठीण होऊ लागलं. सारं काही धूसर दिसत होतं. रोलर पाठीवरून फिरतच होता. अखेर त्याची शुद्ध हरपली.

कैक तास उलटले. लकीला जाग आली. आपण कुठे आहोत हे त्याला समजत नव्हतं. एका स्त्रीचा आवाज ऐकू आला. 'लकी! लकी!' ती हलक्या आवाजात त्याला हाक मारत होती.

आवाज कुठून येतोय हे पाहाण्यासाठी लकीने महत्प्रयासाने डोळे उघडले. बर्फामुळे झालेल्या हायपोथर्मियाचे परिणाम हळूहळू कमी होऊन तो भानावर येत होता. अजूनही स्पष्ट दिसत नव्हतं. दाराबाहेर आकर्षक स्त्रीची अंधूक आकृती दिसत होती. तीच त्याला हाक मारत होती. बर्फाच्या लादीवरून पोलिसांनी आपल्याला खाली उतरवलं आहे, अंडरवेअर घालून जमिनीवर झोपवलं आहे हे लकीच्या ध्यानात आलं. ती स्त्री थ्री-स्टार पोलीस अधिकारी आहे हेही समजलं. जेलच्या घंटेचे तीन टोल पडले. पहाटेचे पाच वाजले होते. तो पाय ओढत, सावकाश दाराजवळ गेला.

ती प्रेमळ आवाजात म्हणाली, ''लकी, तुझे जिवलग काळजी करताहेत. तुला त्यांच्याशी बोलायचंय का?''

लकीने मान डोलावली.

तिने खिशातून नवाकोरा ब्लॅकबेरी काढून त्याला दिला. ''तुझ्या आयुष्यातील सर्वांत महत्त्वाच्या व्यक्तीला फोन करू शकतोस.''

लकी अजूनही गोंधळलेल्या मन:स्थितीमध्ये होता. काय करावं हे समजत नव्हतं. तो वळून मागे जाऊ लागला. ती पुन्हा म्हणाली, ''सर्वाधिक प्रिय व्यक्तीला फोन कर.''

लकी अचानक जागीच थांबला. त्याला खरोखरच एका व्यक्तीशी बोलायचं होतं. त्याची प्रेयसी. 'मी ठीक आहे, लवकरच सुटका होईल' हे तिला सांगायला हवं. त्याने हात उचलून अधिकाऱ्याला हातकड्या दाखवल्या.

''मी हातकड्या काढायला सांगते,'' ती म्हणाली.

पहारा देणाऱ्या हवालदाराला तिने किल्ल्या आणायला फर्मावलं. काहीशा शंकित नजरेने तो लकीकडे पाहत होता.

''किल्ल्या घेऊन ये. हा निर्दोष आहे.'' ती जरबेने म्हणाली.

हवालदाराने पळत जाऊन किल्ल्या आणल्या. तिने हातकड्या उघडायचा अयशस्वी प्रयत्न केला आणि नंतर त्याच हवालदाराला किल्ली देऊन हातकड्या काढायला सांगितल्या. थ्री-स्टार पोलीस अधिकारी आणि तिला हातकड्या काढणं जमलं नाही हे पाहून लकी तुच्छतेने हसला. हवालदाराने लकीचा डावा हात मोकळा केला. उजव्या हाताला बेडी तशीच लटकत राहिली.

लकीने फोन हातात घेऊन मोठ्या कष्टाने नंबर फिरवायला सुरूवात केली. बीप. ब्लाप. ब्लीप. चौथा आकडा दाबणार तोच लकी खाडकन भानावर आला. आपण किती भयंकर चूक करणार होतो हे त्याच्या लक्षात आलं. ही अधिकारी त्याच्या सुन्नबधिर अवस्थेचा फायदा घेऊन त्याच्या प्रियतम व्यक्तीचा नंबर मिळवण्यासाठीच आली होती. त्यानंतर लकीवर मानसिक दबाव टाकणं सोपं झालं असतं.

पुन्हा एकदा लकीचं डोकं सणकलं. कर्कश्श आरोळी ठोकून त्याने फोन जोरात समोरच्या भिंतीवर फेकला. फोनचे तुकडे झाले. बॅटरी एकीकडे आणि फोन दुसरीकडे पडला.

हे पाहून त्या महिला अधिकाऱ्याचा श्वास अडकला.

''भेंचोद. माझा नवाकोरा फोन तोडलास?''

अनावर संतापाने लकीचा तोल सुटला. मोडलेल्या फोनवर तो थयथया नाचला. फोनची पुरती वाट लावूनही त्याचं समाधान झालं नाही. त्याने फोनमधलं सिमकार्ड उचकटून काढलं. ते करताना नखामधून रक्त आलं. सिमकार्ड चावून चावून त्याने पूर्णपणे निरुपयोगी करून टाकलं. इकडे ती भयानक चिडलेली अधिकारी त्याला शिव्या घालत होती. गोंधळ ऐकून आणखी हवालदार धावत आले.

पण लकीचे हात मोकळे असल्याने कोणाचीही आत यायची हिंमत होत नव्हती. हातकडी गोफणीसारखी गरगर फिरवत तो किंचाळत होता, ''मागे व्हा नाही तर टाळकं फोडेन एकेकाचं. कोणताही डॉक्टर वाचवू शकणार नाही.''

सिम तोंडात घालून लकीने कराकरा चावलं आणि महिला अधिकाऱ्याच्या दिशेने थुंकून टाकलं तेव्हा ती भयभीत होऊन पाहत राहिली. त्याच्यामधलं जंगली श्वापद पूर्णपणे जागं झालं होतं.

हवालदार दादापुता करून लकीला शांत करत होते. एस.एस.पी.ही आले. त्यांनी लकीला फर्मावलं ''बंद कर हे.''

लकीने तुफान वेगाने मुसंडी मारली. उजव्या हाताने लोखंडी दारावर हातकडीचा तडाखा दिला. धाडकन आवाजाने आसमंत दणाणून गेलं.

''कोणीही आत आलं तर मरेल हे लक्षात ठेवा,'' लकीने धमकी दिली.

एस.एस.पी.चा चेहरा पांढराफटक पडला. त्यांनी पोलिसांकडे नजर फेकली. तेही भयभीत होऊन तमाशा पाहत होते. अखेरचा उपाय म्हणून लकीच्या चेहऱ्यावर फ्लडलाइटचा प्रखर झोत मारण्यात आला. जंगली जनावराने कोपऱ्याचा आसरा घेतला. हळूहळू त्याचा राग शांत झाला. अंगावर फक्त अंडरवेअर होतं. तसाच दमून तो कोपऱ्यात झोपी गेला.

पण सावध झोप होती त्याची. पुन्हा आपल्याला बेड्या ठोकत नाही ना हे तो वारंवार तपासत होता. एकीकडे डोक्यामध्ये एक धूसर योजना आकार घेत होती. पण अजूनही तिला पूर्ण स्वरूप मिळत नव्हतं. अर्ध जागृतावस्थेत अचानक वीज चमकावी तशी त्याला एक भन्नाट कल्पना सुचली. डोळे खाडकन उघडले. आठ ऑगस्टची सकाळ झाली.

लकी दाराजवळ गेला. पहारेकऱ्याला म्हणाला, ''एस.एस.पीं.ना भेटायचं आहे.''

'कशाला?'

''तो बरोब्बर तुझी मारेल म्हणून.'' लकीने त्याला उडवून लावलं. ''जा बोलाव त्याला.''

पहारेकरी घाईघाईने पळाला. एस.एस.पी. सर्व लवाजम्यासह हजर झाले. सर्व पोलिसांनी पिस्तुलं तयार ठेवली होती. थ्री-स्टार महिला अधिकारीही लकीने चेंदामेंदा केलेल्या आपल्या नव्या फोनचं रडगाणं गात हजर होती. पोलिसांनी लकीभोवती कोंडाळं केलं.

''मीच केलं ते. आता मला छळ असह्य झाला आहे,'' लकी म्हणाला.

एस.एस.पी. समाधानाने हसले. संशयिताला अखेर शरण आणलं असा विश्वास त्यांच्या चेहऱ्यावर दिसत होता. ''खून केला ते हत्यार कुठे आहे?'' त्यांनी विचारलं. लकीच्या मनात काय शिजतंय ह्याची त्यांना जराही कल्पना नव्हती.

''जंगलामध्ये लपवलंय.''

एस.एस.पीं.नी सुटकेचा नि:श्वास सोडला. राजू परगई आणि अमित आर्यची खांडोळी करण्यासाठी वापरलेल्या तलवारी, सुरे, गुप्त्या सापडल्यानंतर केस त्यांच्या बाजूने फिरली असती हे नक्की. ''ठीक आहे. आम्हाला दाखव ती जागा.'' ते म्हणाले.

लकीने मान डोलावली. स्वत:ला वाचवण्यासाठी त्याने एक योजना बनवली होती आणि ती प्रत्यक्षात आणण्यासाठी तो शक्य ते सर्व प्रयत्न करणार होता.

सात

लपवलेलं हत्यार

बोलेरोत लकी दोन पोलिसांमध्ये बसला होता. त्याने लपवलेली हत्यारं शोधण्यासाठी तीन बोलेरो गाड्या भरून पोलीस निघाले होते. हत्येसाठी वापरलेली तलवारी, सुरे, गुप्त्या ही शस्त्रं मिळवण्यासाठी सारेच अधीर झाले होते. ही शोधयात्रा सहा तास चालणार होती.

गाडीमध्ये लकीसोबत जीतूही होता. स्पेशल ऑपरेशन ग्रूप (SOG)मध्ये दोघांनी एकत्र काम केलं होतं. सबइन्स्पेक्टर दानू पुढील सीटवर बसला होता. मागे वळून तो लकीकडे पाहून हसला. कबुलीजबाब दिल्यापासून लकी आणि पोलिसांचे संबंध बरेच सुधारले होते.

लकीनेही हसून प्रतिसाद दिला. पण त्या हास्यामध्ये थोडा कुत्सितपणाही होता. एजन्सीला त्याच्या परिस्थितीची माहिती होण्याचीच तो वाट पाहत होता. एजन्सी हस्तक्षेप करेल ह्याची त्याला पूर्ण खात्री होती. कमांडिंग ऑफिसर (CO) सुभाष आर्य लकीशी कुटुंबीय, गाव वगैरे विषयांवर अतिशय जिव्हाळ्याने बोलू लागले.

सुभाष आर्य वय झाल्यामुळे थकले होते. पण स्वभाव अजूनही उत्साही आणि प्रेमळ होता. लांबचा प्रवास असूनही दोघं गप्पा मारत, हसतखेळत असल्याने सुसह्य झाला होता. लकीला रस्त्याकडेला धाबा दिसला.

''थाबा, इथे गाडी थांबवा.'' लकी म्हणाला.

''काय झालं, लकी बेटा?'' सुभाष आर्यनी मायेने विचारलं.

लकीने धाब्याकडे बोट दाखवलं. तंदुरी चिकनचा सुवास दरवळत होता. भुकेने त्याच्या पोटामध्ये खड्डा पडला होता. तोंडाला पाणी सुटलं. *मला खायला मिळेल का तंदुरी चिकन?*

'मला तंदुरी खायला मिळालं तरच हत्यार कुठे लपवलं हे दाखवेन' अशी अटच लकीने पोलिसांना घातली. सहा सप्टेंबरला बेकायदेशीररीत्या त्याला अटक झाली. त्यानंतर दोन दिवस उलटले, लकीने अन्नाचा एक कणही तोंडात टाकला नव्हता. काहीशा नाखुशीने सबइन्स्पेक्टर दानूनी गाडी धाब्याजवळ वळवायला सांगितली. लकी बोलेरोतून उतरतोय तोच दानू त्याची वाट अडवून उभे राहिले. त्याच्या समोर दोन कागद नाचवून ते म्हणाले, ''सही कर कागदांवर.''

लकीने बारकाईने कागद तपासले. कोरे होते कागद. त्यावर सरकारी शिक्का किंवा चिन्हही नव्हतं. दानू आपली सही घेऊन नंतर त्यावर 'लकीने गुन्ह्याची कबुली दिली असून हत्यारं परत मिळवून देण्यासाठी तो आम्हाला जंगलामध्ये घेऊन गेला', असं लिहितील ह्याची लकीला पूर्ण कल्पना होती. पण ह्या कबुलीजबाबाला न्यायालयामध्ये कवडीचीही किंमत दिली जाणार नाही ह्याचीही कल्पना त्याला होतीच. कसलीही कटकट न करता त्याने कोऱ्या कागदावर सही ठोकली.

लकीने ओरडून वेटरला सांगितलं, ''ओये, माझ्या तंदुरीसाठी जास्त मसाला तयार ठेव.''

जेवण्यासाठी लकीच्या डाव्या हाताची बेडी काढली. लकीने तंदूर चिकनचा अतिशय मनापासून आस्वाद घेतला. बोटंही चाटून पुसून साफ केली. जेवण आटोपलं. पुन्हा त्याच्या हातावर बेडी चढली. चंपावतच्या जंगलाच्या दिशेने प्रवास सुरू झाला. तिथे पोहोचेतो संध्याकाळचे पाच वाजत आले.

''लकी बेटा, कुठे आहेत हत्यारं?'' सुभाष आर्यनी प्रेमाने विचारलं.

लकीने डोकं खाजवलं. मग सभोवताली नजर फेकली आणि एक जागा दाखवली. हवालदार ताबडतोब कामाला लागले. काही फूट खणून झालं असेल तोच लकी ओरडला, ''थांबा! थांबा! इथे नाही.''

पोलिसांनी त्याच्याकडे नाराजीने पाहिलं. लकीने दुसरी जागा दाखवली. पोलीस तिथे खणू लागले. पण लकीने वीस मिनिटांनंतर पुन्हा त्यांना थांबवलं. तिथून दुसरीकडे.. मग तिसरीकडे... हत्यार कुठे लपवलंय नीटसं आठवत नाही असं सांगून लकी त्यांना नाचवत होता.

''खूप काळोख आहे. मला आठवत नाही.'' तो म्हणाला.

''बेटा, हत्यारं मिळायलाच हवीत.'' CO आर्य म्हणत होते.

पण रात्र झाली होती. अशा वेळी अनोळखी जंगलात फिरणं धोकादायक होतं.

''उद्या सकाळी उजेडामध्ये मला नक्की आठवेल ती जागा.'' लकी आश्वासक आवाजात म्हणाला.

दानू आणि आर्यना लकीपुढे मान तुकवण्याविना पर्याय नव्हता. साऱ्यांनी एका लॉजमध्ये मुक्काम ठोकला. दानूने चहाबिस्किटं मागवली. पोलीस आणि आरोपी एका टेबलवर बसून चहापान करत होते. ''केस लवकरात लवकर सोडवण्यासाठी आमच्यावर फारच दबाव टाकला जातो आहे. राजू परगईचे एका शक्तिशाली राजकारण्याशी फार जवळचे संबंध होते. तोच घाई करतो आहे,'' सुभाष लकीला म्हणाला. लकीही सहानुभूतीने म्हणाला, ''मला तुमची अडचण समजते.''

डिनरनंतर पोलीस सैलावले. लपवलेली हत्यारं ते राजकारण अशा विविध विषयांवर संभाषण चालू होतं. प्रत्येक पोलीस लकी नक्की कोणतं काम करतो ह्यावर अंदाज बांधत होता. कोणासाठी काम करतो? भारतीय लष्कर? SPG? NSG? पद? उत्तर कोणालाही सापडत नव्हतं आणि लकी काहीही सुगावा लागू देत नव्हता.

आत्तापर्यंत लकी जीतूपासून अंतर राखून वागला होता. पण आता त्याने खूण करून जीतूकडे फोन मागितला. सध्या जीतू उत्तराखंडच्या स्पेशल ऑपरेशन्स ग्रूपमध्ये काम करत होता. हे धोकादायक आहे, आपलं वैयक्तिक नुकसान होऊ शकेल हे माहीत असूनही सर्वांची नजर चुकवून जीतूने लकीला फोन दिला.

डार्क वेबवरून एजन्सीशी संपर्क साधण्यासाठी लकीने TOR ब्राउझर डाउनलोड करायचा प्रयत्न केला. TOR हे The Onion Routerचं संक्षिप्त रूप आहे. हा विशेष ब्राउझर असून अज्ञात राहून तुम्हाला इंटरनेट सर्फिंग करता येतं. तुम्ही कोणत्या वेबसाइटना भेट दिली हे गुप्त राहतं. डार्क वेबला जोडण्यासाठी हा ब्राउझर वापरला जातो. अनेक खाजगी आणि सार्वजनिक संस्था छुपे कारभार करण्यासाठी, तसंच सदस्यांच्या संपर्काचं माध्यम म्हणून डार्क वेबचा उपयोग करतात.

लकीही तेच करायचा प्रयत्न करत होता, पण इंटरनेट फारच संथ असल्यामुळे ब्राउझर डाऊनलोड होत नव्हता. पोलिसांचं लक्ष वेधण्यापूर्वी हे काम करायचं होतं पण अनेकदा प्रयत्न करूनही यश मिळालं नाही. निराश होऊन लकीने जीतूला फोन परत केला. प्रचंड तणावाखाली असलेल्या जीतूने हुश्श करून फोन खिशात टाकला.

पहाट झाली. लकीला हातकड्या घालून व्हॅनमध्ये बसवण्यात आलं. पुन्हा जंगल सफारी सुरू झाली. रात्री फार गूढ आणि भीतिदायक वाटणारं जंगल दिवसा फार प्रसन्न आणि हिरवंगार दिसत होतं. लकीने दाखवलेल्या जागी पोलिसांचं खोदकाम चालू झालं. दुपार होत आली तरी लपवलेली हत्यारं सापडायची चिन्हं दिसत नव्हती. लकीही संदिग्ध आणि उडवाउडवीची उत्तरं देत होता. एकीकडे तो सुभाष आर्यला वारंवार किती वाजले हेही विचारत होता.

''लकी बेटा, कुठे लपवली आहेस हत्यारं?'' आर्य आता चिडचिडले होते.

सबइन्स्पेक्टर दानूनी नाक खुपसलं. ''मूर्खा, लवकर सांग की,'' ते खेकसले.

फोरेन्सिक तज्ज्ञाने अधिकृत कागदपत्रांवर लकीचे ठसे घेतले त्या घटनेला अठ्ठेचाळीस तास पूर्ण होण्यासाठी थोडाच अवधी बाकी होता. लकीची योजना यशस्वी होणार हे निश्चित. आता खोट्या विनम्रपणे वागायची गरज नव्हती.

''*अरे मादरचोदांनो,*'' लकीने जोरदार बॉम्ब फोडला. ''हत्यारं तुमची तुम्हाला शोधता येत नसतील तर जंगलातलंच एखादं माकड पकडून त्याचा छळ करा.''

सबइन्स्पेक्टर दचकला. सुभाष आर्यचा मायाळू वडिलकीचा मुखवटाही गळून पडला. हा माणूस दबावाला बळी पडणारा नाही हे त्यांना कळून चुकलं. लकीने घूमजाव करून पोलिसांना कोणतंही सहकार्य देण्याचं नाकारलं. दानू आणि आर्य दोघांनीही लकीची खूप मनधरणी केली, पण लकीने त्यांना उडवून लावलं.

लकीने सुभाष आर्यला पुन्हा विचारलं, ''किती वाजले?''

''तीन. पण तू सारखा किती वाजले हे का विचारतो आहेस?''

''कारण तुमच्यासारखे बेअक्कल आणि नालायक पोलीस मी आजवर पाहिलेले नाहीत.''

''काय? काय म्हणालास?''

''भोवाली ते चंपावत आणि परत हा प्रवास करायला कमीतकमी चोवीस तास हवे. गृहीत धरा, मी मध्यरात्री हे खून केले. नंतर हत्यारं लपवण्यासाठी मी पुन्हा चंपावतला गेलो. असं असेल तर दुसऱ्या दिवशी सकाळी आठ वाजता मी माझ्या घरी झोपलेला आढळणं कसं शक्य आहे?''

दानूच्या चेहऱ्याचा रंग उडाला. हताश होऊन त्याने डोळे मिटून घेतले, नंतर दुःखाने दीर्घ सुस्कारा सोडून गाडी पोलीस स्टेशनला परत नेण्याची सूचना दिली. लकीने त्यांना चांगलंच मूर्ख बनवलं होतं.

अटक केल्यानंतर आरोपीला चोवीस तासांत न्यायाधीशांसमोर हजर करावं लागतं हा नियम लकीला माहीत होता. पोलिसांनी तसं काही न करता त्याला जास्त दिवस बेकायदेशीरपणे कैदेत टाकलं होतं. लकी अधिकृरीत्या ठसे घेतल्यानंतर चोवीस तास उलटून जायची वाट पाहत होता. त्यामुळे केस कमकुवत होईल हे त्याला बरोबर माहीत होतं. बोटांचे ठसे घेतले तेव्हा लकी पोलिसांच्या ताब्यात होता हे मान्य करण्याशिवाय त्यांना गत्यंतर नव्हतं.

दानूचा जळफळाट होत होता. लकीने इतक्या सहजपणे आपल्याला उल्लू बनवलं ही गोष्ट त्याच्या पचनी पडत नव्हती. थोडीफार इज्जत परत मिळवता येईल तर पाहावं ह्या हेतूने त्याने लकीला विचारलं, ''बरं, आतातरी सांग, तू हत्यारं कुठे लपवलीस?'' आवाजात वैफल्य जाणवू नये म्हणून दानूने आटोकाट प्रयत्न केला.

"भक्तिभाव व्यक्त करण्यासाठी ती गंगेमध्ये विसर्जित केली. हरिद्वारला जायचं का?" असं बोलून लकी खदाखदा हसायला लागला.

दानूने चेहरा दुसरीकडे वळवला. परतीच्या संपूर्ण प्रवासात त्याच्या चेहऱ्यावर उदास आणि दुःखी भाव होते. लकीकडे गुप्त हत्यार होतं, जे त्याने राजू परगईची हत्या करण्यासाठी वापरलेलं नव्हतं. पोलिसांना चकवण्यासाठी तो जी खेळी खेळला होता तेच हे हत्यार. त्यामुळे पोलिसांना त्याच्या अटकेची बातमी आता जगजाहीर करणं भाग होतं.

आठ

हिंसक इतिहास

दोघांचे हात बांधलेले होते. तोंडामध्ये बोळे. त्यांना बंदिवान करणाऱ्यांकडे अश्रूभरल्या डोळ्यांनी पाहत होते. तीन-चार गुंड त्यांच्याकडे रोखून पाहात होते. गुंडांकडे तलवारी आणि कोयते होते.

''आमची चूक झाली.'' एक कैदी म्हणाला.

''कृपा करून आम्हाला सोडा.'' दुसरा म्हणाला.

तेव्हाच एक दणकट माणूस आत आला. चोहीकडे शांतता पसरली. आदरापेक्षा त्याची भीती वाटत असल्यानेच सारे गप्प झाले. सफेद कुर्ता घातलेल्या त्या माणसाच्या चालण्यामध्ये मग्रूरी होती, त्यावरून हल्द्वानीमध्ये त्याचा किती दबदबा होता हे सहज दिसून येत होतं. ऐंशीच्या दशकामध्ये हा भाग उत्तर प्रदेशचा हिस्सा होता. १९९८-२००० ह्या कालावधीमध्ये एन.डी.ए. सरकारने काही राज्यांची पुनर्रचना केली. तेव्हा उत्तराखंडची निर्मिती झाली.

हल्द्वानीची लोकसंख्या फार मोठी नसली तरी ते शहर उत्तर प्रदेशची गुन्हेगारी राजधानी म्हणून कुप्रसिद्ध होतं. राज्यातील मोठी व्यापारी बाजारपेठही तिथे होती. अनेक हिल स्टेशनं आसपास असल्याने पर्यटकांसाठीही हे सोईस्कर ठिकाण होतं. नदीकिनारी घरांच्या रांगा. मर्यादित रस्ते आणि रेल्वेमुळे बाहेरच्या जगाशी संपर्क कमीच येत असे. असं निसर्गसौंदर्याने विनटलेलं टुमदार शहर गुन्हेगारीचं आगर असेल ह्यावर विश्वास ठेवणंही कठीण होतं.

खोलीमध्ये प्रवेश केलेल्या व्यक्तीचं नाव होतं भोपाल सिंग रावत. शहरात त्याची भयंकर दहशत होती. ऐंशीच्या दशकात त्याची गुन्हेगारी कारकिर्द सुरू

झाली. आज राज्यातील गुन्हेगारी जगतामध्ये त्याचा फार मोठा दबदबा होता. तो अनेक बेकायदेशीर उद्योग करायचा, पण त्याच्यासाठी गौला रिव्हर मायनिंग व्यापार सर्वाधिक मौल्यवान होता. लाकूड, जंगली जडीबुटी आणि औषधी वनस्पतीची तस्करी करण्यासाठी हा मार्ग वापरला जायचा. ह्या गोष्टींना काळ्या बाजारात फार मागणी असायची. ह्या धंद्यामध्ये कोणी ढवळाढवळ केल्यास रावत त्याला सोडायचा नाही. आत्ता त्याच्या समोर गयावया करणाऱ्या दोन माणसांसारखीच त्याचीही गत व्हायची हे निश्चित.

रावत त्यांच्या समोर खुर्चीमध्ये बसून दोघांकडे खुनशी नजरेने बघत होता. खाटीकखान्यात कसायासमोर थरथरत असलेल्या बोकडासारखी दोघांची अवस्था झाली होती. एकाने हात फैलावून माफी मागण्याचा प्रयत्न केला. त्याच्या बोळा घातलेल्या तोंडामधून जेमतेम शब्द फ़ुटत होते.

''मी अतिशय दयाळू आहे, पण तुम्हाला धडा शिकवला नाही तर बाकीचेही तुमचा कित्ता गिरवतील.'' रावत म्हणाला.

हे ऐकून ते दोघ रावतच्या हातापाया पडून धाय मोकलून रडू लागले. दोघांनी माज दाखवून गौला नदीच्या भागात चालू असलेल्या तस्करीमध्ये घुसायचं धारिष्ट्य केलं होतं. रावत हे खपवून घेणार नव्हता. त्याने गुंडाला इशारा केल्याबरोबर त्याने दोघांच्या डोक्यात गोळ्या झाडल्या. क्षणार्धात ते गतप्राण होऊन खाली कोसळले.

दोघांचे मृतदेह दुसऱ्या दिवशी रेल्वे स्टेशनवर सापडले. गौला नदीमधून चालणाऱ्या गैर व्यापाराचा भोपाल सिंग रावत अनभिषिक्त सम्राट होता. आपलं वर्चस्व कायम राखण्यासाठी तो पाडत असलेल्या मुडद्यांच्या संख्येमध्ये आणखी दोघांची भर पडली.

जंगलामध्ये बेकायदा वृक्षतोड होत असे. रावत सुरुवातीला लाकडांची खरेदीविक्री करणारा लहान व्यापारी होता. पुढे एका पोलीस अधिकाऱ्याशी बेकायदा लाकूडतोडीवरून रावतचा वाद झाला. गुन्हेगारी जगतामध्ये रावतचा प्रवेश त्या प्रसंगानंतर झाला. काही दिवसांनी तो अधिकारी मृतावस्थेत आढळला. उत्तर प्रदेशसारख्या विशाल राज्याच्या सीमेवर हा विभाग होता. तिथे कायदा आणि सुव्यवस्थेचे तीनतेरा वाजलेले होते. पोलीस अधिकाऱ्याच्या खुनाची चौकशीही झाली नाही. रावत सहीसलामत सुटला. कायदा निष्क्रिय आहे, मारेकऱ्याची सहज सुटका होऊ शकते ह्याचा प्रत्यक्ष अनुभव घेतल्यानंतर रावतची हिंमत वाढली. त्यानंतर रावत ज्या क्रूरपणे आणि नियमितपणे झाडं पाडायचा, त्याच सहज क्रूरपणे तो माणसांचे मुडदेही पाडायचा.

वन खात्याचे अनेक कर्मचारी जंगलामध्ये मरून पडल्याच्या बातम्या दिवसेंदिवस वाढत होत्या. धंद्यामधील रावतचा दरारा आणि सामर्थ्य पाहता

संशयाची सुई त्याच्या दिशेने रोखली जात होती. पण त्याच्या विरूद्ध ब्र काढायची किंवा त्याला प्रश्न विचारायची कोणाचीही हिंमत नव्हती. तो नेपाळलाही लाकडांची बेकादेशीर निर्यात करत असे. लवकरच त्याचं मनुष्यबळ प्रचंड वाढलं. त्या ताकदीचा वापर करून त्याने इतर बेकायदा व्यापारामध्येही हातपाय पसरले. उदाहरणार्थ, पाइन वृक्षापासून मिळणारा लिसा द्राव. हा तेल बनवण्यासाठी वापरला जातो. कीडाजडीच्या तस्करीवरही रावतने मक्तेदारी मिळवली. कीडाजडी एक प्रकारची बुरशी असून ती सुरवंटापासून मिळते. विविध रोगांच्या उपचारासाठी, तसंच लैंगिक शक्ती वाढवण्यासाठी ही कीडाजडी वापरली जाते. भारत सरकारने हा व्यवहार बेकायदेशीर घोषित केला आहे. बुरशीला प्रचंड मागणी आहे आणि एका किलोला दहा लाख रुपये एवढी अवाढव्य किंमत मोजली जाते. साहजिकच हा धंदा अतिशय फायदेशीर ठरतो. रावतची खडीच्या गैरकायदेशीर खाणकामावरही हुकमत होती. सौंदर्यप्रसाधनं व्यवसायामध्ये ह्या सफेद टाल्कखडू खनिजाला जबर मागणी होती. रावत ह्या खनिजाची तस्करी करत असे. पाशवी शक्ती वापरून किंवा अनेकदा अमानवी मार्गाने संभाव्य स्पर्धेला समूळ नष्ट करून टाकायचं हा रावतचा खाक्या होता. त्याला आव्हान देणाऱ्याला तो सरळ लाकडं कापायच्या चेनसॉ यंत्राच्या पात्याखाली फेकायचा. गौला नदीच्या काठावर मृतदेह किंवा विटांच्या भट्टीमध्ये जळून खाक झालेले सांगाडे सापडणं नित्याची गोष्ट झाली होती.

भरत शाह आणि रमेश बंबैया हे रावतचे विश्वासू उजवे-डावे हात होते. बंबैया हा पूर्वी मुंबईच्या गुन्हेगारी जगतात काम करायचा. तिथे छोटा राजनचा राग ओढवून घेतल्याने तो जीव वाचवण्यासाठी आपल्या जन्मगावी पळाला. तिथे रावतसाठी काम करू लागला. नव्वदीच्या आरंभी भोपाल सिंग रावतला त्या विभागातील सर्वांत मोठा माफिया म्हणून कुप्रसिद्धी मिळाली. प्रतिस्पर्धी टोळ्या आणि पोलीससुद्धा त्याचं नाव ऐकताच थरथर कापायचे. खाणींवर नियंत्रण ठेवण्यापासून नेपाळमधून माल आणण्यापर्यंत, रावतचीच हुकमत होती. लोक रावतला प्रतिपरमेश्वर मानायचे.

असीम सामर्थ्यवान व्यक्तीचे अनेकांशी मित्रत्वाचे संबंध प्रस्थापित होतात. पण शत्रूंची संख्या त्याहीपेक्षा कितीतरी जास्त असते हे खरं आहे. रावतच्या बाबतीत म्हणायचं तर त्याचे शत्रू दुसरेतिसरे कोणीही नसून ज्यांच्या बरोबर त्याचं रोजचं उठणंबसणं होतं ते त्याचे निकट सहकारी, शाह आणि बंबैया हेच होते. दोघांना गुन्हेगारी आणि राजकीय क्षेत्रामध्ये जम बसवायचा होता. रावतचं साम्राज्य पाहून दोघं मत्सराने जळायचे.

पण रावतसारख्या बलाढ्य गुन्हेगाराचे य:कश्चित नोकर असल्यामुळे, तसंच फारसे लागेबांधे जुळलेले नसल्यामुळे शाह आणि बंबैयाने आपला मत्सर काबूमध्ये ठेवला होता. मोठ्या संयमाने ते संधी मिळण्याची वाट पाहत होते. एक ना एक दिवस आपल्या आढ्यताखोर मालकाच्या हातून भयंकर चूक घडेल, नशिबाचे

फासे उलट पडतील आणि त्याचा अध:पात होईल अशी आशा त्यांना वाटत होती. १९९०च्या सुरुवातीला रावतने राजकारणात प्रवेश करायचा निर्णय जाहीर केला. शाह आणि बंबैया तो अशीच चूक करेल ह्याची केव्हापासून वाटच पाहत होते. रावतसारखा क्रूरकर्मा गुंड राजकारणात येणार ही गोष्ट राज्यातील राजकीय नेत्यांना अजिबात आवडली नाही. त्यांच्या मते, रावतच्या दहशतवादी साम्राज्याचा अंत करायची वेळ आली होती. रावतला रस्त्यातून दूर करण्यासाठी विश्वासू माणसाचा शोध घेत असताना शाह आणि बंबैया आनंदाने ते काम करायला तयार झाले. काहीच महिन्यांनी राजकीय नेत्यांच्या आशीर्वादाने दोघांनी अक्षरश: खांडोळ्या करून रावतला ठार मारलं. रावतच्या अफाट साम्राज्याचा वारसा त्यांच्या हाती आला. लवकरच दोघं महान शक्तिशाली दहशतवादी म्हणून प्रस्थापित झाले. पुढे रावतविषयी वाटणारा मत्सर दोघांना एकमेकांविषयी वाटू लागला. बंबैयाने पोलीस चकमकीत शाहला मारण्याचा कट केला आणि बेकायदा व्यापारधंद्याचं अफाट साम्राज्य एकट्याने बळकावलं.

बंबैया कमालीचा उलट्या काळजाचा क्रूरकर्मा होता. एकदा एका वेळी दहा माणसांना ठार मारून त्याने सर्वांना एकाच खड्ड्यामध्ये गाडून टाकलं, असं ऐकिवात आहे. राज्यामध्ये एकाधिकार मिळवण्यासाठी त्याने खून पाडायचं सत्रच आरंभलं. प्रतिस्पर्धी पक्षामधील महत्त्वाच्या लोकांना जिवे मारून स्पर्धा संपवून टाकायची असा त्याचा खाक्या होता. त्याने हरीश पालारियालाही असंच संपवलं होतं. बंबैयाने केलेल्या हत्यांची संख्या शंभरपेक्षाही जास्त आहे असं म्हणतात.

पोलीस अटक करण्यासाठी येत आहेत हे समजल्यानंतर तो चलाखी करायचा. घराजवळ रेल्वेचं फाटक होतं. ते बंद करायचा, पोलीस पलीकडे अडकून पडायचे. आणि तेवढ्यात बंबैया निसटून जायचा.

उत्तरांचल राज्य स्थापन झाल्यानंतर (२००६ साली त्याचं उत्तराखंड असं नामकरण करण्यात आलं.) अखेर २००० साली बंबैयाला अटक करून हल्द्वानीच्या तुरुंगात टाकण्यात आलं. नव्याने अस्तित्वात आलेल्या राज्य सरकारने कायदा आणि सुव्यवस्था परिस्थिती सुधारण्याचा निश्चय केला होता. बंबैयाला अटक करायला जरा उशीरच झाला असं काहींचं म्हणणं होतं. कारण अब्दुल रबच्या हत्येमागे बंबैयाच होता अशी कुणकुण होती.

अब्दुल रबने हल्द्वानीमध्ये निकट मित्र मिड्डू खानसोबत आपली सामाजिक कारकिर्द सुरू केली. हल्द्वानीमध्ये ३० टक्के मुस्लिम लोकसंख्या होती. ह्या गोष्टीचा अब्दुल रब आणि मिड्डू खानला फायदा झाला. १९९५ साली दोघांनीही समाजामध्ये बरीच प्रतिष्ठा मिळवली. पण अब्दुल रबच्या दोस्ताला तेवढं पुरेसं नव्हतं. महत्त्व वाढवण्यासाठी मिड्डू खानने गुंडागर्दी सुरू केली. समाजकार्यामुळे अब्दुल रबची प्रतिमा उजळली असताना दुसरीकडे मिड्डू खान दहशतीमुळे आणि दडपशाहीमुळे

बदनाम होत होता. हिंदू-मुस्लिम असा भेदाभेद न करता अब्दुल रब सर्वांनाच मदत करत असल्याने लोक त्याला तारणहार समजत. त्याची वाढती ख्याती आणि लोकप्रियता पाहून बऱ्याच लोकांना पोटदुखी होत होती. विशेषत: मुस्लिम नेत्यांना आपली सत्ता आणि प्रभाव अब्दुलमुळे धोक्यात येतो आहे असं वाटत होतं.

एक दिवस अब्दुल रब दाढी करण्यासाठी सलूनमध्ये गेला होता. बाइकवरून आलेल्या मारेकऱ्यांनी त्याच्यावर गोळ्या झाडल्या आणि पळून गेले. त्याच्या हत्येमुळे उत्तर प्रदेश एका भावी सामर्थ्यशाली, प्रभावी आणि लोकांची मनं जिंकलेल्या राजकीय नेत्याला मुकला हे निश्चित.

बंबैया तुरुंगात गेल्यामुळे माफिया राज्यामध्ये पोकळी निर्माण झाली. अनेक छोट्यामोठ्या गुन्हेगारांनी बंबैयाच्या रिकाम्या सिंहासनावर बसण्यासाठी प्रयत्न केले. त्यातील एकाचं नाव राजेंद्र बिश्त उर्फ राजू परगई. गुन्हेगारी जगतात बारीकसारीक गुन्ह्यांपासून सुरुवात करून परगईने झपाट्याने प्रगती करत सिंहासन काबीज केलं. नेपाळपर्यंत त्याचे बेकायदेशीर धंदे चालायचे.

परगई हल्द्वानीमधून डी-कंपनीचे व्यवहारही संभाळत असे. परगईच्या सहकार्याने गँग शस्त्रास्त्र आणि अमली पदार्थांची पॅकेजं नेपाळला पाठवायची. भारत-नेपाळच्या पश्चिम सीमेवरून शारदा नदी, ही महाकाली ह्या नावानेही ओळखली जाते, वाहते. चौदा हजार चौरस किलोमीटर हिमालयात उगम पावलेली शारदा नदी नेपाळ आणि भारताला पिथोरागड जिल्ह्यामध्ये जोडते.

छोटा राजन गँगचा मेंबर दीपक सिसोदिया ह्यालासुद्धा ह्याच मार्गे शस्त्रं मिळाली होती. छोटा राजन गँग आणि बंबैयामध्ये सत्तासंघर्ष चालू होता. तो संपवण्यासाठी अशाच बेकायदेशीर बंदुकीचा वापर करण्यात येणार होता.

बंबैयाला तुरुंगातून हॉस्पिटलमध्ये नेत असताना वाटेतच त्याचा काटा काढायचा अशी योजना होती. पण योजना अमलात आणता आली नाही. ते हत्यार दीपककडेच होतं.

राजनने मुंबईमधील पत्रकार ज्योतिर्मय डे ह्याला मारण्याची जबाबदारी दीपकवर सोपवली तेव्हा त्याने त्या बंदुकीतून गोळ्या झाडून त्याची हत्या केली. ११ जून २०११ रोजी डेच्या पवईच्या घराजवळ बाइकवरून आलेल्या मारेकऱ्यांनी त्याच्यावर गोळ्यांचा वर्षाव केला. त्याच्या शरीराला तब्बल नऊ गोळ्या लागल्या होत्या.

सिसोदियावर खुनाचा आरोप ठेवला गेला. मोक्का न्यायालयाने त्याला आजन्म कारावासाची शिक्षा ठोठावली. अमरावती जेलमध्ये त्याची रवानगी झाली. २०२२मध्ये पॅरोलवर बाहेर आला असताना सिसोदिया नेपाळला पळाला असं म्हणतात.

परगईची वाटचाल लवकरच भोपाल सिंग रावतच्या मार्गाने होऊ लागली. सत्ताधारी पक्षातील काही शक्तिशाली व्यक्तींबरोबरही त्याने संधान साधलं. खून, खंडणी, दहशत, बेकायदा धंदे हे त्याचे उद्योग सुरळीत चालू होते. त्याला रोखायची हिंमत कोणामध्येही नव्हती. पण प्रकाश पांडेला भेटण्यासाठी तो नियमितपणे तिहार जेलमध्ये जायला लागला ती त्याची मोठी चूक झाली. पांडेचा उजवा हात होण्याची महत्त्वाकांक्षा बाळगून होता तो. त्यामुळे संपूर्ण राज्यावर त्याचीच हुकमत झाली असती. पण पांडेच्या भेटीगाठींमुळेच तो एजन्सीच्या रडारवर आला.

नऊ

राजू परगईचा उदय

२००४ साल असावं. परगईने अत्यंत हिंस्र खून केला. त्याच्या दहशतवादी कारकिर्दीची नांदी होती ती. आपल्या गाडीत तो स्टिअरिंग चाकामागे बसला होता. गाडीच्या इंजिनाचा कर्णकटू आवाज येत होता. चेहरा संतापाने लाल झाला होता. परगईचे हात कच्च्या रस्त्यावर पालथ्या पडलेल्या माणसाच्या रक्ताने डागाळले होते. त्याचं नाव दंगवाल. देशी गुत्त्यामध्ये बाचाबाची झाल्यावर परगईने त्याला मरेस्तोवर मारलं होतं. दंगवालच्या चेहऱ्यावर त्याने असा दाणकन बुक्का मारला होता की तो जमिनीवर आडवा झाला. परगई त्याच्यावर चढून बसला आणि त्याने दंगवालला बेदम मारहाण केली. त्याचा चेहरा रक्ताने माखला.

दंगवालचा अपराध काय होता? त्याने आपली SUV गाडी परगईला उसनी द्यायचं नाकारलं! परगई अत्यंत बेदरकारीने गाडी चालवायचा, त्यामुळे त्याला गाडी द्यायला दंगवाल घाबरत होता. पण हा नकार जीवघेणा ठरेल ह्याची त्याला पुसटही कल्पना नव्हती. परगईने त्याला बारमधून फरफटत रस्त्यावर आणलं. त्याला SUVच्या पुढ्यात फेकलं. नंतर दंगवालच्या खिशातून त्याच्या गाडीची किल्ली काढून आत बसला. गाडी अति वेगाने दंगवालच्या डोक्यावरून नेली. दंगवालच्या डोक्याचा चेंदामेंदा झाला.

उत्तराखंडमधील पराकोटीच्या क्रूर, अमानुष गुन्हेगाराच्या रक्तरंजित कारकिर्दीची नांदी होती ही. दंगवालला दोन वर्षांचा मुलगा, वृद्ध मातापिता होते. परगईला न्यायालयात खेचणं त्या कोणालाही शक्य नव्हतंच. २००६मध्ये एका बारमध्ये परगईचं दुसऱ्या गिऱ्हाइकाशी किरकोळ भांडण झालं. झालं! माथेफिरू परगईने बाटली फोडून त्याच्या पोटावर टोकदार काचेने अगणित वार केले.

परगई म्हणजे खून, लुटालूट, खंडणी आणि भ्रष्टाचार हे समीकरण पक्कं झालं. छोटेमोठे दुकानदार आणि धंदेवाईक त्याला टरकून असत. त्याची प्रत्येक आज्ञा शिरसावंद्य असे. त्याला दोन बायका आहेत ही गोष्ट शेजाऱ्यापाजाऱ्यांना नापसंत होती, पण त्याला तोंडावर तसं सांगायची हिंमत कोणामध्येच नव्हती. लग्नापूर्वी त्याचे एका शिक्षिकेबरोबर संबंध होते हे सर्वज्ञात होतं. एक दिवस तिचा मृत देह आढळल्यानंतर तिचा हत्यारा कोण असेल ह्याविषयी कोणाच्याही मनामध्ये शंका नव्हती. परगईने सर्वत्र हातपाय पसरायला सुरुवात केली. आपल्या साम्राज्याच्या सीमा तो दिवसेंदिवस रुंदावत गेला. राज्यात खाणींचा धंदा करणाऱ्या प्रत्येकाकडून तो दहा टक्के कमिशन उकळवत असे.

उत्तराखंडमध्ये हत्या आणि खंडणी हे प्रकार नित्यनियमाने घडत होते. सरतेशेवटी तिथल्या संघटित गुन्हेगारीची सर्व सूत्रं परगईच्या हाती आली. ही गोष्ट काही राजकीय नेत्यांच्या लक्षात आली. परगईचं एका शक्तिशाली राजकारणी महिलेबरोबर संधान जुळलं. ह्या राजकीय–माफिया युतीमुळे कायदेनियम धाब्यावर बसवण्याचं परगईचं धाडस अधिकच वाढलं. दारूची दुकानं रात्री दहानंतर बंद ठेवायची असा नियम होता. दहानंतर दुकानं चालू ठेवण्यासाठी परगई जबर मोबदल्याच्या बदल्यात दुकानमालकांना संरक्षण देत असे. कॉलेज निवडणुकांवरही त्याचं नियंत्रण असायचं. कोणाला उमेदवारी द्यायची हे तो ठरवायचा. कॉलेजची पोरं 'राजू भाई'चा रुबाब आणि हुकमत पाहून भारावून जात. त्यांच्या मनात राजूभाईविषयी प्रचंड आदर आणि भक्तिभाव होता.

विश्वासू चेला अमित आर्यसोबत परगई पूर्ण शहरामध्ये मोकाट सुटायचा. कोणाचाही मुडदा पाडण्यासाठी त्याला अगदी क्षुल्लक कारण पुरेसं असायचं. योगेश सुनेहरी नावाचा एक गुंड होता. त्याच्याशी दोघांचा झगडा चालू झाला. योगेश छोटा गँगस्टर असला तरी परगईसारख्या सामर्थ्यशाली माफियाला टक्कर देण्याची जिगर त्याच्यामध्ये होती.

परगईने योगेशला मारायचे अनेक प्रयत्न केले, पण दर वेळी ते फोल ठरले. सुनेहरी मृत्यू पुढे ढकलत असला तरी कधी ना कधी तो येणारच होता. एक दिवस तो सुनावणीसाठी कोर्टात जात असताना रिक्षातून जाणाऱ्या तरुणीशी त्याची नजरानजर झाली. ही आंखमिचौली बऱ्याचदा झाल्यावर सुनेहरी आपल्या गाडीतून उतरला आणि तरुणीशी सलगी वाढवण्याच्या हेतूने तिच्या रिक्षात चढला.

सुनेहरी संरक्षणाविना रिक्षामध्ये आहे ही गोष्ट नेमकी परगईच्या खबऱ्याने पाहिली. त्याने तत्परतेने ही बातमी परगईला दिली. त्याने दिलेल्या पत्त्यावर परगई तातडीने गँगसह निघाला. सावलीसारखा त्याच्या पाठीशी असणारा अमित आर्यही पाठलागात सामील झाला. दोघं तुफान वेगाने मोटरसायकल पळवत होते. सुनेहरी कोणत्या रिक्षात आहे हे शोधत होते.

परगईने गोळ्या भरून पिस्तूल तयार ठेवलं होतं. मागे बसलेला आर्य चित्तथरारक पाठलागाचं फोनवर रेकॉर्डिंग करत होता. भविष्यात खुनाचं रेकॉर्डिंग दाखवून लोकांना घाबरवून नमवण्यासाठी ह्या व्हिडियोचा उपयोग होणार होता. अनेक वाहनांना मागे टाकल्यानंतर अखेर परगईला सुनेहरीची रिक्षा दिसली. रिक्षाच्या बाजूला बाईक घेऊन त्याने जोरात सुनेहरीला हाक मारली.

आपलं नाव ऐकून सुनेहरी रिक्षामधून बाहेर डोकावला. काय चाललं आहे हे समजायच्या आतच परगईने रिक्षा थांबवून पिस्तुलातील एकूणएक गोळ्या त्याच्यावर झाडल्या. लगेच यू टर्न मारून दोघं पसार झालेसुद्धा. २००९ साली ही घटना घडली.

खून भर दिवसा, दुपारी एक वाजता, तोसुद्धा पोलीस स्टेशनच्या अगदी जवळ, घडला. तरीसुद्धा परगईविरुद्ध साक्ष द्यायची कोणालाही हिंमत नसल्याने कोर्टाला पुराव्याअभावी परगईला सहाच महिन्यांत सोडावं लागलं. परगईने आजारपणाचं नाटक करून सहामधील पाच महिने आरामदायी, सुखसोयींनी युक्त अशा हॉस्पिटलमध्ये काढले. तुरुंगातील एक महिना परगईने प्रशांत राय ह्या नामवंत माओवादी नेता आणि कमालीच्या प्रभावी वक्त्याशी घनिष्ठ संबंध प्रस्थापित करण्यात घालवले. रायची शब्दांवर जबरदस्त हुकमत होती. व्यक्ती कितीही बुद्धिवान असली तरी ते तिच्यावर सहज प्रभुत्व गाजवू शकत. रायने आयुष्यात कधीही शस्त्र हाती घेतलं नव्हतं, पण आपल्या अनुयायांना शस्त्रं चालवायला उद्युक्त करेल अशी ताकद त्यांच्या भाषणात असायची. परगईला भविष्यात सीमेपारही तस्करी करायची होती. माओवादी चळवळीच्या सर्वोच्च नेत्याबरोबर सलोख्याचे संबंध जोडणं आवश्यक होतं. ही संधी त्याने अर्थातच सोडली नाही.

अगदी उघडपणे, दिवसाढवळ्या केलेली हत्या परगईने पचवली. त्यामुळे त्याला फारच स्फुरण चढलं. विनापरवाना पिस्तूल सर्वांना दिसेल असं पँटमध्ये अडकवून बिनधास्त फिरणारा तो एकमेव माणूस होता.

गुन्हेगारी जगतात त्याने खोलवर पाळंमुळं पसरायला सुरुवात केली. आणि ती वेळही अगदी सोईस्कर होती. २०१० साली प्रकाश पांडे ह्या अतिशय खतरनाक माफियाला इंटरपोलने व्हिएतनाममध्ये अटक केली होती. अनेक खुनांच्या आरोपावरून त्याला तुरुंगात टाकलं गेलं. 'मला दुसऱ्या जागी हलवावं. कारण मुंबईत माझ्या जिवाला धोका आहे,' काही दिवसांनी पांडेने तुरुंगाधिकाऱ्यांना विनंती केली.

प्रकाश पांडेचं छोटा राजनशी बिनसलं असं ऐकिवात होतं. राजकारणी दिलशाद बेग नेपाळमध्ये लपून बसल आहे ही आणि त्याच्या ठावठिकाण्याची माहिती पांडेनेच गुप्तहेर खात्याला दिली. परिणामत: इंटेलिजन्सने बेगला पकडलं. त्याची सीमेवरील बेकायदेशीर तस्करी बंद पडली. दाऊद इब्राहिमच्या डी कंपनीशी बेगचे संबंध होते.

पांडेची विनंती मान्य होऊन त्याला दिल्लीच्या तिहार जेलमध्ये ठेवण्यात आलं. तहानलेल्याजवळ विहीर चालून आली होती. परगईने वेळ न गमावता पांडेची भेट घेतली. नंतर त्याच्या भेटीसाठी तो नियमितपणे तिहारला जाऊ लागला. त्याला पांडेची मर्जी संपादन करायची होती.

परगईची खेळी यशस्वी ठरली. उत्तर प्रदेश ते नेपाळपर्यंत पसरलेलं बेकायदा धंद्यांचं जाळं पांडेने त्याच्याकडे सोपवलं. खतरनाक गुंड आणि शक्तिशाली राजकारण्याचं पाठबळ मिळाल्यानंतर परगईने कायदेकानू पूर्णपणे धाब्यावर बसवायला सुरुवात केली.

बाहुबली प्रकाश पांडेशी नव्याने झालेल्या सहकार्यामुळे परगईने स्वत:साठी खास स्थान निर्माण केलं. सीमेपार नेपाळमध्ये जोरदार तस्करी सुरू केली. चोरलेल्या लक्झरी गाड्या तो नेपाळमधून भारतामध्ये आणायचा. दहशतवादी कारवायांसाठी माओवादी त्या गाड्यांचा वापर करत. नेपाळमधून बेकायदा शस्त्रास्त्रांची भारतामध्ये आयात करण्यासाठी तो मध्यस्थाचं कामही करायचा. २००६ साली नव्याने गुंडगिरी करायला लागलेला मुलगा २०१०मध्ये गुन्हेगारी जगताचा अनभिषिक्त सम्राट बनला होता. त्याच्या बादशाही आणि छानछौकीच्या राहणीमुळे उत्तराखंडच्या तरुणांमध्ये तो फारच लोकप्रिय झाला होता.

नेपाळमधून शूटरना सुरक्षितपणे भारतात आणायच्या कामातही परगई मदत करायचा. काही दिवस उत्तराखंडात आश्रय दिल्यानंतर मुंबई, दिल्लीसारख्या महत्त्वाच्या महानगरांमध्ये हत्येची सुपारी मिळालेल्या ह्या कॉन्ट्रॅक्ट किलरची रवानगी व्हायची.

अर्थात, परगईचा गुन्हेगारी जगतामध्ये झपाट्याने होत गेलेला उत्कर्ष भारतीय इंटेलिजन्स एजन्सींच्या नजरेतून सुटला नव्हता. परगईचा प्रभाव दिवसेंदिवस वाढतो आहे ह्याची योग्य ती नोंद घेण्यात आली. परगईला राजकीय महत्त्वाकांक्षा असून येत्या निवडणुकांमध्ये तो उभा राहणार आहे ही माहितीही त्यांना काही आठवड्यांनी मिळाली. 'भारताचा दिलशाद बेग' होण्याकडे परगईची वाटचाल चालू आहे हे एजन्सीच्या लक्षात आलं. तीच गोष्ट त्याच्यासाठी मृत्युघंटा ठरली.

२०११ साल. ऑगस्ट महिना. राजू परगईच्या नशिबाचा फैसला करण्यासाठी भारतीय गुप्त एजन्सीची बैठक भरली. परगईला संपवण्यासाठी एका अतिकुशल प्रशिक्षित मारेकऱ्याची निवड करण्यात आली. त्याचं सांकेतिक नाव होतं : *एजंट लिमा.*

दहा

शूट टू किल

२३ ऑगस्ट २०११. गुप्त फॅसिलिटी, मणिपूर

एजंट लिमा शूटिंग रेंजमध्ये डावा पाय मुडपून आणि उजवा गुडघा टेकून बसला होता. आपल्या 7.62 mm DSR स्नायपर रायफलच्या स्कोपमधून त्याने समोर पाहिलं. डाव्या हाताचा तळवा रायफलच्या नळीभोवती घट्ट आवळला होता. पूर्वेकडून वेगाने वाहणाऱ्या वाऱ्यापुढेही त्याची वजनदार रायफल टिकाव धरून होती. तेराशे मीटर अंतरावर दगडविटांच्या तुकड्यांनी भरलेली चार पोती आणि प्रत्येक पोत्यावर मानवी मस्तकाएवढं मोठं मडकं ठेवलेलं होतं. लिमाने श्वास नियंत्रित केला. मन स्थिर केलं. विशाल रायफलीची शान त्याच्या दणकट हातांमुळे अधिकच वाढली होती.

त्याने चाप ओढला. पहिल्या मडक्याचे बारीक तुकडे होऊन इतस्तत: विखुरले. त्याच्या अचूक नेमबाजीमुळे बाकीच्या मडक्यांचीही तीच गत झाली.

एजंट लिमाची ट्रेनिंग 'ड्रिल-शूट टू किल' पूर्ण झाली. तो अचूक नेमबाज आहे हे सिद्ध झालं. एजन्सीत काम करणाऱ्याच्या अंगी हे नेमबाजीचं कौशल्य असणं अत्यावश्यक होतं. गर्दीतही लक्ष्य टिपता यायला हवं. लिमाची निशाणेबाजी असाधारण होती. अप्रत्यक्ष हानी टाळून अचूक गोळीने सावज टिपण्यातील त्याचं कसब वादातीत होतं.

लिमाने कानातले शूटिंग मफ काढले. कंपनी सार्जंट म्हणजेच हविलदार ड्रिल संपायची वाट पाहतच होते.

''एजंट लिमा, कर्नल वीरभद्रनच्या कार्यालयात जा. लगेच.'' हविलदार म्हणाले.

लिमाने फौजी कपड्यांवरची धूळ झटकली आणि कर्नलला भेटायला गेला. ते टेबलशी बसले होते. दोन्ही हातांच्या मुठी हनुवटीखाली धरून समोरच्या लॅपटॉपकडे बारीक नजरेने पाहत होते. मेजर कामतही तिथे होते. एजंट लिमाने आत जाऊन कर्नलना कडक सॅल्यूट मारला.

'ॲट इझ,' कर्नल वीरभद्रन म्हणाले.

लिमा विश्राम स्थितीमध्ये उभा राहिला. कर्नल वीरभद्रननी मान डोलावून मेजर कामतला खूण केली. तरुण मेजरने कर्नलच्या डेस्कवर दोन फोटो ठेवले. फोटो दूर अंतरावरून झूम करून काढले होते. फोटोमधील दोन्ही व्यक्ती स्पष्ट दिसत होत्या. लिमाच्या अंदाजानुसार दोघं २८-३० वयोगटातील असावेत. पण त्यांच्या सुंदर चेहऱ्यावर भयभीत करणारे भाव होते.

''डावीकडच्या माणसाकडे नीट बघ, लिमा. तो तुझं लक्ष्य आहे.'' मेजर कामत गंभीरपणे म्हणाले.

लिमाची नजर लक्ष्यावर स्थिर झाली. मेजर कामत सर्व तपशील देत होते. राजेंद्र परगईचा माफिया जगतामधील अति वेगाने झालेला उत्कर्ष सुरक्षा एजन्सींना आश्चर्यचकित करणारा ठरला. अचानक झोतामध्ये आला होता तो. कधीकाळी किरकोळ गुंड वाटलेल्या परगईचं थोड्याच अवधीत अक्राळविक्राळ क्रूरकर्मामध्ये रूपांतर झालं होतं. मार्गात अडथळा ठरणाऱ्या प्रत्येकाची तो अत्यंत भयंकरपणे हत्या करायचा. त्याच्यामुळे देशाच्या सुरक्षेला धोका निर्माण झाला होता.

''त्याच्या उजवीकडे आहे त्याचं नाव अमित आर्य.'' मेजर कामत म्हणाले.

आर्य परगईचा विश्वासू चेला होता. दोघं कायम एकत्र असत. परगईच्या सोबत आर्य सावलीसारखा असायचा. लिमा काय ते समजून गेला. आर्य लक्ष्य नव्हता, पण तशी परिस्थिती उद्भवलीच तर त्याचीही शिकार करावी लागणार हे लिमाच्या लक्षात आलं.

''परगईच्या मृत्यूनंतर फार मोठा राजकीय धुरळा उडेल हे निश्चित. ती परिस्थिती कशी हाताळायची हे आम्ही ठरवत आहोत.'' मेजर कामत पुढे म्हणाले.

परगईची राज्यामधील एका बड्या राजकीय नेत्याशी बरीच जवळीक होती. हा नेता केंद्रामध्ये सत्ताधारी असलेल्या पक्षाचा सदस्य होता. परगईला कोणत्याही राजकीय पक्षाशी काहीही देणंघेणं नव्हतं. कसंही करून आपली ताकद वाढवायची आणि गुन्हेगारी साम्राज्य काबीज करायचं ही त्याची एकमेव महत्त्वाकांक्षा होती.

लक्ष्याचा काटा काढण्यासाठी एजन्सी योग्य-अयोग्य; बऱ्या-वाईट कोणत्याही पद्धतीचा वापर करत असे. त्यामुळे काही वेळा एजन्सीची नामुष्कीही होत असे.

उदाहरणार्थ, २००५ साली दाऊद इब्राहिमचा मुलगा आणि जावेद मियांदादची मुलगी ह्यांच्या विवाहप्रसंगी दाऊदची हत्या करायची योजना तयार झाली. त्यासाठी एजन्सीने छोटा राजन टोळीच्या फरीद तनाशा आणि विकी मल्होत्रासारख्या अनेक सदस्यांबरोबर बरीच जवळीक वाढवली होती.

तनाशा आणि मल्होत्रा ह्या गुंडांवर अनेक गुन्ह्यांचे आरोप होते. मुंबई पोलिसांनी त्यांचा दिल्लीमध्ये मागोवा घेतला. एजन्सीच्या वरिष्ठ अधिकाऱ्याबरोबर मीटिंगमध्ये होते दोघं! दोन सरकारी संस्थांमध्ये संघर्षमय परिस्थिती उद्भवली. प्रसिद्धी माध्यमांनी ह्या खळबळजनक घटनेला बरीच प्रसिद्धी दिली. हा धडा शिकल्यानंतर एजन्सी फारच काळजीपूर्वक पावलं टाकत होती. कोणतीही चूक होऊ नये म्हणून ह्या नव्या कामगिरीसाठी त्यांनी सर्वोत्तम निशाणेबाज निवडला होता.

मेजर कामतनी योजनेची सविस्तर रूपरेषा त्याला समजावून सांगितली. उत्तराखंडमधील हल्द्वानी ह्या शहरात एजंट लिमाला जायचं होतं. तो भाग त्याच्या परिचयाचा होता. त्याच्यासाठी एका सुरक्षित घराची व्यवस्था करण्यात आली होती. काही स्थानिक लोक त्याला मदत करणार होते, पण बहुतांश काम तो एकटाच करणार होता. लिमासाठी नवी ओळखही तयार केली होती.

मेजर कामतनी खणामधून तिकीट, काही कागदपत्रं आणि पैसे काढून त्याला दिले. ''आणखी पैसे हवे असल्यास मिळतील.''

कर्नल वीरभद्रन हसून म्हणाले, ''पण सरकारी खजिन्यावर फार भार टाकू नकोस.''

मेजर कामतनी लिमाला ओळखपत्र दिलं. 'चंदीगडच्या आयुध कारखान्याचा कर्मचारी' ही त्याची नवी ओळख होती. परगईला अत्याधुनिक शस्त्रास्त्रांचं फार आकर्षण होतं. ह्या त्याच्या स्वभावाचा फायदा घेऊन त्याची हत्या करायची जबाबदारी लिमावर होती. हे कसं, कुठे, कधी अमलात आणायचं हे सर्वस्वी लिमा ठरवणार होता. लिमाने सीमेवर, इतकंच नव्हे तर परदेशातही अशा कैक मोहिमा फत्ते केल्या होत्या. हल्द्वानी तर त्याचं गावच होतं.

कर्नल वीरभद्रन उठून खिडकीजवळ गेले. त्यांनी लिमाला विचारलं, ''तुला काही विचारायचं आहे?''

एजंट लिमाने नकारार्थी मान हलवली. वरिष्ठांना प्रश्न विचारण्याची हिंमत तो करणार नव्हता. त्याला आदेश मिळाला होता आणि त्याचं पालन करायचं होतं. बस्स, इतकं सरळ होतं सारं. त्याच्या डोक्यामध्ये मोहिमेचे तपशील बनायलाही लागले होते. उद्दिष्ट होतं राजू परगईची हत्या. लिमा एक-एक पायरी मागे येत योजनेचे टप्पे ठरवत होता. ढोबळ योजना तयार झाली होती. अजूनही सारं धूसर होतं, पण लवकरच चित्र सुस्पष्ट होईल ह्याची त्याला खात्री वाटत होती.

''गुड लक, एजंट लिमा,'' कर्नल वीरभद्रननी त्याला शुभेच्छा दिल्या.

सॅल्यूट ठोकून लिमा बाहेर पडला. आपल्या खोलीमध्ये गेल्यानंतर हँडबॅगेत कागदपत्रं ठेवली. बंदुकीचे भाग सुटे करून तेही बॅगेत ठेवले. .9 सेमी-ऑटोमॅटिक रायफलही बॅगेत टाकली. दोन खोके काडतुसंही उचलली. खरं तर एवढ्या काडतुसांची गरज नव्हती. एवढ्या काडतुसांनी परगईची पूर्ण गँग उडवता आली असती. शिवाय आवाजही बराच झाला असता. पण कोणत्याही संकटाचा सामना करायची तयारी असायला हवी. सारं काही सुरळित पार पडलं तर दोघांसाठी दोन गोळ्या पुरेशा होत्या. आणि लिमाचा पूर्वेतिहास पाहता त्याने एकाच गोळीत दोघांचा जीव सहज घेतला असता. लिमाने हत्यारांवर कपडे पसरून ठेवले. वरतून लोकरी ब्लँकेटही टाकलं.

स्टडी टेबलच्या खणामधून त्याने छोटी वही काढली. तिच्यामध्ये काही स्थानिक एजंटचे ऑपरेटिव्ह-तपशील लिहिलेले होते. नावं आणि नंबर सांकेतिक भाषेत लिहिलेले होते, जे केवळ त्यालाच माहीत होते. ह्या ऑपरेटिव्हचा नंतरची साफसफाई करायला उपयोग झाला असता.

सकाळी पाचचा गजर लावल्यानंतर तो मोहिमेतील धोक्यांचा विचार करण्यात गढून गेला. अतिशय महत्त्वाची कामगिरी होती ही. यशापयशाचे दूरगामी परिणाम होणार होते. सर्व मोहिमांप्रमाणे ह्या वेळीसुद्धा त्याच्या जिवाला धोका होताच. अर्थात, त्याच्या कामाचं स्वरूपच असं होतं. तरीही दर नवी मोहीम मनामध्ये धाकधूक निर्माण करायचीच. एकीकडे उत्साह आणि दुसरीकडे ताण अशी त्याची अवस्था झाली होती. दोन्ही घालवायलाच हवं.

लिमाने अंगावरचं पांघरूण बाजूला फेकलं आणि पुश-अप मारायला सुरुवात केली. तासभर व्यायाम केल्यानंतर त्याच्या मनातील वादळ शमलं. ताणतणाव दूर झाले. पाच वाचायला अवघे साडेतीन तास उरले होते. तेवढी झोप त्याला पुरेशी होती. आठ तास झोपेची गरज सामान्य लोकांना असते. झोपेशिवाय कित्येक तास काम करायची सवय त्याला होती. सरासरी तीन ते पाच तास झोप लिमासाठी पुरेशी होती.

बेडवर आडवा झाल्याबरोबर लिमाला गाढ झोप लागली. पहाटे पाचला अलार्म वाजला. उठून त्याने अंघोळ केली. साधे कपडे घातले. हँडबॅग खांद्यावर टाकून स्टेशनकडे निघाला. हल्द्वानीला जाण्यासाठी गाडी पकडली. एकच उद्दिष्ट नजरेसमोर होतं : लक्ष्याची हत्या. त्या क्षणापासून राजू परगईची मृत्यूकडे वाटचाल सुरू झाली. मोहिमेचं सांकेतिक नाव होतं *निम्लोच*. हिंदीमध्ये निम्लोच म्हणजे सूर्यास्त. अगदी चपखल शब्द होता हा. कारण परगईच्या आयुष्याचाही अस्त होणार होता.

अकरा

आरोपपत्र

सप्टेंबर २०११

पोलिसांनी मोठ्या घाईने पत्रकार परिषद बोलावली. उत्तराखंडला हादरवून सोडलेल्या भयंकर दुहेरी हत्याकांडाची केस पोलिसांनी सोडवली आहे असं पत्रकारांपुढे जाहीर करण्यात आलं. एस.एस.पी. अनंत राम चौहाननी लकीला मीडियासमोर पेश केलं. आय.पी.एस. रेणुका, हल्द्वानीचे सी.ओ. आणि कोतवाल, भवालीचे इन्स्पेक्टर आणि अन्य अनेक वरिष्ठ पोलिस अधिकारीही हजर होते. मीडिया मोठ्या संख्येने उपस्थित होता. लकी एस.एस.पीं.च्या मागे उभा होता. फोटोग्राफरच्या कॅमेऱ्यांचे फ्लॅश सतत चालू होते. अति उत्साही पत्रकार एकाच वेळी प्रश्नांचा मारा करत होते. लकी फ्लॅशलाइटच्या प्रखर प्रकाशापासून डोळे वाचवायचा प्रयत्न करत होता.

''लक्ष्मण बिश्त, कोणाच्या आदेशावरून तू ह्या हत्या केल्यास?'' एका पत्रकाराने विचारलं.

कॅमेऱ्याचे फ्लॅश आणि असंख्य पत्रकारांच्या गर्दीमधून प्रश्नकर्ता पाहण्यासाठी लकी प्रयास करत होता. अखेर तो दिसल्यावर लकीने त्याला विचारलं, ''तूच त्यांची नावं का सुचवत नाहीस?''

सर्व पत्रकार स्तंभित होऊन पाहत राहिले. आत्तापर्यंतचा प्रचंड कोलाहल बंद झाला. ''तुझ्या पसंतीची नावं सांग. उद्याच्या वर्तमानपत्रांमध्ये माझ्यातर्फे छापा ती नावं.'' लकी म्हणाला.

एस.एस.पी. अनंत राम चौहाननी तातडीने हस्तक्षेप करून सूत्रं हाती घेतली. 'पोलीस तपास चालू असून नवीन माहिती तुम्हाला सांगितली जाईल.' त्यांनी घोषित

केलं. पत्रकारांच्या प्रश्नांना उत्तरं द्यायचं काम स्वत:कडेच घेतलं. पत्रकारांचे प्रश्न आणि पोलिसांची उत्तरं ऐकून लकी थक्क झाला. आपल्या कानांवर त्याचा विश्वास बसत नव्हता. पोलिसांनी एक कपोलकल्पित गोष्ट तयार केली होती. त्यांच्या म्हणण्यानुसार ८ सप्टेंबर २०११ रोजी दुपारी तीन वाजता त्यांनी भाक्रा जंगलामधून लकीला अटक केली होती. एका खबऱ्याने दिलेल्या टिपमुळे हे शक्य झालं.

''हत्यांमागे काय हेतू होता हे सांग पत्रकारांना,'' एस.एस.पी. चौहाननी लकीला फर्मावलं.

लकीने त्यांच्याकडे चक्क दुर्लक्ष केलं. नंतर तो एक शब्दही बोलला नाही. पोलीस स्वत:च्या कौतुकात गर्क होते. चमचमीत मालमसाला मिळाल्यावर पत्रकार पांगले. लकी एस.एस.पी. चौहानना अगदी हळू आवाजात म्हणाला, ''सर, तुम्ही मला तुरुंगात पाठवताहात. मी ते सहन करेन. पण माझ्या मित्रांना आणि कुटुंबीयांना त्रास देऊ नका.'' किंचित थांबून तो म्हणाला, 'प्लीज.'

एस.एस.पीं.नी मागे वळून त्याच्याकडे पाहिलं आणि मान डोलावली. बेड्या घातलेल्या लकीला पोलीस व्हॅनमध्ये बसवण्यात आलं. मागून आणखीही व्हॅन येत होत्या. ताफा नैनीताल जिल्हा न्यायालयाकडे निघाला. तिथे लकीला न्यायाधीशांसमोर हजर करायचं होतं.

न्यायालयात सर्व पोलीस वाहनं पोहोचली. लकीने जाळीतून बाहेर पाहिलं. आवारामध्ये पत्रकार, बघे, त्याचा मित्रपरिवार आणि नातेवाइकांची एकच गर्दी उडाली होती. नामवंत वकील, व्यावसायिक आणि स्थानिक राजकारण्यांचा घोळका एका कोपऱ्यात वेगळा उभा होता. अत्यंत खतरनाक गुंडांना मारल्याचा आरोप असलेल्या माणसाला पाहण्याची प्रत्येकाला उत्सुकता होती. परिस्थिती अतिशय तणावपूर्ण झाली होती.

लकी व्हॅनमधून उतरला. त्याचे पिता समोरच उभे होते. त्यांच्या सोबत दणकट शरीरयष्टीची काळा कोट घातलेली व्यक्ती होती. बलवंत सिंग. ते विख्यात क्रिमिनल वकील होते. बाहुबली प्रकाश पांडेसारख्या मोठमोठ्या गुन्हेगारांची वकिली केली होती त्यांनी. लकीची केस लढवण्यासाठी त्याच्या वडिलांनी बलवंत सिंगची नियुक्ती केली होती.

पित्याला पाहून लकीचे डोळे ओलावले. पण पितापुत्राची भेट लवकरच आटपायला लागली. पोलीस लकीला न्यायालयात घेऊन गेले.

वकील, अशील, गुन्हेगार आणि पोलिसांची न्यायालयामध्ये सतत ये-जा चालू होती. लकीचं नाव पुकारल्यानंतर त्याला साक्षीदाराच्या पिंजऱ्यात उभं केलं. तीन पोलीस त्याच्या भोवती पहारा देत होते.

न्यायाधीशांनी लकीच्या केसची कागदपत्रं चाळली. नंतर लकीकडे नजर टाकली. त्यानंतर त्यांच्या परवानगीने सरकारी वकिलांनी पोलिसांचं निवेदन वाचून

दाखवलं, 'गुन्ह्याच्या जागी मिळालेले पुरावे, तसंच परिस्थितिजन्य पुरावे पाहाता हे खून शस्त्रास्त्रं वापरण्यात हुशार असलेल्या एका अत्यंत कुशल व्यक्तीने केले आहेत असा निष्कर्ष पोलिसांनी काढला आहे. आमचा पहिला संशय लक्ष्मण बिश्तवर गेला कारण खून झाले त्या सुमारास तो शहरात होता आणि दुसरं म्हणजे तो प्रशिक्षित नेमबाज आहे. अशा प्रकारच्या असाधारण हत्या करायची क्षमता त्याच्यामध्ये आहे.

'आमच्या खबऱ्याने दिलेल्या टिपनुसार लक्ष्मण फरारी झाल्याचं समजलं. तो भाक्रा जंगलाच्या दिशेने जाताना दिसला हेही समजलं. पोलीसखात्याने छुपा हल्ला करायची तयारी केली. आठ सप्टेंबर रोजी, दुपारी तीनच्या सुमारास आम्ही लक्ष्मण बिश्तला जंगलामध्ये पकडलं. त्याच्या जवळचं पिस्तूल आणि बंदूक आम्ही जप्त केली.'

निवेदन संपलं. सरकारी वकील खाली बसले. न्यायाधीशांनी लकीला विचारलं, ''स्वत:च्या बचावासाठी तुला काही सांगायचं आहे?''

लकी आणि त्याच्या वकिलाने न्यायाधीशांना ठामपणे सांगितलं, ''माझ्यावरचे सर्व आरोप खोटे आहेत. केस लवकर संपवा असा राजकीय दबाव आल्यामुळे पोलिसांनी खोटेनाटे पुरावे तयार केले आहेत.'' लकीने, ''मी अपराध केला नाही,'' असा दावा केला.

लकीला पोलीस कोठडीत ठेवण्यात यावं असा निर्णय देऊन न्यायालय बरखास्त झालं. पोलिसांनी लकीला बाहेर आणलं. व्हॅनमध्ये बसण्यापूर्वी त्याला पित्याशी बोलण्यासाठी थोडा वेळ दिला गेला.

त्यांनी मुलाला हँडबॅग दिली. त्यात त्याचे कपडे आणि अन्य काही आवश्यक वस्तू होत्या. लकीने पित्याला वाकून चरणस्पर्श केला. त्यांनी त्याच्या कपाळाचं चुंबन घेतलं.

''आणखी एक संघर्ष, बाळा.'' ते कणखर आवाजात म्हणाले. ''तू धैर्याने लढ.''

डोळ्यांत जमलेले अश्रू बाहेर येऊ न देण्याचा आटोकाट प्रयत्न करत लकीने मान डोलावली. न्यायालयापासून दोन किलोमीटर अंतरावरील नैनीताल जिल्हा तुरुंगामध्ये त्याची रवानगी झाली.

जेलच्या वाटेवर असताना काही पोलिसांनी दोन्ही क्रूरकर्मा मेले ह्याचा आनंद व्यक्त केला. ''आमच्या मनामध्ये तुझ्या विरुद्ध व्यक्तिगत काही नाही. वरिष्ठांच्या आदेशामुळे तुझा इतका छळ केला. आमच्या कामाचा भाग आहे तो. खरं तर तुझ्याविषयी आम्हाला सहानुभूती वाटते. तुझी लवकर सुटका व्हावी अशीच आमची इच्छा आहे.'' ते लकीला म्हणाले.

जेलचा प्रवास डोंगराळ भागातून चालला होता. घाटामुळे लकीच्या पोटामध्ये अधिकच ढवळायला लागलं. काही वेळ कळ काढून त्याने पोलिसांकडे पॉपकॉर्नचं पाकीट मागितलं. उर्वरित प्रवास लकीने रस्त्यावरील दुकानातून घेतलेले पॉपकॉर्न खात कसाबसा पूर्ण केला.

एस.एस.पी. त्याच्याकडे आ वासून पाहत राहिले. तीस वर्षांच्या कारकिर्दीत त्यांनी असा माणूस पाहिला नव्हता. जेलपासून दोनशे मीटर अंतरावर सारे वाहनातून उतरले. खडकाळ असल्याने बाकीचा रस्ता चालत जायचं होतं. हा रस्ताच नव्हे, लकीसाठी पुढील काळ असाच खडकाळ आणि खडतर जाणार होता.

आपल्या आधी आपली बदनामी इथे येऊन पोहोचली ह्याचं लकीला आश्चर्य वाटलं नाही. जेलमधील अन्य कैदी त्याची आतुरतेने वाट पाहत होते. त्याच्या अटकेची बातमी राज्यभर वणव्यासारखी पसरली होती. जेलमध्ये आधी त्याची झडती घेण्यात आली. लकीचं पॉपकॉर्न खाणं चालूच होतं.

लकीला पाहण्यासाठी प्रत्येक कोठडीमधील कैदी गजांजवळ जमले होते. पन्नाशीचा बेढब जेलर लकीला त्याच्या कोठडीकडे घेऊन गेला. 'पॉपकॉर्न खाणं बंद कर' असं त्यानेही लकीला सांगितलं नाही.

''इकडे ये, कमांडर भाई,'' जेलर म्हणाला. 'कमांडो'चा उच्चार त्याने 'कमांडर' असा केला.

लकीलाही *कमांडर भाई* म्हटलेलं आवडलं. तो जेलरने दाखवलेल्या बराकीमध्ये गेला तेव्हा तरुण सहकैद्यानेही 'या कमांडर भाई' म्हणून त्याचं स्वागत केलं.

पुढे येऊन त्याने लकीशी शेकहँडही केलं. अन्य बराकींमध्ये कैदी खचाखच भरलेले असत, पण लकीच्या कोठडीमध्ये मोजके पाच कैदी होते. बावीस ते पंचावन्न अशी वयं होती त्यांची.

बराक प्रशस्त होती. अति उंच भिंती. तुरुंगाची भव्य इमारत ब्रिटिशकालीन असावी. खिडकीतून तुरुंगाची मागची बाजू दिसत होती. बाथरूम अपेक्षेपेक्षा बरीच स्वच्छ दिसली.

लकी सावकाश कोपऱ्यात गेला. हँडबॅग ठेवून तोही खाली बसला. त्याला एक अनामिक आत्मविश्वास वाटत होता. *एजन्सी लवकरच हस्तक्षेप करेल आणि आपली सुटका होईल असे विचार त्याच्या मनामध्ये घोळत होते.* संपूर्ण देशाला माझी बातमी समजली आहे, तशी एजन्सीलाही नक्कीच समजली असणार. फक्त दोन आठवडे. नंतर मी स्वतंत्र होईन. माझी तुरुंगातून मुक्तता होईल अशी स्वप्नं तो पाहात होता. पण आपली स्वप्नं धुळीला मिळणार आहेत, परीक्षा तर नुकतीच सुरू झाली आहे ह्याची त्याला किंचितही कल्पना नव्हती.

बारा

चौदा सेकंदांचा कॉल

तुरुंगातील पहिल्या रात्री एक गोष्ट लकीच्या लक्षात आली, तो झोपेपर्यंत त्याचे सहकैदीही झोपले नव्हते. लकीला हे थोडं संशयास्पद वाटलं. जेलरच्या सांगण्यावरून ते त्याच्यावर नजर ठेवताहेत का? त्याहीपेक्षा अधिक वाईट म्हणजे ही परगईची माणसं तर नाहीत? झोपल्यावर त्याची खांडोळी करतील बहुतेक. अशा भयानक शंका वाटत असूनही लकी गाढ झोपला. लवकरच एजन्सी त्याच्या मदतीला येईल, बहुधा ह्या विचाराने तो आश्वस्त होता.

''कमांडो भाई, ऊठ,'' सकाळी एक कैदी त्याला हलवत होता.

लकीने डोळे अर्धवट उघडून पाहिलं. थोडं लंगडत चालणारा तरुण पोरगा त्याच्यासाठी काचेच्या जुन्या, घाणेरड्या ग्लासामधून चहा घेऊन आला होता. 'सकाळच्या हजेरीसाठी एक पोलीस उठवायला आला होता, पण लकीला ओळखल्यानंतर त्याने झोप मोडली नाही,' ही बातमी त्याने दिली. ''अन्य कैद्यांप्रमाणे तुला रांगेत उभं राहायची गरज नाही, तुला रूम सर्व्हिस मिळेल. चहा, जेवण इथेच आणून देऊ,'' हेही त्याने सांगितलं. आपली ही खातिरदारी पाहून लकी हसला. नियमानुसार त्याची वैद्यकीय तपासणी झाली. ताण दूर करून शांत झोप लागावी ह्यासाठी डॉक्टरने औषधं देऊ केली. पण लकीने नकार दिला. ह्या परिस्थितीत त्याला कोणतीही औषधं, झोपेच्या गोळ्या घ्यायच्या नव्हत्या.

सकाळचे अकरा वाजले असतील. एक कर्मचारी लकीच्या कोठडीत आला. भोवाली पोलीस चौकीत जायचं आहे. विजय चौधरी पुढील उलटतपासणी करणार होते. लकीला आपल्या ताब्यात घेण्यासाठी ह्या वेळी पोलिसांनी कायदेशीर परवानगी

मिळवली होती. हे ऐकून लकीच्या कपाळावर आठ्या पडल्या. पुन्हा वैद्यकीय तपासणी झाल्यानंतर लकीला पोलीस चौकीत पाठवण्यात आलं.

भोवालीमधील उलटतपासणी खोलीत लकी बसला होता. विजय चौधरी आत येऊन घाईघाईने त्याच्या समोरच्या खुर्चीमध्ये स्थानापन्न झाले.

''मला इथे का आणलंय? मी सांगतो. कारण उलटतपासणीची सर्कस पुन्हा सुरू होणार आहे.'' लकी म्हणाला.

इन्स्पेक्टर चौधरींनी चकित होऊन भुवया उंचावल्या. नंतर ते त्याच्या जवळ आले, आणि त्याच्या खांद्यांवर हात ठेवून म्हणाले, ''तुझे फोन रेकॉर्ड बघितले आम्ही.''

लकीच्या छातीत धस्स झालं. पोलिसांना नक्की काय सापडलं असेल ह्या विचाराने त्याचं डोकं भिरभिरायला लागलं. लकीला गोत्यात आणेल असं काहीतरी सापडलं असावं असं चौधरींच्या चेहऱ्यावरून वाटत होतं.

चौधरींनी पुढे झुकून विचारलं, ''संजय आर्य कोण आहे?''

''रिअल इस्टेट एजंट आहे तो.''

संजय लकीच्या भागातच राहत होता. दोघांच्या घरांमध्ये जेमतेम दोन किलोमीटरचं अंतर असूनही लकी त्याला फक्त तीनदा भेटला असेल. चौधरी खुर्चीत जाऊन बसले. त्यांनी पुढचा प्रश्न विचारला.

''हत्या झाल्या त्या रात्री तू त्याला का फोन केलास?''

''एका जागेविषयी चौकशी करायची होती.''

''चौकशी फक्त चौदा सेकंदांमध्ये संपली?''

''हो, मी सगळी कामं फटाफट करतो,'' असं म्हणून लकीने डोळा मारला.

तो आपली खिल्ली उडवतो आहे, 'मी खूनही असेच विजेच्या वेगाने केले', हे सूचित करून आपल्याला मुद्दाम डिवचतो आहे हे चौधरींना समजलं. एक फाईल उचलून ते चाळायला लागले. चौधरी 'फाईल ॲन्ड डॉसियर' ट्रिकने आपल्याला घाबरवायला पाहताहेत हे लकीला समजलं. हे चौकशीचं तंत्र वापरल्याने पोलिसांकडे खूप पुरावे जमलेत असं संशयिताला वाटतं. पण लकी पोलिसांना ओळखून होता. ते फक्त अर्धसत्य आणि संपूर्ण असत्य बोलतात हे त्याला माहीत होतं. DNA मिळाला, पुरावे हाती आले, प्रत्यक्ष गुन्हा घडताना पाहणारे साक्षीदारही सापडले अशा थापा ते सहज मारतात. ह्यातील एकही गोष्ट खरी नसते. शिवाय केसबद्दल महत्त्वाच्या माहितीसाठी चौधरींना कागदपत्रांचा आधार घेण्याची गरज नव्हती हेही लकीला माहीत होतं.

''राजू परगईच्या पत्नीने निवेदन दिलं आहे की तू, राजू परगई आणि अमित आर्यला अत्याधुनिक शस्त्रं स्वस्त भावात मिळवून देतो असं खोटं सांगून चंदीगडला घेऊन गेलास,'' चौधरी म्हणाले.

लकी मोठमोठ्याने हसत सुटला. ''मूर्खपणा आहे हा. त्यांचे मृतदेह सापडले तो रस्ता चंदीगडला जातही नाही.''

'पोलिसांनी तयार केलेल्या फर्स्ट इन्फर्मेशन रिपोर्ट (FIR)मध्ये लकीच्या नावाचा उल्लेख नव्हता. परगईच्या पत्नीला तो लकीबरोबर गेला आहे हे माहीत होतं. मग तिने ते FIR लिहीत असताना का सांगितलं नाही? पोलिसांनी तिला पढवलं आणि म्हणूनच तिने असं निवेदन दिलं', असा आरोपही लकीने केला.

पण चौधरींनी नेटाने उलटतपासणी चालू ठेवली. लकी तितक्याच सहजपणे ते प्रश्न उडवून लावत होता. शेवटचा हुकुमाचा पत्ता खेळण्यापूर्वी त्यांनी पुन्हा एकदा चौदा सेकंदांच्या कॉलचा उल्लेख केला. अखेर त्यांनी मोठा बॉम्ब फोडला.

''योगेश सुनेहरी हे नाव ओळखीचं वाटतं का?''

लकीने मान डोलावली.

''बरोबर. तुझा दोस्त होता तो. आणि राजू परगईने त्याचा खून केला. परगईला मारण्यासाठी हे कारण पुरेसं आहे ना?''

लकी तुच्छतेने म्हणाला, ''वरिष्ठ अधिकाऱ्याने अशा भाकडकथा रचू नयेत. न्यायाधीश विश्वास ठेवतील का त्यावर? योगेश सुनेहरी माझा दोस्त नव्हता, फक्त ओळख होती आमची. आणि तुमच्या माहितीसाठी सांगतो, योगेशला दोन भाऊ आहेत. बदला घेण्यासाठी त्यांना जास्त सबळ कारण आहे.''

लकी काहीसा आक्रमक झाला होता. सुनेहरीशी त्याचा संबंध जोडून पोलीस खुनाची जबाबदारी त्याच्यावर लादायचा प्रयत्न करत होते. योगेशच्या मृत्यूला दोन वर्षं झाली. 'बदला घेण्यासाठी मी एवढा काळ वाट का पाहीन?' असा प्रश्नही लकीने विचारला.

खुनासाठी वापरलेलं हत्यार सापडलं आणि खुनामागील हेतू सिद्ध केला तर आपली खैर नाही हे लकीला चांगलं माहीत होतं. हत्यारं शोधायच्या बहाण्याने त्याने पोलिसांना बरंच नाचवलं होतं. त्यामुळेच ते हत्या करण्यामागील कारण त्याच्यावर लादायचा प्रयत्न करत होते. पण गाडं तिथेच अडून राहतंय हे पाहून उलटतपासणी थांबली. पुन्हा लकीची रवानगी कोठडीत झाली. चौदा सेकंदांच्या कॉलचा त्याला पूर्णपणे विसर पडला होता.

सहकैद्यांनी त्याच्यासाठी जेवण आणून प्लेटमध्ये नीट मांडून ठेवलं होतं. लकीला फारसं आश्चर्य वाटलं नाही. कारण पंधराशे रुपये देऊन स्वयंपाकघर आणि स्वैपाकी हवं तसं वापरता येतं हे त्याला माहीत होतं. लकीने मांडी ठोकली आणि जेवायला सुरुवात केली. दलिया फारच पाणीदार होता. लकीने त्यामध्ये गुड डे बिस्किटं चुरून टाकली तेव्हा कुठे दलिया घशाखाली उतरला.

जेवून तो जेलच्या आवारात फेऱ्या मारण्यासाठी गेला. बाकीचे कैदी त्याच्यापासून सुरक्षित अंतर ठेवत होते. लकीने डोळ्याच्या कोपऱ्यातून पाहिलं तेव्हा सारे दूर कोपऱ्यात घोळके करून त्याच्याविषयीच कुजबुजत होते. ते आपल्याला टरकून आहेत हे लकीला समजत होतं. एक कैदी त्याला म्हणाला, ''सलाम कमांडो भाई.''

लांबूनच लकीवर नजर ठेवून असलेला जेलर रात्रभर झोपला नसावा. तो लकीला कोपऱ्यात घेऊन गेला. ''अन्य कैद्यांमध्ये मिसळू नकोस. लांबच रहा त्यांच्यापासून,'' तो म्हणाला. ''परगई सहा महिन्यांपूर्वी ह्याच जेलमध्ये होता. त्याचे चमचे अजूनही शिक्षा भोगताहेत. काळजी घे. ते कदाचित...''

लकीने मान डोलावली. परगईची माणसं त्याला मारतील हे सुचवत होता तो. पण लकी स्वत:ची काळजी घ्यायला समर्थ होता. जेलरच्या बोलण्याला त्याने विशेष महत्त्व दिलं नाही.

आवारातून बराकीत परतला तेव्हा चकित करणारं दृश्य त्याला पाहायला मिळालं. नवे कैदी जेलमध्ये आले होते. रांगेमधील चौथ्या कैद्याने लकीचं लक्ष वेधून घेतलं. लकीच्या वयाचाच असेल. उपाशी दिसत होता. चेहऱ्यावर नैराश्य आणि हतबलता दिसत होती. लकीचा आपल्या डोळ्यांवर विश्वास बसेना.

'भाई!' लकी ओरडला. ''संजय आर्य! साल्या, तू इथे कसा?''

लकीने तो चौदा सेकंदांचा कॉल ह्यालाच तर केला होता. त्याला अटक करून ह्याच तुरुंगात टाकलं होतं. लकी धावतच संजयजवळ गेला. लकीला पाहून संजय लहान मुलासारखा ओक्साबोक्शी रडायला लागला.

पण पोलिसांनी त्याला अटक का केली?

दोन कारणं होती. एक म्हणजे संजय योगेश सुनेहरीचा जवळचा मित्र. आणि दुसरं कारण हत्येपूर्वी लकीने त्याला फोन केला होता. हत्येविषयी काहीतरी माहिती असेल असं वाटल्याने पोलिसांनी त्याला चौकशीसाठी उचललं होतं.

''त्यांनी मला बेदम मारहाण केली. मी तुझं नाव घेऊन तुला गुन्ह्यामध्ये अडकवावं असं त्यांचं म्हणणं होतं. खूप मारलं मला.'' संजय म्हणाला.

त्याने पायजमा खाली ओढून पृष्ठभागावरचे काळेनिळे वळ दाखवले. आधी संजयने पोलिसांच्या तालावर नाचायला नकार दिला. पण त्यांनी त्याच्या धाकट्या भावाला गुन्ह्यामध्ये गुंतवायची धमकी दिल्यावर मात्र त्याचा निरुपाय झाला. भावाला नुकतीच वन खात्यामध्ये नोकरी मिळाली होती. त्या भागात सरकारी नोकरीला फार प्रतिष्ठा मिळत असे. ती मिळवण्यासाठी लोक धडपडत.

''ही अशी धमकी दिल्यावर माझा विरोध गळून पडला. त्यांनी सांगितलं त्या कागदावर मी सही केली आणि खुनामागे तुझाच हात आहे आणि मुख्य गुन्हेगार तूच आहे असंही कबूल केलं. मी पोलिसांच्या दबावाखाली हे केलं.''

हे ऐकून लकीचं डोकं गरगरायला लागलं. संजयने दिलेल्या कबुलीजबाबामुळे जेलमधून लवकर सुटका होण्याची शक्यता धूसर झाली होती. सुनेहरीच्या हत्येचा सूड घेण्यासाठी लकी आणि संजयने कट रचला हे न्यायाधीशांना पटवून देण्यात पोलिसांना यश मिळालं तर लकी फारच गोत्यात आला असता. न्यायाधीश त्याला *फाशीची शिक्षा* देतील हे निश्चित. चौदा सेकंदांचा कॉल लकीचा काळ ठरणार अशी चिन्हं दिसत होती. फाशीचा फंदा आपला गळा आवळतो आहे असा लकीला क्षणभर भास झाला.

तेरा

अपघाती मृत्यू

तुरुंगवास म्हणजे भकास भिंती आणि अनिश्चित भविष्याचे भयकारी विचार. संजयची अटक आणि त्याच्या जबरदस्तीने घेतलेल्या कबुलीजबाबाच्या गंभीर परिणामांचा विचार करून लकीचं डोकं फुटायची वेळ आली. कमालीचा अस्वस्थ झाला होता तो. अधिक माहिती मिळवण्यासाठी संजयला भेटणं आवश्यक होतं.

लकीच्या कीर्तीमुळे तुरुंगातील अधिकारी आणि रक्षक त्याला विशेष सुविधा देत. त्यामुळेच रात्रीच्या जेवणानंतर संजयच्या कोठडीत जाण्याची परवानगी लकीला मिळाली.

तुरुंगातील लाईट *रात्रीच्या* वेळीसुद्धा बंद केले जात नसत. काळोखात कोणतीही अप्रिय घटना होऊ नये म्हणून ही खबरदारी घेतली जाई. आत्ताही संजयच्या कोठडीत दोन बल्ब जळत होते. दबावाखाली आपण जो काही कबुलीनामा दिला त्यासाठी संजय वारंवार माफी मागत होता. लकी त्याच्या खांद्यावर थोपटून म्हणाला, ''काळजी करू नकोस. मला समजते तुझी परिस्थिती.'' एक गोष्ट मात्र त्याने ठरवून टाकली. न केलेल्या गुन्ह्याची कबुली तो कधीही देणार नव्हता ही काळ्या दगडावरची रेघ! मात्र तो चांगलाच अडकला होता हे खरं. परिस्थिती किती गंभीर आहे हे त्याला जाणून घ्यायचं होतं.

''योगेशच्या गँगमध्ये होतास का तू?''

''गँगमध्ये नव्हतो. छोटीमोठी कामं करायचो त्याची, बस्स.''

योगेशसाठी काही चाईट कामं करायचो हे संजयने कबूल केलं. त्याच्या पैसेवाल्या श्रीमंत ग्राहकांची माहिती तो योगेशला पुरवायचा. नंतर त्याआधारे योगेश

त्यांच्याकडून खंडणी उकळवायचा. संजयने स्वत: कधीही हिंसक, बेकायदेशीर गोष्टी केल्या नाहीत, पण त्यासाठी मदत मात्र नक्की करायचा.

''त्याच्यावर गोळीबार झाला त्या दिवसापर्यंत त्याची कामं करायचास का तू?''

''नाही. केव्हा बाजूला व्हावं, यशस्वी माघार कधी घ्यावी हे मला माहीत होतं. पण योगेशने ते केलं नाही.'' संजय म्हणाला.

परगईपुढे बाकीच्या गँगनी लोटांगणं घातली, पण योगेशने मात्र त्याच्या समोर नमतं घ्यायला नकार दिला. परगईसारख्या सैतानाला असंच वागवायला हवं असं बहुतांश लोकांना वाटलं असतं. पण काही स्थानिक गुंडांनी परगईला माफिया किंग बनवून सिंहासनावर बसवलं. योगेशने मात्र त्याला टक्कर दिली. गनिमी कावा वापरून तो परगईला हैराण करत होता. अर्थातच परगईने पद्धतशीरपणे योगेशचा काटा काढायचं ठरवलं.

सर्वप्रथम त्याने योगेशच्या गँगमधील लोकांना बाजूला केलं. काही त्याला येऊन मिळाले. विरोध करणाऱ्यांना परगईने कायमचं संपवलं. सरतेशेवटी योगेशला ठार केलं. त्यानंतरही रक्तपात चालूच राहिला. परगईने एक अतिशय विचित्र गुन्हा केला.

योगेश सुनेहरीच्या *हत्याकांडानंतर* पोलिसांनी परगईला अटक केली. तुरुंगवास टाळण्यासाठी राजकारणी नेहमी तब्येत बिघडल्याचं नाटक करून रुग्णालयात दाखल होतात. परगईने तोच कित्ता गिरवला. आरोपपत्र सादर होण्यापूर्वी बहुतांश काळ तो रुग्णालयातच होता. परगईच्या तुरुंगातून बाहेर पडण्यासाठी अत्युत्सुक असण्यामागे एक महत्त्वाचं कारण होतं. योगेश गँगचा एक सदस्य नरेश 'हत्येमध्ये परगईचा हात होता' अशी साक्ष देणार आहे अशी खात्रीलायक माहिती त्याला मिळाली होती.

परगई हास्पिटलमध्ये राहील अशी व्यवस्था त्याच्या राजकीय आश्रयदात्यांनी केली. चमचमीत जेवणाखाणाची चंगळ होती. तंदुरी. कबाब. इतकंच काय, मद्यही पुरवलं जात होतं. IVमधून औषधांऐवजी दारू द्या असा विनोदही करायचा तो!

परगईची सुशिला तिवारी हास्पिटलमधील खाजगी खोली वातानुकूलित आणि टीव्हीसारख्या सुखसोयींनी सुसज्ज होती. त्याची माणसं दाराबाहेर खडा पहारा देत. काहीही संशयास्पद वाटलं तर लगेच कृती करा, अशी कडक सूचनाच त्यांना दिली होती. परगईला भेटायला येणाऱ्या प्रत्येकाची कसून तपासणी होत असे. अमित आर्यकडून साक्षीदाराविषयी समजल्यावर परगई प्रचंड संतापला.

''राजू भय्या, आता काय करायचं?''

परगई पलंगावरून ताडकन उठला. ''तुम्ही हिंदी सिनेमे पाहत नाही का? न्यायालयात पोहोचण्यापूर्वी खतम करा त्याला,'' तो ओरडला.

बाकीच्या माणसांबरोबर अमित आर्य घाईघाईने बाहेर पडला. परगईचा आदेश प्रत्यक्षात आणायचा होता. आपल्या विरुद्ध साक्ष देणाऱ्यांची काय गत होते

हे माहीत असूनही योगेशच्या माणसाने तशी हिंमत केली ह्यामुळे परगईचा भडका उडाला होता. त्याने एकदोघांना फोन केले. आणि दोन दिवसांनी अगदी समोरून कपाळावर गोळी झाडून नरेशची हत्या झाली. नंतर परगईने पोलिसांशी बोलून प्रकरण *मिटवून* टाकलं. अपघाती मृत्यू, अशी खोटी नोंद पोलीस फाईलमध्ये झाली. योगेश हत्याकांडाचा एकमेव साक्षीदार गायब झाला.

फाईलमधील नोंदीनुसार नरेश आपल्याच पिस्तुलाच्या गोळीमुळे मृत्युमुखी पडला. पँटमध्ये कमरेवर अडकवलेल्या पिस्तुलातून चुकून गोळी सुटली. 'असं असतं तर जखमा कमरेखाली झाल्या असत्या, पण गोळी तर बरोबर कपाळावर लागली, हे कसं शक्य आहे' हा साधा प्रश्न कोणालाही विचारावासा वाटला नाही.

परगईने संजयलाही हास्पिटलमध्ये बोलावून घेतलं. संजय तिथे गेला तेव्हा परगईच्या दोन्ही पत्नीही त्याच्या बाजूलाच बसलेल्या होत्या. दाराबाहेर पहारा देणारे पोलीस तर होतेच, पण आतमध्येही परगईची माणसं हातात बंदुका घेऊन उभी होती.

संजयला आपल्या जवळ बोलावून परगईने धमकी दिली, ''सुनेहरी केसमध्ये माझ्या विरुद्ध काही बोललास तर खबरदार.''

''मी कशाला बोलेन, भाई? मला तर केसविषयी काही माहिती नाही. योगेशच्या भावांवर नजर ठेवा.'' असं बोलून संजयने सुटका करून घेतली.

हेतू साध्य झाल्यामुळे परगई हास्पिटलमधून तुरुंगामध्ये परतला. दोन खून, त्यापैकी एकासाठी आरोपपत्र असूनही परगई तुरुंगामध्ये सहा महिन्यांपेक्षाही कमी काळ होता. साक्षीपुराव्यांच्या अभावी न्यायाधीशांनी त्याची सुटका केली.

लकी संजयच्या दुःखी चेहऱ्याकडे पाहत राहिला. कोठडीमधील गंभीर शांतता सेकंदागणिक वाढत होती. अखेर संजयने आपल्या सोबत अटक झालेल्या मित्रांचा विषय काढला.

''पोलिसांनी विरेंदर, प्रकाश आणि मोंटू आर्यलाही पकडलं.''

लकीने विरेंदर बोरा आणि प्रकाश बोराला पाहिलं होतं. दोघं संजयचे दोस्त होते आणि लकीने त्यांना अनेकदा एकत्र पाहिलं होतं. पण हा तिसरा मित्र कोण ह्याची त्याला कल्पना नव्हती. ''हा मोंटू आर्य कोण आहे?'' त्याने विचारलं.

''फुकट दारूसाठी गावभर हुंगत फिरणारा कुत्रा आहे तो!''

झालं असं की, संजय दोस्तांबरोबर भोवालीपर्यंत फिरायला जायच्या तयारीत होता. गाडीच्या डिकीत बिअर आणि व्हिस्कीच्या बाटल्या ठेवत असताना त्यांना नेमकं मोंटूने पाहिलं. त्याचे डोळे विस्फारले. तोंडाला पाणी सुटलं. तो भिकाऱ्यासारखा संजयजवळ जाऊन उभा राहिला. संजयने वळून पाहिलं तेव्हा कैक वर्षांत दारूचा एक घोटही मिळाला नसेल असा आशाळभूत चेहरा करून मोंटू त्याला म्हणाला, ''भाई, मलाही न्या ना तुमच्या बरोबर!''

संजयने त्याला झटकायचा प्रयत्न केला पण मोंटू कोडग्यासारखा तिथेच उभा राहिला. गाडी निघाली तेव्हा तो जबरदस्तीने आत घुसला. नंतर परगईची हत्या झाली त्या भागामध्ये मोंटू दिसला तेव्हा पोलिसांनी त्यालाही अटक केली. मोंटू आर्यची विनोदी कहाणी ऐकून लकी आणि संजय खो-खो हसायला लागले. फुकट दारूच्या नादात तडक तुरुंगात गेला तो. अखेर हसणं आवरून लकी उठला. संजयला गुडनाइट करून तो आपल्या कोठडीत परतला.

झोपलेल्या सहकैद्यांना चुकवत लकी आपल्या गादीवर बसला. एका कैद्याने क्षणभर डोळे उघडून लकीकडे पाहिलं. आपल्या सोबत कोठडीत राहणारे कैदी आपल्या हालचालींवर नजर ठेवून आहेत हा लकीचा संशय पक्का झाला. आढ्यावरील पिवळ्या बल्बकडे पाहात लकी पडून राहिला. मनावरचा ताण कमी करण्यासाठी हिंदी सिनेमातील गाणं शीळ घालून म्हणत असतानाच कधीतरी त्याला झोप लागली.

सकाळी त्याला तुरुंगाधिकाऱ्याने बोलावणं पाठवलं. ''कमांडर भाई, कोणीतरी तुला भेटायला आलं आहे.'' ते म्हणाले.

एजन्सीचा माणूसच आला असणार ह्या विचाराने लकीने सुटकेचा श्वास सोडला. अखेर एजन्सी आपल्या मदतीसाठी आली म्हणून खूश झाला तो. पण तो त्याचा भ्रम होता. ह्या केसला एवढी प्रसिद्धी मिळाली होती की एवढ्या *प्रख्यात* एजन्सीलाही ती हाताळणं अत्यंत कठीण झालं होतं.

चौदा

पहिला प्रयत्न

ऑगस्ट २०११

बस हल्द्वानीला थांबली. टी-शर्ट, जीन्स आणि स्पोर्ट्स शूज घातलेला एजंट लिमा बसमधून उतरला. धूळ उडवत बस निघून गेली. कोणाच्या नजरेत भरेल असं काहीही करायचं नाही हा मोहिमेचा महत्त्वाचा नियम होता. लिमाला ही कला उत्तम अवगत होती. आणि ते कौशल्य तो आत्ता उपयोगात आणणार होता.

लपण्याच्या जागी पोहोचल्यानंतर राजू परगईशी संपर्क कसा साधावा ह्यावर लिमा विचार करू लागला. कॉलेजच्या निवडणुका जवळ आल्या होत्या आणि परगईने विद्यार्थ्यांच्या राजकारणात रस घ्यायला सुरुवात केली होती. त्यामुळे परगईशी संपर्क साधण्यासाठी ही अगदी योग्य वेळ होती. त्याच्या उमेदवाराविरुद्ध निवडणूक लढणाऱ्या विद्यार्थ्यांमध्ये दहशत निर्माण करण्यासाठी परगईने प्रचारमोहीमच सुरू केली होती.

लिमा कॉलेजच्या प्रवेशद्वारासमोर जमलेल्या गर्दीमध्ये उभा होता. एका वरच्या वर्गातील विद्यार्थ्याला परगई आणि त्याची माणसं अत्यंत निष्ठुरपणे मारहाण करत होते. त्या जंगली जनावरांना अडवण्याची हिंमत बघ्यांपैकी कोणालाही होत नव्हती. हा अन्याय पाहून एजंट लिमाचं रक्त खवळलं, पण तो योग्य संधीची वाट पाहणार होता. आणि तशी ती मिळेल ह्याची त्याला खात्री होती.

लिमाने सखोल चौकशी केली तेव्हा शिवल नावाच्या एका मोठ्या कंत्राटदाराला परगई आणि गँग फारच सतावते आहे अशी माहिती मिळाली. राजू परगईची दहशत संपूर्ण उत्तराखंडभर पसरली होती. *शत्रूचा शत्रू हा तुमचा मित्र* असं म्हटलं जातं. लिमानेही तेच करायचं ठरवलं.

परगईला लवकर संपवण्यासाठी शिवलचा फारच चांगला उपयोग झाला असता. शिवलचा फोन नंबर मिळवणं गरजेचं होतं. समाजातील त्याचं स्थान लक्षात घेता हे फारसं कठीण नव्हतं. लिमाने शिवलला फोन केला. कामाचा बहाणा करून भेटायचं आहे असं त्याला सांगितलं. सुरुवातीला शिवलने फारसं लक्ष दिलं नाही. 'मला दुसऱ्या चिंता आहेत' असं म्हणून त्याने लिमाला उडवून लावलं.

''पण परगईचा मृत्यू झाला तर तुझ्या चिंता दूर होतील. खरं ना?''

हे ऐकून शिवल क्षणभर गप्प झाला. लिमाच्या बोलण्यावर विचार करून तो म्हणाला, ''कुठे भेटायचं?''

''तू सांग.''

''माझ्या घरी. पत्ता आणि वेळ कळवतो नंतर.'' शिवल म्हणाला.

शिवलचा विश्वास संपादन करण्यासाठीच लिमाने भेटीची जागा ठरवायचं स्वातंत्र्य त्याला दिलं होतं. ठरल्या वेळी लिमा त्याच्या बंगल्यावर पोहोचला. शिवलला भपक्याची आवड आहे हे स्पष्ट दिसून येत होतं. पांढराशुभ्र कुर्ता त्याच्या भल्यामोठ्या ढेरीवर ताणून बसला होता. त्याच्या भव्य बंगल्याच्या व्हरांड्यामध्ये दोघं स्थानापन्न झाले.

शिवलच्या तीन मजली प्रासादाकडे पाहून परगई खंडणीसाठी त्याच्यामागे का लागला आहे हे सहज समजत होतं. शिवल बाजूला आणखी एक भव्य बंगला बांधतो आहे हेही लिमाला समजलं होतं. सिमेंट, वाळूची पोती व्हरांड्याच्या बाहेर पडलेली होती. शिवलही काही धुतल्या तांदळासारखा नव्हता. एवढं वैभव मिळवण्यासाठी त्याने भलेबुरे सर्व मार्ग अवलंबले होते. सिमेंटची पोती वाहून नेणाऱ्या मजुरांकडे लिमा लक्ष देऊन पाहत होता. एजन्सी गुप्त मोहिमेशी प्रत्यक्ष किंवा अप्रत्यक्ष संबंध येणाऱ्या सर्वांचे फोन टॅप करत होती हे खरं असलं तरी लिमाला शिवलचाही भरवसा वाटत नव्हता. तो परगईकडे आपली चुगली करेल अशी भीती त्याला वाटत होती. मजुरांच्या वेशामध्ये परगईची माणसं नाहीत ह्याची खात्री त्याला करून घ्यायची होती.

''मी एक मारेकरी असून परगईच्या प्रतिस्पर्धी गँगने त्याची हत्या करण्यासाठी मला सुपारी दिली आहे,'' लिमाने असं सांगताच शिवलला आनंद झाला. पण तो चेहऱ्यावर दिसू न देता त्याने लिमाला विचारलं, ''मग तुला माझी मदत का हवी आहे?''

''परगईला तुझ्या घरी बोलाव. त्याने मागितलेले पन्नास लाख देतो, असं सांग त्याला.''

''ओये! तुला वेडबीड लागलंय का?'' शिवल ओरडला.

''तू त्याला इथे फक्त बोलावून घे. बाकी मी बघून घेईन,'' असं म्हणून लिमाने काल्पनिक गोळी झाडली.

''पण माझ्या तिजोरीत फक्त चौदा लाख आहेत.''

परगईने पन्नास लाखांची मागणी केली होती आणि पूर्ण रक्कम दिली नाहीस तर मरायला तयार रहा, अशी धमकीही दिली होती. परगई नोटा मोजण्यापूर्वीच मेलेला असेल अशी हमी लिमाने दिली. परगईला ह्या योजनेची पुसटशीही कल्पना आली तर तो आपल्यालाच नाही, तर आपल्या संपूर्ण परिवारालाच मारून टाकेल हे माहीत असूनही अखेर शिवल धोका पत्करायला तयार झाला. बंगल्याबाहेरच्या मोकळ्या जागी परगईशी बोलणी कर म्हणजे मला सरळ गोळी मारता येईल, असं लिमाने सांगितलं. शिवलने परगईला फोन करून भेटीची तारीख ठरवली.

ठरल्या दिवशी राजू परगई आला. अमित आर्यही सोबत होता ह्यात आश्चर्य नव्हतं. शिवलने त्यांचं स्वागत करून इकडचंतिकडचं बोलणं सुरू केलं. हवा छान असूनही दोघा अत्यंत क्रूर गुन्हेगारांशी बोलताना शिवलला घाम फुटला. घाबरून तो वारंवार कपाळावरचा घाम पुसत होता.

एजंट लिमा रस्त्याच्या पलिकडे वॅगन-आर गाडीमध्ये बसला होता. गाडी सुमारे सातशे मीटर अंतरावर पार्क केली होती. DSR 7.62mm बंदूकही जोडणी करून तयार होती. त्याने खिडकीची टिंटेड काच खाली करून बंदुकीची नळी बाहेर काढली. PSO1 स्कोपमधून पाहिलं तेव्हा राजूचं डोकं बरोबर निशाण्यावर दिसलं. लिमाने बोटं बंदुकीच्या चापावर आवळली. ह्या सर्व क्रिया त्याच्याकडून सहज होत होत्या. हत्येची प्रक्रिया त्याच्यामध्ये एवढी भिनली होती की नकळतच प्रत्येक हालचाल बिनचूक पार पडत होती.

लिमा चाप ओढणार तोच अचानक काहीतरी अनपेक्षित घडलं. 'हॅत्तेरी!' तो वैतागून उद्गारला.

परगई आणि आर्यच्या मागे वाळूचा ढीग होता. कुठूनशी लहान मुलं येऊन वाळूमध्ये मस्ती करायला लागली. गोळी मारली तर परगई मरेल हे नक्की, पण त्याचबरोबर त्या मुलांनाही गोळी लागली असती. आपल्या हातातील बंदूक आत्यंतिक कौशल्याने हाताळली नाही तर भयानक हाहाकार माजला असता हे त्याला माहीत होतं. त्याने सोडलेली एकच गोळी तब्बल वीस जणांच्या कवटीतून पार करता आली असती. लिमाने दुसऱ्या कोनातून पाहिलं पण तरीही मुलांना इजा होण्याची शक्यता होतीच. आता मात्र लिमा अस्वस्थ झाला. कानामागून घामाचा थेंब ओघळला. गाडी पुढेमागे घेतली तर परगईचं लक्ष नक्कीच वेधलं गेलं असतं. मोहिमेचे बारा वाजले असते.

मुलं खेळून जाईपर्यंत वाट पाहायचं लिमाने ठरवलं. तिकडे शिवल प्रचंड घामाघूम झाला होता. रायफलच्या स्कोपमधून लिमाला त्याच्या घामाच्या धारा स्पष्ट दिसत होत्या.

शिवलच्या वेळकाढूपणामुळे राजू परगईचा संयम संपत आला. शिवलने कबूल केलेले पन्नास लाख लगेच देऊन टाकावे एवढंच त्याचं म्हणणं होतं. अखेर शिवल बंगल्यामध्ये जाऊन ब्रीफकेस घेऊन परतला. तिजोरीमधले चौदा लाख ब्रीफकेसमध्ये होते.

परगईने ब्रीफकेस उघडली. पाहताक्षणी पैसे अर्धा करोडपेक्षा फारच कमी आहेत हे तो समजून चुकला. परगईचा राग शांत करण्यासाठी शिवलने काही दागदागिनेही आणले होते. पण परगई चांगलाच खवळला. त्याचा एकूण अवतार पाहून शिवलचा थरकाप उडाला. अखेर लवकरात लवकर पैसे द्यायची व्यवस्था कर, असा दम भरून ती खतरनाक जोडगोळी निघून गेली.

त्यांची गाडी दिसेनाशी झाल्यावर लिमा घाईघाईने शिवलजवळ गेला. तो हतबल होऊन खुर्चीत पडला होता. चेहरा फटफटीत दिसत होता. थोड्या वेळाने अंगामध्ये थोडं बळ आल्यानंतर तो लिमाला शिव्या देऊ लागला. लिमाने वचन पाळलं नाही म्हणून तो खूप संतापला होता.

लिमाने गोळी न चालवण्याचं कारण सांगितल्यानंतर तो थोडा थंड झाला. खुर्चीत बसून त्याने देवाचे आभार मानले. ''परगईने माझा मेंदूच बाहेर काढला असता.'' असं म्हणून त्याने सुटकेचा नि:श्वास सोडून डोळे मिटून घेतले आणि गलितगात्र होऊन पडून राहिला.

लिमाने कसंबसं हसू आवरलं. तो केवळ परगई आणि आर्यलाच मारणार नव्हता, तर हत्येच्या एकुलत्या एक साक्षीदारालाही तो जिवंत ठेवणार नव्हता. एका अर्थी त्या लहान मुलांमुळे राजू परगई आणि अमित आर्यचाच जीव वाचला असं नव्हतं. शिवललाही जीवदान मिळालं होतं. लिमा त्याचीही थंडपणे हत्या करणार होता. पहिली योजना फसल्यामुळे लिमाने राजू परगईसाठी दुसरा सापळा रचायला सुरुवातही केली होती. आणि ह्याही वेळी शिवलच त्याच्या उपयोगी पडणार होता.

पंधरा

नरकातून आलेला बंदूकविक्रेता

परगईला मारण्याचा पहिला प्रयत्न अयशस्वी ठरला. काही दिवस उलटल्यानंतर लिमाने शिवलशी पुन्हा एकदा संपर्क केला. भेटीसाठी त्याचा होकार मिळवण्यासाठी लिमाच्या चिकाटीचा कस लागला. पण अखेर तो तयार झाला. जगातील अत्यंत खतरनाक मारेकऱ्यांमध्ये एक जन्मजात खासियत दिसून येते. ती म्हणजे लक्ष्य साध्य होईपर्यंत ते पुन:पुन्हा प्रयत्न करत राहातात. फ्रान्सचे भूतपूर्व राष्ट्राध्यक्ष चार्ल्स डी गॉलवर तब्बल तीस वेळा प्राणघातक हल्ले झाले. त्यावर *डे ऑफ द जॅकल* नावाचा एक हॉलीवुड सिनेमाही बनवला गेला. लिबियाचे राज्यकर्ते मुअम्मर गडाफी ह्यांच्यावरही अनेक खुनी हल्ले झाले. अखेर २० ऑक्टोबर २०११ रोजी एका युतीने त्यांचा बळी घेतला.

एजंट लिमाही आपल्या सावजाचा पिच्छा असा सहजासहजी सोडणार नव्हता. शिवलसमोर त्याने एक प्रस्ताव ठेवला. ''परगईला भेटायचं. तुझा भाचा असा माझा परिचय करून द्यायचा. चंदीगडच्या शस्त्रास्त्रांच्या कारखान्यात मी काम करतो असं सांगायचं.'' परगईला अत्याधुनिक हत्यारांचा शौक होता. त्याला जाळ्यात ओढण्यासाठी शस्त्रास्त्रांच्या कारखान्याचं आमिष कामी आलं असतं.

ही कल्पना ऐकून शिवल भयचकित होऊन लिमाकडे पाहत राहिला. काहीच दिवसांपूर्वी त्याच्या जिवावर बेतलं होतं. त्यातून अजून सावरलोही नाही आणि हा माणूस आणखी एक अफाट विचित्र प्रस्ताव मांडतो आहे हे पाहून तो थक्क झाला.

त्याने हात जोडले आणि म्हणाला, ''माफ कर, पण हे करण्यापेक्षा मी मगरीच्या जबड्यात मुंडी घालेन.''

लिमाने अनंत प्रकारे त्याची मनधरणी केली, खूप समजावलं. ह्या वेळी कोणतीही गडबड होणार नाही असा शब्दही दिला. पण शिवल नकारार्थी मान हलवत राहिला. अखेर लिमाचा संयम संपला. रुद्रावतार धारण करून तो खेकसला, ''तुझा नकार ऐकायचा नाही मला.'' आपण पोकळ धमकी देत नाही हे समजावं म्हणून शर्ट बाजूला करून पिस्तूलही दाखवलं. शिवल टरकला. त्याने नकारघंटा वाजवणं थांबवलं.

''काय करायचंय?'' तो कसाबसा म्हणाला.

परगईला स्कॉर्पिओ गाडी भेट द्यायची आहे हे निमित्त सांगून घरी बोलवायचं. तिथे लिमाही हजर असेल. 'हा माझा भाचा, शस्त्रास्त्रांच्या कारखान्यात काम करतो', असं सांगायचं. ''मी त्याला कलाश्निकोव्ह मिळवून देतो असं सांगेन. ह्या आमिषाला तो नक्की बळी पडेल.'' लिमा म्हणाला.

गाडीचा पहिला हप्ता म्हणून परगईला दहा लाख द्यायचे हे लिमाने सांगताच शिवलला घाम फुटला. आधी चौदा लाख दिले होते. वरतून हे दहा लाख! पण राजू परगईच्या दहशतीतून वाचायचं तर ही किंमत मोजायलाच हवी होती.

शहरामध्ये स्कॉर्पिओची डीलरशिप एकाच माणसाकडे होती. लिमा तिथे गेला. पट्ट्यांचं डिझाइनवाला टाय लावलेल्या विक्रेत्याने त्याचं हसून स्वागत केलं. लिमाने गाडीच्या विविध वैशिष्ट्यांची चौकशी केली. साध्या गाडीपासून सर्व सुविधायुक्त महागड्या पाहिल्या. फार मोठी मागणी असल्यामुळे काळ्या रंगाची गाडी उपलब्ध नाही हेही समजलं.

''काळी गाडी कधीपर्यंत मिळू शकेल?'' लिमाने विचारलं.

''सर, तीस दिवस थांबावं लागेल. सफेद गाडी लगेच देऊ शकतो.''

''नको, मी काळ्या गाडीसाठी थांबतो.'' असं म्हणून लिमा तडक बाहेर पडला. विक्रेता आ वासून बघतच राहिला. लिमाच्या वेडेपणाच्या वागण्याला एक पद्धत, एक कारण होतं. दुकानातून निघतोय तोच शिवलचा फोन आला. 'नव्या गाडीविषयी बोलण्यासाठी परगई एका पायावर तयार झाला असून उद्या सकाळी अकरा वाजता येणार आहे,' अशी बातमी त्याने दिली.

''हावरट, लूत भरलेला कुत्रा आहे तो,'' शिवल म्हणाला.

''काळजी करू नकोस. लवकरच बंदोबस्त होईल त्याचा.''

राजू नेहमीसारखा रुबाबात आला. आणि अपेक्षेप्रमाणे अमित आर्यही सावलीसारखा बरोबर होताच. शिवलने दोघांचं उत्साहाने स्वागत केलं. आपल्या *भाच्याशी* ओळख करून दिली. लिमा नाइलाजाने किंचित हसला. अत्यंत थंडपणे त्यांच्याशी हात मिळवले. वाटलं होतं त्यापेक्षा शिवल चांगला अभिनय करत होता. त्याने लिमाकडे हात दाखवून म्हटलं, ''माझा भाचा चंदीगडच्या शस्त्रास्त्रांच्या कारखान्यात काम करतो. तुझ्याप्रमाणे त्यालादेखील हत्यारांविषयी आकर्षण आहे. देशामधील, इतकंच काय पण नेपाळमधीलही उत्तमोत्तम शस्त्रास्त्रं मिळवू शकतो तो.''

थेट शस्त्रास्त्रांच्या कारखान्यातून अत्याधुनिक हत्यारं मिळवता येतील ह्या कल्पनेने परगईचा आनंद द्विगुणित झाला. आर्यही खूश झाला. लिमाकडे विविध नवनवीन हत्यारांविषयीच्या माहितीचं भंडार होतं. परगई आणि आर्य मंत्रमुग्ध होऊन ऐकत होते. शिवल आपली भीती लपवण्यासाठी टेबलवर ठेवलेले खाद्यपदार्थ फस्त करत होता.

''कारखान्यात कोणत्या विभागात काम करतोस?'' परगईने विचारलं.

तो आपली परीक्षा घेतोय हे लिमाला माहीत होतं. त्याचा विश्वास बसावा म्हणून लिमाने आपलं ओळखपत्र दाखवलं. ओळखपत्र एजन्सीने बनवून दिलं होतं. 'वर्क्स मॅनेजर'च्या पदावर होता तो! हे पाहून परगईचा विश्वास बसला हे खरं असलं तरी त्याला खुंटी हलवून आणखी बळकट करायची होती. पाठीमागे खोचलेलं 9 mm पिस्तूल काढून त्याने टेबलवर फेकलं.

''ह्या पिस्तुलाविषयी काय मत आहे तुझं?'' परगईने विचारलं.

लिमा म्हणाला ''गावठी पिस्तूल आहे हे. फार तर आठ हजार किंमत असेल.'' हे ऐकून परगईचा चेहरा पडला. अचानक लिमाने पटापट पिस्तुलाचे भाग सुटे केले. परगईला विरोध करायला वेळच मिळाला नाही. पिस्तुलाची नळी, बुशिंग, स्प्रिंग आणि एक्स्ट्रॅक्टर टेबलवर पडले. लिमाने त्याच चपळाईने फायरिंग पिन बाहेर काढली. ही पिन पिस्तुलाचा महत्त्वाचा भाग असतो. पिनशिवाय पिस्तूल पूर्णत: निरुपयोगी ठरतं.

''राजू भाई, किती पैसे मोजले ह्या पिस्तुलासाठी?'' लिमाने विचारलं.

''दीड लाख रुपये,'' परगईने मोठ्या अभिमानाने सांगितलं.

''अरे बाप रे!'' लिमा उद्गारला.

''का? काय झालं?''

''फालतू आहे हे पिस्तूल. मुंगेरमध्ये बनलं आहे.''

परगईच्या गर्वाचा फुगा फुटला. आपण फसलो हे समजल्यामुळे त्याला दु:ख झालं हे खरं असलं तरी लिमाचं शस्त्रांविषयीचं ज्ञान पाहून तो फारच प्रभावित झाला होता. लिमा आणखी एक चाल खेळला. 'रशियन बनावटीची AK-47 हवी आहे का?' असं विचारताच परगईचे डोळे चमकले. 'किती किंमत?' त्याने विचारलं.

''उत्तराखंडच्या *भाईसाठी* खास सवलत. फक्त पस्तीस हजार.'' लिमा म्हणाला.

''काय सांगतोस? काळ्या बाजारातही AKसाठी ऐंशी हजार मोजावे लागतात.''

परगईची लाळ टपकायला लागली. बहुधा भपकेदार स्कॉर्पिओ चालवतो आहे, रशियन बनावटीची AK-47 बाजूला सीटवर ठेवलेली आहे, तुफान वेगाने गाडी चालवताना गोळ्या झाडून लोकांचे मुडदे पाडतोय अशी चित्रं पाहात असावा तो. लिमा त्याच्या स्वप्नात घुसला.

''राजू भाई, शिवल अंकल तुम्हाला स्कॉर्पिओ गाडी भेट देणार आहेत हे खरं आहे का?''

राजूने होकारार्थी मान डोलावली.

''कोणता रंग निवडला?''

'पांढरा.'

''चांगला आहे तो रंग, पण राजू भाई, काळ्या रंगाची स्कॉर्पिओ तुमच्या रुबाबदार व्यक्तिमत्त्वाला जास्त शोभून दिसेल.'' क्षणभर थबकून लिमा म्हणाला, ''अमित भाई, मी म्हणतो ते बरोबर आहे ना?''

अमित आर्यने यांत्रिकपणे मान हलवली.

''मग ठरलं! काळी स्कॉर्पिओच हवी. काळी म्हणजे *फक्त* काळी.'' परगईने ठरवून टाकलं.

शिवलने लगेच त्या कार डीलरला फोन लावला. आणि काळ्या स्कॉर्पिओचं बुकिंग करून टाकलं. सध्या त्या रंगाची गाडी उपलब्ध नाही असं विक्रेत्याने सांगितलं. शिवलने परगईला सांगितलं, ''तो म्हणतोय काळ्या स्कॉर्पिओसाठी एक महिना थांबावं लागेल.''

परगईने शिवलच्या हातातून फोन हिसकावून घेतला. विक्रेत्यावर सर्व भडास काढली. ''राजू परगई बोलतोय, भेंचोद. *आई* मेली का तुझी? नाही ना? मग काळी स्कॉर्पिओ द्यायला एक महिना का लागतोय?''

परगईचं नाव ऐकून विक्रेत्याची पाचावर धारण बसली असणार. त्याची बोलती बंद झाली. अखेर सर्व बळ एकवटून तो म्हणाला, ''गाडी लवकर मिळेल का हे मी मालकाशी बोलून सांगतो.'' परगईला गाडी हवी आहे हे समजल्यावर स्वत: मालकाने सूत्रं हाती घेतली. पुण्याच्या कारखान्यात स्कॉर्पिओ बनवल्या जात होत्या. पुढील दहा दिवसांत गाडी बनवून उत्तराखंडाला पाठवली जाईल ह्याची जबाबदारी त्यांनी घेतली. गाडीमध्ये सर्व प्रकारच्या ॲक्सेसरी बसवल्या जातील, त्याही मोफत, असंही आश्वासन विक्रेत्याने परगईला दिलं. हे ऐकून परगईचा अहंकार सुखावला.

सर्व प्रकार पाहून शिवलचा श्वास अडकला. दहा लाख रुपये ठेवलेली ब्रीफकेस त्याने परगई आणि आर्यच्या हवाली केली. दुकलीने उदार हस्ते पाहुणचार करणाऱ्या यजमानाचा निरोप घेतला. परगईने लिमाच्या खांद्यावर थोपटून कलाश्निकोव्ह विकत घेण्यासाठी संपर्क साधेन असं आश्वासन दिलं.

परगई आणि आर्य घराबाहेर पडताक्षणी शिवल मटदिशी खुर्चीत बसला. हे सर्व प्रकरण इच्छित शेवट गाठेल एवढीच इच्छा त्याला राहिली होती. एजंट लिमाला मात्र गोष्टी योग्य दिशेने जात आहेत हे माहीत होतं. परगई आणि आर्यने स्कॉर्पिओ बुक केली, पण लिमाच्या मनासारखं झालं तर ती गाडी चालवण्यासाठी ते जिवंत राहतील अशी शक्यता दिसत नव्हती.

सोळा

चित्त्याबरोबर चहापान

ऑक्टोबर २०११

लकी कोठडीतून, बराकीमधून बाहेर पडला आणि थेट 'मुलाकात' रूममध्ये गेला. तिथे त्याला भेटण्यासाठी आलेला पाहुणा त्याची वाट पाहत होता. लकीच्या मनात विचारांचा कल्लोळ माजला होता. भेटीसाठी एजन्सीने एवढा वेळ का घेतला? एजन्सीला खरोखरच त्याची पर्वा आहे की नाही?

'मी एजन्सीचा माणूस आहे' ह्या त्याच्या दाव्याची सत्यता सर्वप्रथम पडताळून पाहायची होती. एजन्सीने आपल्या माणसांना विविध पासकोड दिले होते. त्यावरून ओळख पटवायची असे. काही अंतरावर पोलीस नजर ठेवून होते त्यामुळे लकीने हलक्या आवाजात एक कोड उच्चारला.

''एक-आठ-चार-नऊ.''

''दोन-शून्य.'' त्या माणसाने उत्तर दिलं.

हे बरोबर उत्तर होतं. ह्याला एजन्सीनेच पाठवलं आहे ह्याची लकीला खात्री पटली. त्याचं नाव विचारण्यात अर्थ नव्हता कारण खरं नाव त्याने सांगितलं नसतंच. एजन्सी लकीला तुरुंगातून बाहेर काढण्यासाठी सर्वतोपरी प्रयत्न करते आहे असा दिलासा त्याने दिला.

''तुझं ओळखपत्र कुठे आहे?'' एजन्सीच्या माणसाने विचारलं.

एजन्सीने दिलेलं ओळखपत्र पोलिसांच्या हाती लागलं तर त्यांना लकीविषयी बरीच माहिती मिळू शकली असती. म्हणूनच त्याने ते काळजीपूर्वक लपवून ठेवलं होतं. ''माझ्या घरी जा. वडिलांकडून माझ्या गाडीच्या किल्ल्या घे. गाडी गराजमध्ये

आहे. माझं ओळखपत्र गाडीच्या मागील सीटच्या कव्हरखाली लपवलं आहे.'' लकीने सांगितलं.

तो माणूस नम्रपणे हसून म्हणाला, ''अगदी लवकर तुझी सुटका होईल.'' तो जरा जास्तच आश्वासनं देतो आहे असं लकीला वाटलं, पण विश्वास ठेवणं भाग होतं. तुरुंगातील एकेक क्षण त्याला एक वर्षासारखा वाटत होता. त्यामुळे त्या माणसाच्या शब्दावर लकीने विश्वास ठेवला ह्यात नवल नाही. लकीचा निरोप घेऊन तो निघाला.

लकीने सांगितल्यानुसार तो लकीच्या घरी पोहोचला. गाडीमध्ये लपवलेलं ओळखपत्र शोधून काढलं आणि ते घेऊन दिल्लीला निघून गेला. लकी निराश होऊन सुटकेची वाट पाहत राहिला.

संध्याकाळी उशिरा लकी जेवला. एक तर भूक लागली होतीच आणि दुसरं म्हणजे वाढत चाललेल्या नैराश्यावरून लक्ष दुसरीकडे वळवण्याचा प्रयत्न होता तो. नंतर भिंतीला टेकून त्याने डोळे मिटून घेतले. तेवढ्यात दुसऱ्या बराकीमधील एक कैदी धावतपळत तिथे आला. त्याचे डोळे कोणालातरी शोधत होते. अखेर त्याची भिरभिरती नजर लकीवर स्थिरावली.

''कमांडो भाई, खालच्या बराकीतील झाहिद चित्ताने तुला चहासाठी बोलावलं आहे.''

लकीने भिवई ऊंचावून विचारलं, 'कधी?'

''उद्या सकाळी.''

ही बातमी ऐकून अन्य कैद्यांवर जणू वीज कोसळली. सारे त्याच्याकडे रागाने पाहात होते. ''चहाचं आमंत्रण नाकारायचं. झाहिद चित्तापासून दूर रहा,'' त्यांनी लकीला सक्त ताकीद दिली.

''झाहिद राजू परगईचा निष्ठावंत दोस्त आहे.'' एक जण म्हणाला.

''त्याच्यापासून जपून रहा असं जेलरनेही सांगितलंय तुला. शेखर जोशीही त्याच्या गँगमध्ये आहे आणि दोघं एकाच बराकीमध्ये राहाताहेत.'' दुसरा कैदी म्हणाला. हा वयाने सर्वांत मोठा होता.

झाहिद खान उर्फ झाहिद चित्ताच्या नावावर असंख्य गुन्ह्यांची नोंद होती. त्या कागदपत्रांची थप्पी त्याच्या उंचीइतकी झाली होती. चित्ता सहा फूट उंच आणि अत्यंत काळा होता. त्याला पाहूनच सर्वसामान्य लोक चळाचळा कापायचे. देशातील एक आत्यंतिक क्रूर गुन्हेगार म्हणून ओळखला जाणाऱ्या झाहिदमध्ये एकच कमी होती. तो तोतरा होता. बोलताना अडखळायचा.

त्याच्या गुन्ह्यांची यादी अंतहीन होती. मिद्धू खान हत्या हा त्यामधील सर्वांत कुख्यात गुन्हा होता. खुद्द मिद्धू खानच्या नावावर बावीस खून होते. एकदा झाहिदच्या

तोतरेपणावर मिद्धूने अतिशय झोंबरा विनोद केला. झाहिद आधीच वाईट मूडमध्ये होता. त्यात मिद्धू खानने केलेला अपमान त्याच्या जिव्हारी लागला. तिथूनच त्यांचं वैर सुरू झालं. दोघांनी एकमेकांना मारायचे अनेक प्रयत्न केले. अखेर झाहिदची सरशी झाली. तावडीत सापडल्यानंतर त्याने मिद्धूची खांडोळी करून टाकली.

शेखर जोशीवर दुहेरी खुनांचा आरोप होता. पहिल्या खुनानंतर त्याला तुरुंगात टाकलं गेलं. कशी कोणास ठाऊक, पण त्याने जामिनावर स्वत:ची सुटका करून घेतली. बाहेर आल्यावर आणखी एक मुडदा पाडल्यानंतर पुन्हा तुरुंगात आला होता तो.

योगेश सुनेहरीच्या खुनानंतर राजू परगईला अटक झाली. तेव्हा झाहिद चित्ता, शेखर जोशी आणि राजू परगई हे त्रिकूट एकत्र आलं. राजूची बड्या राजकीय नेत्यांशी असलेली घसट पाहून चित्ता आणि जोशीने आपल्या सुटकेसाठी वजन खर्ची घालावं अशी गळ त्याला घातली.

त्यांच्या दुर्दैवाने तुरुंगातून सुटल्यानंतर राजू मारला गेला. चित्ता आणि जोशीच्या सुटकेच्या सर्व आशा मावळल्या.

परगईच्या हत्येला जबाबदार असल्याचा आरोप आपल्यावर आहे. चित्ता आणि जोशी आपला सूड घ्यायला टपले असतील, चहापानाच्या निमित्ताने बोलावून आपल्याला मारायचा बेत असेल ह्याची लकीला कल्पना होती. इतरांसमोर बेफिकीर असल्याचं नाटक करत असला तरी आमंत्रण स्वीकारलं किंवा नाकारलं तर काय परिणाम होतील ह्यावर लकीच्या मनात विचारमंथन चालू होतं.

आमंत्रण स्वीकारलं तर झाहिद लकीचा काटा काढेल ही फार मोठी शक्यता होती. चित्ताने केलेल्या शिकारींच्या लंब्या यादीमध्ये आणखी एका नावाची भर पडली असती. पण चहापानाला नकार दिला असता तर लकी घाबरला, असा सर्वांचा समज झाला असता. झाहिदच्या नजरेला नजर भिडवणं कधीही शक्य झालं नसतं. तुरुंगात सर्व त्याला फट्टू म्हणाले असते हे नक्की. लकीला हे सहन झालं नसतं. अखेर त्याने चित्ताबरोबर चहापान करायचा निर्णय घेतला. पण कोणत्याही प्रसंगाला तोंड द्यायला, पूर्ण तयारीनिशी जाणार होता तो.

कोठडीतील प्रत्येक कैदी तोंडावर चादर ओढून झोपी गेल्याची खात्री झाल्यानंतरच लकी उठला. आवाज न करता भिंतीजवळ जाऊन त्याने आपल्या बुटामध्ये लपवलेला चमचा बाहेर काढला. तुरुंगात आल्यानंतर पहिल्या दिवशी त्याला ताट, पेला आणि चमचा मिळाला होता.

त्याने त्या साध्या चमचाचं हत्यार बनवलं होतं. मुख्य भाग तोडून त्याने चमचाचा दांडा घासून धारदार बनवला होता. अधिक तीक्ष्ण बनवण्यासाठी लकीने तो भिंतीवर घासायला सुरुवात केली. ही झाहिद चित्ताच्या भेटीची जय्यत पूर्वतयारी चालली होती. काही तासांनंतर लकीने आपल्या तळव्यावर धार तपासून पाहिली.

मनासारखं काम झाल्यामुळे तो खूश झाला. धार काढणं थांबवून त्याने हत्यार बुटाच्या तळामध्ये लपवलं. आणि झोपी गेला.

दुसऱ्या दिवशी सकाळी तुरुंगाधिकाऱ्यांमध्ये एकच हलकल्लोळ माजला. सनसनाटी भेटीची खबर वणव्यासारखी पसरली होती. भेटीचे परिणाम काय होतील ह्याचा अंदाज करणं जेलरलाही शक्य नव्हतं. साऱ्याच कैद्यांमध्ये एकच खळबळ माजली होती.

तळमजल्यावर जाण्यापूर्वी बुटामध्ये चमचाचं पातं असल्याची लकीने खात्री करून घेतली. झाहिदच्या कोठडीकडे जात असताना उत्तराखंडच्या एकाहून एक खतरनाक गुन्हेगारांच्या नजरा त्याच्यावर रोखल्या होत्या. चित्ताच्या कोठडीजवळ पोहोचल्यावर लकीने दार ढकलून आत प्रवेश केला.

चित्ता आणि जोशीसोबत आणखी दोघं जण होते. त्यांनी उठून लकीशी हस्तांदोलन केलं. चित्ताही लकीचं स्वागत करण्यासाठी उठून उभा राहिला. उंचधिप्पाड चित्ताकडे पाहून लकी चकित झाला असला तरी महत्प्रयासाने त्याने चेहरा कोरा ठेवला.

चित्ताच्या अस्ताव्यस्त पसारा असलेल्या घाणेरड्या कोठडीकडे लकीने नजर फिरवली. भिंतीवर ठोकलेल्या लहानशा लाकडी स्टँडवरच्या टीव्हीचा मोठा आवाज खोलीत घुमत होता. सारे खाली बसल्यानंतर लगेचच एक तरुण कैदी चहा-बिस्किटांचा ट्रे घेऊन आला. डगडगणाऱ्या टेबलवर ट्रे ठेवून तो गेला.

टीव्हीचा आवाज कमी करण्यासाठी लकीने टेबलवरचा रिमोट उचलला. कोणतं बटन दाबावं ह्याचा विचार करत असतानाच चित्ताने हात पुढे केला.

"क-क-कमांडो भाई," तो अडखळत म्हणाला.

"म-म-मला द-द-दे."

मिद्धू सिंगसारखी आपली गत होऊ नये म्हणून लकीने कसंबसं हसू आवरलं. तोतरेपणावर हसल्यानंतर चिडलेल्या चित्ताने मिद्धू सिंगला ठार मारलं होतं. लकीला चित्ताचा राग ओढवून घ्यायचा नव्हता.

आता सारे मुख्य विषयाकडे वळले. "कमांडो भाई, तुरुंगातून लवकर सुटण्यासाठी आमची अखेरची भिस्त प-प-परगईवर होती. त्याच्या मृत्यूमुळे आ-आ-आमच्या म-म-मनसुब्यांवर पाणी पडलं." चित्ता म्हणाला.

लकीने कोणतीही प्रतिक्रिया दिली नाही. हत्यार पटकन चालवता येईल अशा तयारीत असतानाच चित्ता पुढे म्हणाला, "पण आपण म-म-मर्द आहोत. मेलेल्या माणसासाठी आपण फार काळ रडत बसत नाही."

झाल्यागेल्या गोष्टी विसरून आपण पुढे जाऊ या. आणि नव्याने सुरुवात करू या असं त्याने सुचवलं. चहाचा कप उचलून त्याने लकीपुढे ठेवला. आपल्या

रक्ताचा घोट घ्यायला टपलेला आहे असं समजत होतो तोच चित्ता मैत्रीचा हात पुढे करतो आहे हे पाहून लकीला धक्काच बसला. त्याला वेगळाच संशय आला.

त्याने चित्ताने दिलेल्या कपातील चहा सर्वांच्या कपामध्ये, चित्ता आणि जोशीच्याही, थोडा थोडा ओतला. आपल्या चहामध्ये विष मिसळलं असलंच तर ते सर्वांनाच प्यावं लागावं हा विचार लकीच्या मनात होता.

''मला चहा विशेष आवडत नाही,'' असं म्हणून लकी निरागसपणे हसला.

प्रत्येकाने एक घोट घेतल्यानंतरच लकीने चहा प्यायला सुरुवात केली. कप ओठांजवळ नेऊन तो बिस्किट उचलायच्या किंवा काहीतरी बोलायच्या निमित्ताने चहा पिणं टाळत होता. अखेर चित्ताने एका दमात कप रिकामा केला तेव्हाच लकीचं समाधान झालं. मैत्रीवर शिक्कामोर्तब करण्यासाठी त्यानेही चहा एका घोटामध्ये संपवला.

पुढील काही दिवसांत लकीच्या तळमजल्यावरील फेऱ्या फारच वाढल्या हे पाहून तुरुंगाधिकारी संतापले. लकी आणि चित्ता गँगमध्ये विविध अन्नपदार्थांची देवाणघेवाण सुरू झाली. अशाच एका भेटीमध्ये झाहिद आणि शेखरने चोरून तुरुंगात आणलेला मोबाइल फोन लकीला दाखवला. फोन आपल्या कोठडीतल्या मुतारीत कंडोममध्ये गुंडाळून ठेवला होता. त्यांची कल्पकता आणि धाडस पाहून लकी थक्क झाला.

लकीची चित्ता गँगबरोबरची वाढती दोस्ती पाहून अन्य कैद्यांना त्याच्याविषयी अधिकच आदर वाटायला लागला. तुरुंगाधिकारीसुद्धा लकीच्या आसपास फिरकायला कचरत. एका रात्री सहकैदी झोपायच्या तयारीत असताना लकीने सर्वांना आपल्या जवळ येण्यास फर्मावलं. वयाने सर्वांत लहान असलेल्या कैद्याला दाराजवळ पहारा द्यायला उभं केलं. नंतर त्याने बुटात लपवलेलं हत्यार सपकन बाहेर काढलं. आणि त्यांच्या भयभीत चेहऱ्यांसमोर ते नाचवत त्याने करड्या आवाजात बजावलं, ''तुम्ही सारे जेलरचे खबरे आहात हे मला बरोबर माहीत आहे. माझ्या हालचालींविषयी एक शब्द जरी त्याच्या कानावर गेला तर खबरदार. ह्या पात्याने तुमचा गळा चिरून टाकेन.''

धारदार पातं पाहून सारेच भीतीने थरथर कापायला लागले. गयावया करत लकीला म्हणाले, ''तू ऐकलंस ते अजिबात खरं नाही. तुला हवं तर आम्हाला दुसऱ्या कोठडीत ठेवा अशा अर्ज करतो.'' हे ऐकून लकी अधिकच भडकला. शिव्या देत त्यांना म्हणाला, ''असा विचारही मनात आणायचा नाही. आता माझ्या बरोबर ह्याच कोठडीच राहायचं. तुमचं नशीब माझ्याशी जोडलं गेलंय. माझा घातपात झाला तर त्याचे भयंकर परिणाम तुम्हालापण भोगावे लागतील हे विसरू नका.''

घाबरलेले सहकैदी रडतभेकत लकीच्या दयेची याचना करत होते. अखेर ते मुकाट्याने आपापल्या जागी जाऊन झोपले. आपला दरारा पाहून लकी भलताच खूश झाला. सुतराम अपेक्षा नसताना त्याने सहकैद्यांशी यशस्वी तह करून जेलरच्या गुप्तहेरांवर वचक बसवला होता. तुरुंगातील जीवनाची सवय होत होती. सर्व त्याला घाबरून असायचे. लकीच्या आयुष्यात केवढी मोठी उलथापालथ झाली होती. 'एन.एस.जी.कमांडो ते उत्तराखंडच्या तुरुंगामधील भयंकर कैदी' असा त्याचा प्रवास झाला होता. पण ह्या तुरुंगातून लवकरच सुटका होऊन नव्या तुरुंगात रवानगी होणार आहे ह्या गोष्टीची लकीला कल्पना नव्हती. तिथे कैद्यांची वेगळी टोळी त्याची वाटच पाहत होती.

सतरा

टाल्कम पावडरमध्ये फोन

लकी कोठडीमध्ये एका कोपऱ्यात टाल्कम पावडरचा डबा चमचा-शस्त्राच्या साहाय्याने उघडायच्या खटपटीत होता. संजय पहारा देत उभा होता. लकी चमचाचं धारदार पातं डब्याच्या वरच्या भागावर तासत असताना संजय त्याच्या सभोवताली फेऱ्या मारत होता. लकीचा उद्योग रखवालदाराच्या नजरेस पडू नये म्हणून त्याचा हा खटाटोप चालला होता. अखेर डबा उघडला. लकीने डबा उपडा केला तेव्हा खूप पावडर खाली पडली. चेहऱ्यावर पावडर लावायची त्याला अजिबात हौस नव्हती. डब्यामध्ये लपवलेला मोबाइल हाती घेण्यात त्याला जास्त उत्सुकता होती.

झाहिद चित्ताकडून प्रेरणा घेऊन लकीनेही तुरुंगामध्ये मोबाइल मिळवण्याचं धाडस केलं होतं. त्याने संजयबरोबर सर्व योजना आखली होती. लकीचा मित्र दीपकने पावडरच्या डब्यामध्ये मोबाइल लपवून आणला. भेटीच्या तासामध्ये त्याने थरथरत्या हाताने डबा लकीला दिला. पकडले गेलो तर आपल्यालाही तुरुंगात टाकतील ह्या कल्पनेने घाबरलेल्या दीपकने शक्य तेवढ्या लवकर तिथून पळ काढला.

पित्याने आणलेली फळं लकीने सहकैद्यांमध्ये वाटून टाकली. न्यायालयामध्ये पोलीस लकीविरुद्ध खोटं आरोपपत्र सादर करणार हे निश्चित असल्यामुळे आपण कोणता पवित्रा घ्यावा ह्याविषयी वकील बलवंत सिंगबरोबर लकीने अनेक वेळा विस्तृत चर्चा केली.

आईने त्याच्यासाठी डबा पाठवला होता. बऱ्याच काळानंतर लकीला घरचं जेवण मिळत होतं, त्यामुळे पहिला घास खाताच त्याचे डोळे भरून आले. लकीची आपल्या आईवर खूप माया होती. आपल्या लेकाची ही अवस्था तिला बघवली

नसती आणि म्हणूनच 'तिला आपल्याला भेटायला आणायचं नाही' अशी स्पष्ट सूचनाच त्याने पित्याला दिली होती. लकीसाठी आवडीचं जेवण पाठवून तिने त्याच्यावरचं अपार प्रेम व्यक्त केलं होतं.

दुसऱ्या दिवशी लकीने फोनचा सर्वाधिक उपयोग करून घेतला. बाथरूममध्ये, आवारात फेऱ्या मारताना आणि रात्री ब्लँकेटच्या खालून जमेल तेव्हा तो गुपचूप फोन करायचा. त्याने तुरुंगामध्ये चोरून फोन आणला, पण तो चार्ज करणं अशक्य होतं.

बॅटरी संपण्यापूर्वी लकीने त्याच्या शेजारी राहणाऱ्या मित्राला फोन केला. 'तुरुंगाच्या भिंतीपलीकडे ठरल्या वेळी एका विशिष्ट ठिकाणी त्याने उभं राहायचं. लकी आणि संजय कमालीची सावधानता बाळगून तिथून फोन बाहेर फेकतील. मित्राने फोन झेलायचा. बॅटरी रिचार्ज करून आणि पैसे भरून फोन परत आत फेकायचा' अशी धाडसी योजना आखली गेली!

पण कशी कोण जाणे, लकीच्या गुप्त योजनेची खबर जेलरपर्यंत पोहोचली. जेलर दीड वर्षांनंतर निवृत्त होणार होता. लकीच्या अविचारी साहसापायी निलंबित व्हायची त्याची अजिबात इच्छा नव्हती. निलंबनामुळे त्याच्या निवृत्तिवेतनावरही परिणाम झाला असता.

जेलरने तातडीने मुख्य न्यायाधीशांकडे धाव घेतली. लकीला अन्य तुरुंगात हलवावं अशी त्यांना हात जोडून विनंती केली. आधी त्यांनी विनंती फेटाळून लावली पण जेलरने पाय पकडले तेव्हा त्यांचा नाइलाज झाला.

''सर, हा कमांडो आणखी काही दिवस माझ्या तुरुंगात राहिला तर मला रस्त्यावर भीक मागायची पाळी येईल.'' जेलरने गयावया केली.

जेलरची दयनीय परिस्थिती पाहून अखेर न्यायाधीश महोदयांनी लकीच्या बदलीचा आदेश दिला. अचानक झालेल्या उचलबांगडीमुळे लकीला धक्काच बसला. सध्याच्या जेलमध्ये सर्व सुरळीत चालू असताना पुन्हा नव्याने सुरुवात करायची ह्या कल्पनेने तो निराश झाला.

नवा तुरुंग हल्द्वानीमध्ये, सध्याच्या तुरुंगापासून चाळीस किलोमीटर अंतरावर होता.

सहा पोलिसांच्या ताफ्याने लकीला तुरुंगातून बाहेर काढलं. बाहेर उभ्या असलेल्या व्हॅनमध्ये त्याला बसवलं आणि ते निघाले. दूर जाणाऱ्या तुरुंगाकडे लकी टक लावून पाहत होता. अखेर तुरुंग दिसेनासा झाला तेव्हा त्याने मागील जाळीवर डोकं टेकलं आणि डोळे मिटून घेतले. अखेर दमूनभागून तो झोपी गेला. लक्ष्मण बिश्तला पंचवीस दिवसांनंतर दुसऱ्या तुरुंगात हलवलं जात होतं.

नव्या तुरुंगातील कैद्यांना लकीच्या आगमनाची खबर आधीच लागली होती. लकी बिश्त उर्फ कमांडो भाईविषयी त्यांनी वर्तमानपत्रामध्ये आणि वृत्तवाहिन्यांवर

खूप काही वाचलं आणि पाहिलं होतं. त्याला प्रत्यक्ष पाहायला मिळणार, त्याच्या सोबत राहायला मिळणार ह्या गोष्टीमुळे ते सारेच प्रचंड भारावून गेले होते.

नैनीताल तुरुंगापेक्षा हल्द्वानी तुरुंगाची इमारत मोठी आणि जास्त स्वच्छही होती. जेलरचं नाव टी. डी. जोशी. लकीचं त्याने हसून नम्रपणे स्वागत केलं. कोठडीपर्यंत स्वत: घेऊन गेला. 'माझ्या तुरुंगात तुला कसलाही त्रास होणार नाही. *वक्त गुजर जाएगा.*' त्याने लकीला धीर दिला.

वक्त गुजर जाएगा म्हणजेच ही वेळही निघून जाईल. कैद्यांचं आपल्या भविष्यावर नियंत्रण नसतं. त्यांना आणखी कोणता सल्ला देणार? सारंकाही नशिबावर सोडून स्वस्थ बसा! पण लकी नशिबावर भरोसा ठेवणाऱ्यातील नव्हताच. सर्व संकटांशी कडवा संघर्ष करायचा हेच शिक्षण त्याला मिळालं होतं. काळजावर कोरला होता हा संदेश.

जेलर टी.डी.जोशी म्हणाले, ''पूर्वी कैद्यांकडे सर्रास मोबाइल फोन असत. त्यामुळे फार मोठी समस्या उद्भवत असे. एक तर लहान जागा, आणि सेवकवर्गही अपुरा होता. मुलाकतीच्या वेळी कैदी सिमकार्ड घेत. सिमकार्ड बुटाच्या सोलमध्ये किंवा साबणामध्ये लपवून ठेवत. त्यांची तपासणी केली तरी हाती काही लागत नसे.''

लकीला मुलाहिजा बराकीमध्ये ठेवलं होतं. ही बराक अजूनही दोषी न ठरलेल्या कैद्यांसाठी राखीव होती. लकीला इथे ठेवलं हे योग्यच होतं. पण वसीम कालिया, विमल शर्मा आणि जावेद हे बराकीमधील अन्य तीन कैदी निर्ढावलेले गुन्हेगार होते. तुरुंगाधिकाऱ्यांनी त्यांचा वाईट प्रभाव अन्य कैद्यांवर पडू नये म्हणून त्यांना वेगळं, मुलाहिजा बराकीमध्ये ठेवलं होतं.

तिघांमध्ये सर्वांत खतरनाक होता वसीम कालिया. धिप्पाड, धष्टपुष्ट वसीम दिवसातून पाच वेळा नमाज पढायचा. जितक्या एकतानतेने तो जुगार खेळायचा, ड्रग्ज घ्यायचा तितक्याच श्रद्धेने तो प्रार्थनाही करायचा. सहा फुटांपेक्षाही उंच आणि बलाढ्य वसीमकडे नजर उचलून पाहायलाही हवालदार घाबरायचे. विमल शर्मा आणि जावेद त्याचे साथीदार होते. खंडणी मिळाली नाही तर अपहरण केलेल्याला सरळ मारून टाकायचं असा त्यांचा खाक्या होता.

राज्यामधील अतिशय क्रूर अशा दोन गुन्हेगारांना लकीने ठार केलं हे समजल्यामुळे बराकीमधील तिघांना त्याच्याविषयी फारच आदर (किंवा भीती) वाटत होती. पूर्वीप्रमाणे ह्या तुरुंगामध्येही लकीला खास सुविधा मिळत होत्या. गरमागरम जेवण, अंघोळीसाठी गरम पाणी, हजेरीसाठी अनुपस्थित राहाण्याची सवलत वगैरे वगैरे. तुरुंगाधिकारी आणि कैदीच नव्हे, पोलीसखात्यामधील उच्च अधिकारीही राजू गरगईच्या गारेकऱ्याला पाहण्यासाठी आवर्जून येत.

टी. डी. जोशींनी लकीचा एक किस्सा सांगितला, 'लकी उत्तम अभिनेता आहे. एकदा त्याने पोलिसालाच धमकावलं. माझ्याशी पंगा घेणाऱ्याला खतम

करून टाकेन, मग तो पोलीस असो की आणखी कोणी. त्यासाठी पिस्तूल मिळवणं अवघड नाही. ह्या धमकीमुळे त्याचा दरारा कायम राहिला.'

काही दिवसांनी तुरुंगामध्ये एकच गडबड झाली. उपविभागीय दंडाधिकारी (Sub Divisional Magistrate) येणार म्हणून सर्वांना मैदानात उपस्थित राहायचा आदेश आला. अर्ध्या तासाने उपविभागीय दंडाधिकाऱ्यांनी लकीला जवळ बोलावलं.

अधिकाऱ्यासोबत लकी त्यांच्या जवळ गेला. आरंभी त्यांनी लकीला इकडचे तिकडचे प्रश्न विचारले. नंतर लकी कोणत्या एजन्सीसाठी काम करतो अशी चौकशी केली. त्याचं एजन्सीमधील स्थान आणि काम त्यांना जाणून घ्यायचं होतं.

''सर, मी सरकारसाठी काम करतो.'' लकी नम्रपणे म्हणाला.

''पण कोणत्या खात्यामध्ये?''

''सर, आपला अनादर करत नाही, पण माझी उलटतपासणी करायची असेल तर तुम्हाला न्यायालयाकडून परवानगी घ्यावी लागेल.''

हे सांगतांना लकीने कोणत्याही प्रकारची भीती दाखवली नव्हती. SDMनी कपाळाला आठ्या घातल्या. पण ह्यावर काय बोलावं हे त्यांना सुचेना. त्यांनी तावातावाने जेलर जोशींना जवळ बोलावलं आणि लकीवर कडक नजर ठेवा, असं फर्मान सोडलं. नंतर लकीकडे दुर्लक्ष करून ते रागाने निघून गेले.

हा किस्सा ऐकून वसीम कालियाचं चांगलंच मनोरंजन झालं. ''कमांडो भाई, तू त्याला बरोबर त्याची जागा दाखवून दिलीस,'' तो कौतुकाने म्हणाला. लकीने SDMला फाडकन दिलेलं उत्तर आठवून दोघं हसत असतानाच एक हवालदार तिथे आला.

''कमांडो भाई, तुम्हाला नमस्कार सांगितला आहे.''

'कोणी?'

''तो आत्ता इथे नाही, पण येईल काहीच दिवसांत.''

''चूत्या, पंडित लोकांसारखं कोड्यात बोलू नको. नीट काय ते सांग.'' लकीने फटकारलं.

''अंडरवर्ल्ड डॉन प्रकाश पांडेने थेट तिहार तुरुंगामधून नमस्ते पाठवलाय.''

लकी वसीम कालियाकडे पाहत राहिला. तोही हवालदाराने आणलेल्या विचित्र संदेशामुळे चक्रावला होता. प्रकाश पांडे उर्फ बंटी पांडे फार मोठा गँगस्टर होता. छोटा शकील आणि दाऊद इब्राहिमसाठी त्याने कामं केली होती. इंटरपोलने २०१० साली त्याला व्हिएतनामच्या हनोई शहरातून अटक केली होती. थोड्याच दिवसांत नैनीताल तुरुंगात त्याचं आगमन होणार आहे हेही हवालदाराने सांगितलं. लकीला एकूणच प्रकार रहस्यमय वाटला. तरीही धोकादायक प्रकाश पांडेला आपल्याला का भेटायचं आहे हे जाणून घेण्याची उत्सुकता त्याला होतीच.

अठरा

अखंड धाव

१० जुलै २००३, प्रशिक्षण शिबिर, तेल अवीव

लकी गादीवर तळमळत, कण्हत पडला होता. झोरा सिंगने मारलेल्या फटक्यांमुळे काळानिळा पडलेला पृष्ठभाग ठणकत असल्यामुळे लकी पालथा झोपला होता. काही तासांत पळायचा सराव होता, त्यामुळे एकीकडे उठण्याचे आटोकाट प्रयत्न सुरू होते. *स्प्रिंट* हा प्रशिक्षणातील अत्यंत कठीण भाग होता. प्रत्येकाच्या चिकाटीची आणि धैर्याची कसोटी घेणारी धाव होती ही. पण आपली दयनीय परिस्थिती पाहता स्प्रिंट पूर्ण करता येईल की नाही अशी जबरदस्त शंका त्याला वाटत होती.

झोरा सिंगने त्याला 'डंडा ट्रीटमेंट' दिल्याला जवळजवळ आठवडा झाला होता. पण आजच दंड्याचा प्रसाद मिळाला असावा असा त्याचा पृष्ठभाग जोरात दुखत होता. त्या दिवशी कॅडेटना कोणत्याही प्रकारचा गंभीर आजार किंवा अन्य दुखण नाही ना हे तपासण्यासाठी कँपवर दोन डॉक्टर आले होते. त्यासाठी प्रशिक्षण मैदानावर जमण्याचा आदेश कॅडेटना मिळाला. सारे तातडीने मैदानात जमले. एकाचाही गणवेश मापाचा नव्हता. ह्याचं कारण धुवून आल्यानंतर सर्व कपड्यांचा ढीग पडलेला असायचा. आपापला गणवेश शोधून काढण्याइतका वेळ कोणाजवळच नसे. हाताला लागतील ते कपडे घालून विविध देशीय पन्नास कमांडो रांगेत दोन्ही डॉक्टरांसमोर तपासणीसाठी उभे राहिले. त्या वेळी झोरा सिंग गोल्फ खेळून आले असावेत, कारण त्यांच्या कणखर हातांमध्ये गोल्फची काठी होती. लकीला त्यांच्या पिळदार दंडावरच्या शिरा स्पष्ट दिसत होत्या.

डॉक्टरांनी विचारलं, ''कोणाला काहीही शारीरिक समस्या आहेत का? सुस्ती किंवा अशक्तपणा वाटतो? वैद्यकीय मदतीची आवश्यकता भासते आहे?''

क्षणभराच्या शांततेनंतर लकीने हात वर केला. पण आपल्या हातून चूक झाली हे त्याच्या लगेच लक्षात आलं. सारेच कॅडेट कमालीचे थकले होते, प्रत्येकाचं अंग दुखत होतं, पण कोणीही हात वर केला नव्हता. झोरा सिंगने डोळे बारीक केलेले पाहून लकीला घाम फुटला. पण आता उशीर झाला. हात वर करून त्याने मर्यादा ओलांडली होती. आता परिणाम भोगायला हवेच हे तो जाणून होता. झोरा सिंगने लकीला पुढे यायला सांगितलं.

लकीजवळ बूट आणि मोज्यांच्या मोजक्या जोड्या होत्या. सतत पाऊस पडत असल्यामुळे बूट आणि मोजे सुकायचे नाहीत. ओले बूटमोजे वापरल्यामुळे लकीच्या पावलांची त्वचा कुजली होती.

''काय तक्रार आहे, कमांडो?'' झोरा सिंगने विचारलं.

''पायाच्या तळव्यांवर इन्फेक्शन झालंय, सर.''

बोलणं संपवून लकी मागे सरकला. झोरा सिंग गोल्फची काठी आपल्या डाव्या हातावर हलकेच आपटत होते. लकी काय बोलला हे डॉक्टरांना सांगण्याचे कष्टही त्यांनी घेतले नाहीत. कॅडेटना दुसऱ्या प्रशिक्षण मैदानाकडे जायची आज्ञा देऊन ते त्यांच्याबरोबर निसटायच्या प्रयत्नात असलेल्या लकीकडे वळले.

''तू थांब इथेच.''

लकीने मान डोलावली. बाकीचे कमांडो घाईने पसार झाले. करड्या नजरेने पाहणाऱ्या झोरा सिंगसमोर लकी इवलंसं तोंड करून उभा राहिला.

डोळ्यांमधलं भय आपल्या प्रशिक्षकाला दिसू नये ह्याचा आटोकाट प्रयत्न लकी करत होता. झोरा सिंगने पायाचं इन्फेक्शन डॉक्टरांना दाखव, असं फर्मान सोडलं. लकीने बूट काढले आणि पांढरे पडलेले पाय दाखवले. डॉक्टरांनी काहीच प्रतिक्रिया दर्शवली नाही ह्याचं लकीला आश्चर्य वाटलं.

झोरा सिंगने लकीला 'खुर्ची'वर बसल्याची पोझ मारायला सांगितलं. इन्फेक्शनवर उपचार करण्याची ही कोणती विचित्र पद्धत असा विचार लकीच्या मनात चमकून गेला पण त्याने मुकाट्याने खुर्चीत बसल्याची पोझ घेतली.

झोरा सिंग मागे सरकले आणि त्यांनी सर्वशक्तीनिशी लकीच्या पृष्ठभागावर गोल्फ काठीचा सटकन फटका मारला.

लकीने कळवळून खच्चून बोंब ठोकली आणि तो दोन फूट वर उडाला! वेदनांमुळे किंचाळत, पार्श्वभाग चोळत तो गोलगोल फिरत होता. डॉक्टर थक्क होऊन हा तमाशा पाहात होते.

'कमांडो,' झोरा सिंग कडाडला. ''मैदानात झालेली दुखापत मैदानातच बरी होईल. अशी फालतू गोष्ट चव्हाट्यावर मांडायची गरज नव्हती.''

त्या दिवशी लकी एक अत्यंत महत्त्वाचा धडा शिकला. कोणतीही वेदना किंवा संसर्गापेक्षा त्याचं ध्येय, त्याची मोहीम अनेक पटींनी महत्त्वाची होती. वेदना, दुखापतीकडे दुर्लक्ष करून पुढे जायला हवं हा धडा शिकण्यासाठी त्याला गोल्फ छडीचा मार खावा लागला.

आज धावण्याचा आत्यंतिक कठीण सराव होता आणि दुखऱ्या अंगाकडे दुर्लक्ष करून लकीला तो करायचाच होता. कमांडोंना शस्त्राबरोबरच दगडमातीने भरलेली जवळजवळ पंचवीस किलो वजनाची बॅग घेऊन सोळा किलोमीटर अंतरावर जाऊन परत त्याच ठिकाणी यायचं होतं. कमांडोंनी चलाखी करून वजन कमी करू नये म्हणून बॅगांवर सील ठोकून बंदोबस्त केला होता.

कमांडो धापा टाकत डोंगराळ रस्त्यांवर धावत होते. प्रशिक्षण अर्धंअधिक झालं तेव्हा बरेचसे कमांडो गळाले. उरलेल्या काही थोड्यांमध्ये लकीही होता. धाव अर्धवट सोडणाऱ्यांसाठी एक रुग्णवाहिकादेखील बाजूने जात होती. प्रशिक्षण अर्धवट सोडणं ही लकीच्या दृष्टीने लाजिरवाणी गोष्ट होती.

प्रचंड घामाघूम झालेल्या लकीवर झोरा सिंगची सतत नजर होती. तेही तरुण कमांडोंच्या बरोबरीने धावत होते. बोलून दाखवत नसले तरी आपल्याकडून झोरा सिंगना खूप अपेक्षा आहेत हे लकीला माहीत होतं.

आता लकी ढेपाळायला लागला. एकटा तोच पळत होता. बाकी सर्वांनी शरणागती पत्करली होती. लकीही थकला होता. पाठीवरचं ओझं असह्य झालं. पाय तुटायची वेळ आली. अखेर त्याने बॅग फेकली आणि रुग्णवाहिकेला हात केला. लकी आत चढून सीटवर टेकतोय तोच झोरा सिंग रुग्णवाहिकेत शिरले. प्रचंड संतापलेल्या झोरा सिंगनी लकीची कॉलर पकडली.

''नालायक साला, ज्या आईच्या पोटी जन्माला आलास तिची लाज घालवलीस आज.''

त्यानी फाड्कन थोबाडीत मारली असं लकीला वाटलं. झोरा सिंगचे शब्द त्याच्या जिव्हारी लागले. झोरा सिंगविषयी त्याच्या मनात प्रचंड आदर होता. आपण त्यांची निराशा केली ह्या गोष्टीचं लकीला कमालीचं दुःखी झालं. संध्याकाळ होत आली. व्हॅन वेगाने कँपकडे निघाली.

रात्रीचे अकरा वाजत आले. कॅडेट फारच आळसावले हे पाहून झोरा सिंगनी साऱ्यांना एकत्र केलं आणि 'मी घरी येतोय' हे नेहमीच्या पद्धतीने पत्नीला कळवायला सांगितलं.

''कमांडो. लाइन तोड,'' ते ओरडले. रात्रीच्या शांततेत त्यांचा आवाज घुमला.

कठोर प्रशिक्षणानंतर उरलीसुरली शक्ती एकवटून सारे कॅडेट किंचाळले, 'कमांडोऽऽऽऽ!' दुखऱ्या पृष्ठभागाबरोबर दुखऱ्या अंत:करणाने लकी आपल्या खोलीत परतला. त्याने मनोमन प्रतिज्ञा केली की पुढील वेळी काहीही झालं तरी स्प्रिंट पूर्ण करायची. झोरा सिंगचा विश्वास परत मिळवायचाच असा दृढ निश्चय करून तो झोपला.

एकोणीस

प्रेम महत्त्वाचं असतं

फेब्रुवारी २०१२

हल्द्वानी जेल. लकीच्या हातामधील मोबाइलचा चेंदामेंदा झाला पण अजूनही त्याचा राग शांत झाला नव्हता. त्याने फोन कमोडमध्ये टाकून फ्लश केला. टॉयलेटमधून बाहेर पडला तेव्हा राग थोडासा थंडावला होता, पण मनामधील भावनांचं तुफान शमलं नव्हतं.

खाली भिंतीला टेकून बसलेला वसीम कालिया चरस भरलेली विडी ओढत होता. त्याने लकीला ''चिडायला काय झालं'', असं विचारलं. फोनची काय हालत केली हे लकीने सांगताच कालिया ताडकन उठून उभा राहिला.

''कमांडो भाई, तुझ्यासाठी लपवून फोन आणण्यासाठी मी एक लाख रुपये खर्च केले!'' तो ओरडला.

लकीने निर्विकारपणे खांदे उडवले. आज त्याला कसलीच फिकीर वाटत नव्हती. प्रेयसीबरोबर बोलण्यासाठी त्याने वसीमकडे फोनची मागणी केली होती. बहुतेक लोकांप्रमाणे तिलाही लकीची खरी ओळख माहीत नव्हती.

आपल्या लोकांना सांगून वसीमने लकीसाठी तातडीने फोनची सोय केली होती. महागडा फोन आणि तो वसीमपर्यंत पोहोचवण्यासाठी मदत करणाऱ्या हवालदारांना बक्षिसी.

फोन मिळताक्षणी लकीने अश्मिता भंडारीला कॉल केला. तो अतिशय आतुरतेने तिचा आवाज ऐकायची वाट पाहत होता. तिने फोन घेतला. लकीने तिचा आवाज काळजात साठवून घेतला. काही क्षण अस्वस्थ शांततेत गेले. लकी एकही शब्द बोलला नव्हता, पण कोणाचा फोन हे तिने न सांगताच ओळखलं होतं.

"मी बोलतोय," अखेर तो म्हणाला.

तिने फटकन फोन बंद केला. त्यानंतर त्याने तीन वेळा फोन केला पण तिने तो घेतला नाही. लकीचा पारा चढायला लागला. त्याने मेसेज पाठवला : 'माझ्याशी एकदाच बोल. फक्त एकदाच!'

पुढची पाच मिनिटं काहीच घडलं नाही. लकी श्वास रोधून वाट पाहत होता. अखेर मेसेजचा बीप आवाज आला.

'मला फोन करू नकोस.'

आणखी एक बीप!

'ह्यापुढे कधीही माझ्याशी संपर्क करू नकोस. तुझ्यासारख्या खोटारड्या गँगस्टरशी संबंध ठेवायचा नाही मला.'

लकीने दीर्घ नि:श्वास सोडला. अश्मिताला प्रथम पाहिलं तो दिवस त्याला आठवला. मार्च २००६. इस्रायलमधील प्रशिक्षणानंतर तो छोट्या सुट्टीवर गावी आला होता. आईसाठी काही सामान आणण्यासाठी बाजारात जात असताना समोर स्कूटरवरून येताना ती दिसली. तिच्या प्रथम दर्शनाने लकी मंत्रमुग्ध झाला. बाइक वळवून त्याने तिचा पाठलाग केला. चार मजली इमारतीशी स्कूटर लावून ती आत गेली. दारावर बोर्ड होता : शर्मा कोचिंग क्लासेस, दहावी ते बारावी आणि पदवी.

आत्ता चार वाजले होते. क्लास संपेपर्यंत ती बाहेर येणार नाही हे लकीला माहीत होतं. बाजूलाच चहाची टपरी होती. लकी तिथेच चहा घेऊन तिची वाट पाहत बसला. दोन तास आणि सात कप चहानंतर ती बाहेर आली. सोबत मैत्रीणही होती. दोघी थोडा वेळ स्कूटरजवळ गप्पा मारत उभ्या होत्या. लकीने घाईघाईने चहाचं बिल दिलं. तिला नीट पाहता यावं म्हणून तो गेटच्या जवळ गेला.

मैत्रिणीबरोबर हसतखिदळत गप्पा चालल्या होत्या. गोड हास्यामुळे तिचं सौंदर्य अधिकच खुलून दिसत होतं. काळेभोर केस मानेवर बांधले होते. अंगावरचा ड्रेस सावळ्या सुंदर कांतीवर शोभून दिसत होता. तिच्या देखण्या रूपाकडे लकी मोहित होऊन पाहत राहिला.

क्लासच्या इमारतीमधून एक तरुण बाहेर आला. त्या दोघींशी थोडा वेळ बोलून तो गेटकडे जात असताना लकीने त्याला गाठलं. तो चांगलाच दचकला. लकी त्याच्याकडे पाहून आश्वासक हसला आणि त्याच्या खांद्यावर हात टाकून त्याने विचारलं, "त्या दोघींना तू कसं ओळखतोस?"

"एकाच कोचिंग क्लासमध्ये आहोत आम्ही." तो उत्तरला.

लकी दोघींपैकी एकीचा नातेवाईक आहे आणि आपली त्या मुलींशी मैत्री त्याला आवडलेली नाही ह्या विचाराने तो बिचारा घाबरला.

"कोणत्या वर्गात आहात तुम्ही?" लकीने विचारलं.

''बी.एस्सी. पहिलं वर्ष.''

लकीने पाकिटातून पाचशेची नोट काढली. ''ही नोट मला त्रास देते आहे. मला नको आहे ती. पिवळ्या ड्रेसवाल्या मुलीविषयी आणखी माहिती देतोस का?''

हे ऐकून तरुणाचा चेहरा खुलला. त्याने मागे वळून दोघींकडे पाहिलं आणि मान डोलावली. त्याने लकीला हवी ती माहिती, तिचा फोन नंबरही दिला. 'नंबर कुठून मिळाला असं तिने विचारलं तर माझं नाव सांगू नकोस' असं वचनही लकीकडून घेतलं. लकीने होकार देताच पाचशेची नोट घेऊन तो गेला.

तिचं नाव होतं अश्मिता भंडारी. संध्याकाळी घरी पोहोचल्याबरोबर लकीने तिला फोन केला. तिने हॅलो म्हटलं खरं, पण नंबर कोणी दिला हे कळेपर्यंत पुढे बोलायला ती तयार नव्हती. लकी पेचात सापडला. मुलाचं नाव सांगायचं, अन्यथा तिला गमवायचं हे दोनच पर्याय त्याच्या पुढे होते. एरवी त्याने कधीच वचन मोडलं नसतं, पण प्रेमात आणि युद्धात सारं क्षम्य असतं. साहजिकच त्याने पहिला पर्याय निवडला.

पहिल्या संभाषणात पहिली भेट ठरली. आणि पहिल्या भेटींनंतर ते दोन महिन्यांच्या कालावधीत वारंवार भेटत राहिले. आपली खरी ओळख गुप्त ठेवायची असल्यामुळे 'माझं नाव अनुज त्रिवेदी असून दिल्लीला कॉल सेंटरमध्ये काम करतो,' अशी थाप लकीने मारली. त्यांचं नातं फुलत होतं, मैत्रीपेक्षा अधिक काहीतरी घडायची चिन्हं दिसत असतानाच लकीला कामावर हजर व्हायची सूचना मिळाली.

ड्यूटीवर असतानासुद्धा लकी तिच्या बरोबर संपर्क करत होता. त्याची कॉल सेंटरची 'बनावट नोकरी' चालू होती. पण परगईच्या हत्येनंतर प्रसिद्धी माध्यमांमध्ये लकीला अफाट प्रसिद्धी मिळाली. हत्येमध्ये लकीचा हात, माफियाबरोबर त्याचे संबंध वगैरे बातम्या वाचून अश्मिता भयचकित झाली. लकी उर्फ अनुज त्रिवेदीने आपल्याला फसवलं, तो साफ खोटं बोलला हे समजल्यावर ती प्रचंड दुखावली.

अश्मिताने संबंध तोडल्यामुळे लकी कमालीचा निराश झाला. न्यायालयीन सुनावणीनंतर तुरुंगात परतल्यावर त्याने जाहीर केलं, 'कैद्यांना भेटायला येणाऱ्यांकडून पोलिसांनी बक्षीस किंवा लाच उकळायची नाही.'

लकी आपला राग इतरांवर काढत होता. आळा घातला नाही तर त्याचा त्रास वाढतच जाईल असं जेलरला वाटत होतं. बक्षीस द्यायची प्रथा पूर्वापार चालत आली होती. ती बंद करण्यासाठी लकी इतर कैद्यांना उकसावतो आहे हे पाहून जेलरने त्याला एकांतवासाची शिक्षा दिली. कोणीही त्याच्याशी संबंध ठेवायचे नाहीत, त्याच्या आसपासही फिरकायचं नाही अशी सर्वांना ताकीद दिली. एकाकी पडलेला लकी अश्मिताच्या आठवणींत बुडून गेला. सतत तिचे विचार त्याच्या मनामध्ये घोळत असायचे. अश्मिताप्रमाणे एजन्सीनेही त्याच्याशी संबंध तोडले असं दिसत होतं. त्याच्या मागे संकटांची मालिकाच सुरू होती.

वीस

अंतिम मुक्काम

सप्टेंबर २०११

एजंट लिमाने परगई आणि राजूबरोबर सलोख्याचे संबंध प्रस्थापित केले. पण हे संबंध गुप्त राहावेत ह्याची काळजी घ्यायची होती. त्यांना मारल्यानंतर एजंट लिमाला कोणी साक्षीदार किंवा कुजबुज नको होती. परगई आणि आर्यने कुटुंबीय किंवा सहकाऱ्यांना आपल्याविषयी फारशी माहिती देऊ नये ह्यासाठी लिमाने एक योजना आखली.

लक्ष्यावर मानसिक दबाव टाकून त्याला आपल्या अधीन कसं करायचं ही कला लिमाने उत्तम प्रकारे साध्य केली होती. त्यावर प्रभुत्व मिळवलं होतं. शस्त्रास्त्र चालवण्यात तो जितका माहिर होता, तितकाच लोकांच्या मानसिकतेला हवं तसं खेळवण्यात हुशार होता. प्रतिस्पर्ध्याच्या चिलखतामध्ये किमान एकतरी फट असतेच. शत्रूमध्ये कमतरता किंवा दोष असतो आणि त्याच्यामधील ह्या कमतरतेचा वापर करून शत्रूला नामोहरम करता येतं हे तो एजन्सीमध्ये शिकला होता. आर्यच्या चिलखताला तर मोठं भोक पडलं होतं.

चित्रपटसृष्टी आणि बॉलीवुडच्या झगमगाटामुळे आर्यचे डोळे दिपायचे. त्याला चित्रपटात नायकाच्या भूमिकेत चमकायचं होतं. बॉलीवुड चित्रपटातील लोकप्रिय प्रसंग अभिनित करून तो आपल्या सोशल मीडिया अकाउंटवर टाकायचा. त्याला अनेक फॉलोअरही मिळाले होते.

चित्रपटाविषयी चर्चा करण्यासाठी लिमाने आर्यला एका रेस्टॉरंटमध्ये भेटायला बोलावलं. बॉलीवुडचं नाव काढताच तो क्षणार्धात तयार झाला, तेही परगईला न

सांगता. परगई त्याच्या बॉलीवुड वेडाची कायम टर उडवायचा. शिवाय त्याला खरोखरच चित्रपटसृष्टीत संधी मिळाली तर आपल्या मुठीतून तो निसटून जाईल ह्याची त्याला खात्री होती.

''मुंबईमधील एका प्रसिद्ध चित्रपट निर्मात्याला नवा चेहरा हवा आहे. माझा त्याच्याशी चांगला परिचय आहे. चित्रपट डोंगराळ भागामध्ये घडतो त्यामुळे त्याला देखणा पहाडी हिरो हवा आहे. असा कोणी तुझ्या माहितीत आहे का?'' लिमाने विचारलं.

आर्यने काही वेळ विचार केला. मग तो सावरून बसला आणि म्हणाला, ''*कोणी* कशाला? हिरो तुझ्या समोरच बसला आहे.''

लिमाने आश्चर्य वाटल्याचं नाटक केलं. मग हसून म्हणाला, ''अरेच्चा! मला हे कसं सुचलं नाही?''

''मी तुझे बरेच व्हिडिओ पाहिले आहेत. खूप आवडले मला.'' लिमा मजेत आर्यची फिरकी घेत होता. स्तुती ऐकून आर्यचा अभिमानाने फुललेला चेहरा पाहून लिमाने कसंबसं हसू आवरलं. खरं तर आर्यचे व्हिडियो अत्यंत हास्यास्पद होते.

''तुझ्यासारख्या देखण्या तरूणाबरोबर काम करायला चित्रपटसृष्टीतील कितीतरी नायिका तयार होतील,'' आर्यच्या गर्वाचा फुगा लिमाने आणखी फुगवला.

''मला वाटतं करीनाबरोबर छान दिसशील तू किंवा दीपिका..'' लिमाने त्याला आणखी चढवलं.

आर्यचा आनंद गगनात मावेना. ही बातमी गुप्त ठेवायची असं लिमाने बजावलं. 'बॉलीवुडमध्ये माझ्या ओळखी आहेत हे समजलं तर बाकीचेही माझ्यामागे लागतील.' ह्यावर दोघांचं एकमत झाल्यानंतर मीटिंग संपली.

रेस्टॉरंटमधून निघाला तेव्हा अमित हवेत तरंगत होता. मोठ्या चित्रपटात मुख्य नायकाची भूमिका आणि चित्रपटसृष्टीतील लावण्यखनींबरोबर काम करण्याची संधी ह्यामुळे तो कमालीचा खूश झाला होता. एवढा खतरनाक खुनी, पण इतका मूर्ख कसा असे विचार लिमाच्या मनात घोळत होते.

लिमाने चिकन तंगडीचा शेवटचा तुकडा खाल्ला, पाणी पिऊन तो रेस्टॉरंटबाहेर पडला. आर्यनंतर क्रूरकर्मा राजू परगईलाही जाळ्यात पकडायचं होतं. लिमाने राजूला फोन करून सांगितलं, ''केवळ एक लाख दहा हजार रुपयांत तीन AK-47 रायफली मिळताहेत. तुला तपशील हवे असतील तर मला भेट.''

एका लोकप्रिय चहाच्या टपरीवर भेटायचं ठरलं. परगई आल्यानंतर वेटरने न सांगताच गरमागरम चहाचे दोन कप आणले. लिमाने परगईला रायफली खरेदीचे बारीकसारीक तपशील सांगितले. खरेदीसाठी पार उत्तराखंड-चंदीगडच्या सीमेजवळ जायला लागेल असंही सांगितलं. रोख पैसे देऊन व्यवहार होईल हेही स्पष्ट केलं.

''कलाश्निकोव्हसाठी पैशांची कमतरता पडणार नाही.'' असं म्हणून राजूने डोळा मारला.

लिमाचा हात घट्ट पकडून तो काहीशा कठोर स्वरात म्हणाला, ''आधी त्या तीन कलाश्निकोव्हचे फोटो बघायचे आहेत. आणि रायफलींच्या बाजूला माझं नाव आणि आजची तारीख लिहिलेला कागदही असेल तर बरं होईल.''

राजू मूर्ख नव्हता. कमालीचा तल्लख होता तो. ताकदीबरोबरच बुद्धीसाठीही प्रसिद्ध होता. पण लिमाही कमी नव्हता. एजन्सीचा उच्च स्तरीय अनुभवी अधिकारी होता. कितीही हूशार गुंड असला तरी त्याला कसं खेळवायचं हे लिमाला बरोबर माहीत होतं. परगई अशी अट घालणार ह्याचा अंदाज त्याला होता, त्यामुळे तीन AK-47 रायफलींचे फोटो पाठवायची सूचना एजन्सीला दिली होती. आता फक्त परगईचं नाव आणि आजची तारीख लिहिलेला कागद मिळवणं बाकी होतं.

''हो, नक्की देतो. उद्यापर्यंत मिळतील फोटो.'' लिमा म्हणाला.

''आपली मैत्री आणि सीमेजवळ जायची योजना ह्याविषयी कुठेही वाच्यता करू नकोस. नको त्या लोकांना समजलं तर गडबड होईल,'' आर्यप्रमाणे त्याने परगईलाही बजावलं. परगईने अंगठा दाखवून 'ठीक आहे' म्हटलं आणि निघून गेला. त्याने चहाचे पैसे दिले नाहीत. अर्थात ते मागायचं धाडसही कोणी केलं नसतं.

लिमा खोलीवर परतला. खिशातील वस्तू टेबलवर फेकून त्याने गादीवर अंग टाकलं. राज्यातील सर्वांत भीतिदायक गुन्हेगारांना जराही संशय येऊ न देता फसवायचं ही सोपी गोष्ट नव्हती. मनावर आलेला ताण घालवण्यासाठी तो दहा मिनिटं शांत पडून राहिला. श्वासोच्छ्वास नियमित झाल्यानंतर पुढची चाल कोणती खेळावी ह्यावर तो विचार करायला लागला.

५ सप्टेंबर २०११. संध्याकाळची वेळ. एजंट लिमा एका कॉफी शॉपजवळ परगई आणि आर्यची वाट पाहत उभा होता. लिमाने नव्याकोऱ्या चकचकीत तीन AK-47 रायफलींचे फोटो आणि त्याचं नाव आणि तारीख लिहिलेला कागद दाखवल्यापासून परगई घायकुतीला आला होता. कधी एकदा रायफली आपल्या हाती येतात असं त्याला झालं होतं.

AK-47चा व्यवहार पूर्ण करण्यासाठी निघायचं आहे, कॉफी शॉपजवळ भेटा हे लिमाने दोघांना काल फोन करून सांगितलं होतं. कॉफी शॉपच्या परिसरात कुठेही CCTV नाही ह्याची त्याने खात्री करून घेतली होती. एजन्सीने मोहिमेशी संबंधित प्रत्येक व्यक्तीचा, खास करून शिवलचा, फोन टॅप केला होता. सुरक्षा अधिक कडक करण्यासाठी लिमाने आपल्या खास माणसांना सावधपणे आपल्यावर नजर ठेवायला सांगितलं होतं. लिमाच्या ह्या गुप्तहेरांची एजन्सीलाही माहिती नव्हती. कॉफी शॉपच्या नावाच्या बोर्डवरच्या दिव्याची उघडझाप चालू होती.

जीन्समध्ये लपवलेलं नऊ मिलीमीटर लांबीचं पिस्तूल लिमाने चाचपून पाहिलं. भरलेलं आणि लॉक केलेलं पिस्तूल वापरण्यासाठी तयार होतं. परगई आणि आर्यला दुष्कर्मांची शिक्षा द्यायला फारच उशीर झाला होता. अखेर आज हे काम लिमाचं पिस्तूल करणार होतं. भेटीची नियोजित वेळ उलटून अर्धा तास झाला होता. पण त्या दोघांनाही फोन करणं त्याने आज कटाक्षाने टाळलं होतं. पुढे खुनाच्या दिवशी आलेले फोन पोलीस सर्वप्रथम तपासणार हे नक्की. लिमा शांतपणे वाट पाहत होता. वेगाने आलेली सफेद रंगाची फोर्ड करकचून ब्रेक मारून कॉफी शॉपजवळ थांबली. लिमाने प्रदीर्घ श्वास घेऊन योजनेची पुन्हा एकदा मनामध्ये उजळणी केली. परगई आणि अमित लिमाजवळ आले. लिमाने हळूच विचारलं, ''तुमची पिस्तुलं आणली आहेत ना?'' परगईने मान डोलावली.

''रायफलींच्या व्यवहारात गडबड होण्याची शक्यता असते,'' लिमा म्हणाला.

उशीर का झाला असं विचारता परगईने मित्राच्या मुलाच्या वाढदिवसाचं कारण दिलं.

''ठीक आहे. पण पार्टीतून लवकर निघताना कुठे जायचंय हे मित्राला सांगितलं नाही ना?''

''नाही भाई, मी दुसरीच सबब सांगितली.''

हे ऐकून लिमा हसला. ''तुमची पिस्तुलं व्यवस्थित सर्व्हिसिंग केलेली आहेत ना?'' त्याने विचारलं.

पिस्तुलांची सर्व्हिसिंग करणं अत्यावश्यक आहे, कधी वापरावी लागतील सांगता येत नाही ह्या गोष्टीवर लिमाने भर दिला. परगईला त्याचं म्हणणं पटलं. त्याने पिस्तुलं घेऊन अमितला जवळच्या सर्व्हिस सेंटरवर जायला सांगितलं.

''राजू भाई, त्याची गरज नाही. मी चेक करतो पिस्तुलं.'' लिमा म्हणाला.

परगईने पहिल्याच भेटीमध्ये लिमाचं हत्यारं हाताळण्यामधील अफाट कौशल्य पाहिलं होतं. त्यामुळे त्याने जराही विचार न करता पिस्तुलं लिमाच्या हाती दिली. आर्यला जवळच्या पानाच्या दुकानावर गुटख्याची पाकिटं आणायला पिटाळलं. पूर्ण प्रवासभर पुरेल इतका साठा सोबत घ्यायचा होता. पिस्तुलं निरुपयोगी करण्यासाठी लिमाला काही मिनिटांचा एकांत हवा होता. अमित गेल्याने त्याचं अर्धं काम झालं होतं.

''राजू भाई, तीन AK-47 रायफली तुम्हाला अगदी स्वस्तात मिळताहेत. पार्टी तर हवीच.'' लिमाने सूतोवाच केलं.

''काय हवंय? चिकन? कबाब? की आणखी काही?'' परगईने तर्जनी नाकावर टेकवून विचारलं.

''आत्ता आइसक्रीम चालेल.''

रस्त्याच्या पलीकडे आइसक्रीम पार्लर होतं. परगई डुलत डुलत तिकडे गेला.

कसब पणाला लावून पिस्तुलांचं अक्षरश: भंगारामध्ये रूपांतर करण्यासाठी लिमाने दोघांना कटवलं होतं. काही मिनिटांच्या अवधीत हे काम करायचं होतं. त्याने दोन्ही पिस्तुलांचं सेफ्टी लॉक उघडलं. पिस्टन एक्स्टेंशन बाजूला करून फायरिंग पिना काढून टाकल्या. फायरिंग पिनांविना पिस्तुलांचा उपयोग शून्य होता.

लिमाचं हस्तकौशल्य संपतंय तोच आर्य परतला. त्याने गाडीत डोकावून पाहिलं. लिमाच्या हातातील दोन्ही पिस्तुलं व्यवस्थित जोडून पूर्ववत झाली होती. तेवढ्यात परगईही आलाच. लिमाने दोघांची पिस्तुलं परत केली. परगईने हात पुढे करून लिमाला आइसक्रीम दिलं.

"आणि मला आइसक्रीम, राजू भाई?" आर्यने लहान मुलासारखी तक्रार केली.

परगई आणि लिमा एकमेकांकडे पाहून हसत सुटले. लिमाने परगईचा हात आर्यकडे वळवला.

"हे माझं आइसक्रीम घे." लिमा म्हणाला.

बहुधा एजंट लिमाला त्याची अंतिम इच्छा पूर्ण करायची होती. त्याच्या मते मूळ हेतूच्या तुलनेत स्ट्रॉबेरी कोनचा त्याग अतिशय किरकोळ होता. तिघं गाडीमध्ये स्थानापन्न झाले. परगईने गाडी चालू केली आणि वेगाने पुढे काढली. दोघांच्या अखेरच्या प्रवासाला सुरुवात झाली. लिमाच्या चेहऱ्यावर हास्य पसरलं.

एकवीस

एकांतवासातील कैद

एप्रिल २०१२

वेगळ्या कोठडीत टाकल्यामुळे संतापलेला लकी जेलरचा बदला घेण्यासाठी तडफडत होता. *तनहाईमध्ये* एकांतवासाचं जेलमधील नाव टाकल्यामुळे लकीचा अपमान झाला होता. अन्य कैद्यांशी संपर्क तुटल्यामुळे तो अतिशय बेचैन झाला होता. जेलरच्या कानाखाली सणसणीत थप्पड मारायची ऊर्मी त्याला स्वस्थ बसू देत नव्हती.

हवालदार त्याचं जेवण घेऊन आला. लकीने विचारलं, ‘‘माझा एक निरोप वसीम कालियाला देशील का?’’

‘‘कोणता निरोप?’’

‘‘वसीमला सांग मला फोन कर.’’

हे ऐकून हवालदार शक्क झाला. खरं तर लकीने चक्क थाप मारली, पण हवालदारला ती खरी वाटली होती. तोंड बंद ठेवावं म्हणून लकीने पाचशेची नोटही हवालदाराच्या खिशात सरकवली. आता तर लकीजवळ फोन आहे ह्याबद्दल हवालदाराच्या मनामध्ये जराही शंका उरली नाही. तडक जेलरकडे जाऊन त्याने लकीने वसीमसाठी दिलेल्या निरोपाबद्दल सांगितलं. लकीच्या कोठडीत फोन शोधायला जायचं असं जेलरने ठरवलं. लकीच्या जाळ्यात आपण अलगद फसतो आहोत ह्याची त्याला अजिबात कल्पना आली नाही.

जेलर येण्यापूर्वीच लकीचा पारा भयंकर चढला होता. अश्मिताने झिडकारल्यामुळे तो दातओठ खाऊन भिंतीवर लाथा मारून राग काढत होता. कधी एकदा जेलरचं

थोबाड फोडतो असं त्याला झालं होतं. अखेर जेलरच्या आगमनाची चाहूल लागली. सोबत पाचसहा पोलीस असावेत. सर्वांच्या बुटांचा आवाज येत होता.

जेलर लोखंडी दरवाजा उघडून कोठडीत आला. सोबत दोन पोलीस. बाकीचे दाराजवळच खडा पहारा देत होते.

जेलर जवळ आला. लकीने मूठ घट्ट आवळली आणि त्याच्या तोंडावर जोरदार बुक्का मारला. जेलर कोलमडून खाली पडला. लकी आवेशाने त्याच्या अंगावर धावून गेला. दारात उभे असलेले चारही पोलीस धावत आत आले आणि त्यांनी लकीला जखडून ठेवलं. सोबतच्या दोन पोलिसांनी रक्तबंबाळ झालेल्या जेलरला बखोटीला धरून उचललं आणि बाहेर घेऊन गेले.

लकीने जेलरला मारल्याची बातमी वणव्यासारखी सर्वदूर पसरली. त्याचे सहकैदी सुनावणीसाठी न्यायालयात गेले की तिथे अन्य जेलमधून आलेल्या कैद्यांना लकीचा पराक्रम सांगत. उत्तराखंडच्या एकूणएक तुरुंगांमधील कैद्यांना लकीने एकाच ठोशात जेलरचं नाक फोडलं ही खळबळजनक घटना समजली.

जेलरची अवस्था बिकट होती. अतिशय खजील झाला होता तो. जखम थोडी बरी होईपर्यंत दोन दिवस तो तुरुंगाकडे फिरकला नाही. एव्हाना लकीचा राग शमला होता. आपल्या हातून चूक झाली असा पश्चात्ताप होत होता.

त्या घटनेनंतर तीन दिवसांनी हवालदार, त्यांचे वरिष्ठ अधिकारी संपूर्ण तुरुंगाची पाहणी करायला आले. प्रत्येक कोठडीची कसून तपासणी चालू होती. एकांतवासातील लकीसमोरच्या कोठडीची जरा जास्तच काळजीपूर्वक पाहणी झाली. लकीला ही धावपळ का चालली आहे ह्याचा सुगावा लागला होता. देशातील 'मोस्ट वॉन्टेड' गुन्हेगारांपैकी एक प्रकाश पांडेला तिहार तुरुंगातून इथे आणलं जाणार होतं.

दुसऱ्या दिवशी सकाळी अकरा वाजता बऱ्याच पोलिसांनी आणि वरिष्ठ इन्स्पेक्टरनी कॉरिडॉरमध्ये दोन रांगा लावल्या. रांगांमधून एक वॉर्डन बॅग ओढत पुढे जात होता. त्याच्या मागे हातकड्या घातलेली व्यक्ती चालत होती. दोन्ही बाजूंना उभ्या असलेल्या पोलिसांप्रमाणे त्या व्यक्तीचा चेहराही गंभीर आणि करारी दिसत होता. हाच तो कुप्रसिद्ध अंडरवर्ल्ड डॉन प्रकाश पांडे.

दीर्घ काळ देशातील 'मोस्ट वॉन्टेड' गुन्हेगारांच्या यादीत असलेल्या पांडेला अखेर व्हिएतनाममध्ये पकडण्यात यश आलं. तिथे विजय शर्मा ह्या खोट्या नावाने तो मजुरी करत होता. त्याच्या खात्यावर तब्बल चौतीस गुन्ह्यांची नोंद होती. त्यांपैकी तेरा मुंबई न्यायालयाच्या आणि बाकीचे उत्तराखंडाच्या अखत्यारीत येत होते. खंडणी, अपहरण ते एसीपीची हत्या... अशा विविध गुन्ह्यांसाठी तो पोलिसांना हवा होता.

प्रकाश पांडे उर्फ बंटी पांडे मूळ नैनीतालचा. माफिया जगतात त्याने वेगाने प्रगती केली. बनावट चलन रॅकेटमध्ये त्याचा हात होता. छोटा शकील आणि दाऊद इब्राहिम ह्या दोन माफिया किंगसाठी तो काम करायचा अशी माहिती होती. दिल्ली पोलीसचे एन्काउंटर स्पेशालिस्ट एसीपी राजबिर सिंग ह्यांच्या हत्येशीही त्याचा संबंध होता.

एसीपी राजबिर सिंगनी पन्नासच्या वर एन्काऊंटर केले होते. २००० साली लाल किल्ल्यावर, तसंच २००१ साली भारतीय संसदेवर दहशतवादी हल्ला झाला. त्याच्या तपासाची जबाबदारी एसीपी राजबिर सिंगवरच सोपवली होती. प्रॉपर्टी डीलर विजय भारद्वाजच्या कार्यालयात त्यांची हत्या करण्यात आली. पन्नास लाख रुपयांवरून दोघांमध्ये वाद चालू होता. २४ मार्च २००८ रोजी भारद्वाजने त्यांना आपल्या कार्यालयात बोलावलं. एका ड्रिंकनंतर दोघांची पैशांवरून बाचाबाची सुरू झाली. रागाच्या भरात भारद्वाजने राजबिरवर दोन गोळ्या झाडल्या. ते जागीच ठार झाले. ही घटना घडली तेव्हा प्रकाश पांडेची माणसं भारद्वाजच्या कार्यालयात उपस्थित होती, अशी माहिती बाहेर आली.

मध्यम उंचीच्या पांडेचं पोट सुटलं होतं. कोठडीत प्रवेश करताना त्याने मागे वळून लकीकडे पाहिलं. सर्वसाधारण नागरिकाप्रमाणे दिसणाऱ्या पांडेने एवढे भयंकर गुन्हे केले आहेत हे खरंही वाटलं नसतं. तो लकीकडे वारंवार कटाक्ष टाकत होता. ते पाहून लकी अस्वस्थ झाला. अखेर पांडे म्हणाला, ''केवळ विशाल वृक्षाखालीच तुला सावली मिळेल.''

पांडेच्या म्हणण्यातील गर्भितार्थ समजायला लकीला फारसा वेळ लागला नाही. उत्तराखंडमध्ये आपलं जाळं पसरवण्यासाठी त्याला लकीची मदत हवी होती. त्या बदल्यात अंडरवर्ल्डमधील वजन आणि प्रचंड ताकदीचा वापर करून तो लकीची तुरुंगातून सुटका करायची व्यवस्था करणार होता. ''ह्या प्रस्तावावर विचार करतो'' असं लकी म्हणाला.

पांडेने सुरू केलेलं संभाषण अर्ध्या तासापेक्षाही जास्त वेळ चालू राहिलं. 'तिहारमधून तुला इथे का आणलं' एवढा एकच प्रश्न लकीने विचारला पण पांडेने आपला संपूर्ण इतिहासच सांगायला सुरुवात केली. दाऊद, छोटा राजनविषयी बोलून झालं. त्या दोघांमध्ये वितुष्ट आल्यानंतर पांडेने छोटा राजनची बाजू घेतली. २००१ साली छोटा शकीलवर हल्ला करायची योजना आखली होती. असं खूप काही सांगून झालं. पांडेचं एका मुलीवर जिवापाड प्रेम होतं, पण आता ती त्याचं नावही घेत नाही ही दुखभरी कहाणीही लकीला सांगितली.

हे ऐकून लकी कोठडीच्या गजांजवळ आला. ''पांडे भाई, आपण समदुःखी आहोत. माझाही प्रेमभंग झाला आहे.'' तो म्हणाला.

ह्यानंतर दोघंही आपल्या दुरावलेल्या प्रेयसींच्या आठवणींत बुडून गेले. एका हवालदाराने त्यांना भानावर आणलं. ''लकीला भेटायला कोणीतरी आलं असून मुलाकात रूममध्ये तो लकीची वाट पाहात आहे.'' त्याने सांगितलं.

''कोण आलं आहे?'' लकीने उत्सुकतेने विचारलं.

''मला माहीत नाही. एखाद्या खेळाडूसारखा दिसतोय.''

हवालदाराने कुलूप काढलं. लकी लगेच उठला. पँट झटकून लगबगीने मुलाकात रूमकडे निघाला. एजन्सीचाच माणूस भेटायला आला आहे ह्याची त्याला खात्री वाटत होती.

बावीस

अनपेक्षित पाहुणे

मुलाकात रूममध्ये साधारण त्याच्याच वयाचा तरुण आला होता. त्याने दिलेली वाईट बातमी ऐकून लकीचा आपल्या कानांवर विश्वास बसेना. लकीने एजन्सीच्या पासकोडची खात्री करून घेतली होती. नंतर काही वेळ तो तरुण मूकपणे बसून राहिला. लकीला ती बातमी कशी सांगावी ह्याचा त्याला भयंकर ताण आला होता.

भयाण शांततेमुळे लकीलाही चिंता वाटायला लागली. अखेर पाहुण्याने तोंड उघडलं. 'कसा आहेस? कायदेशीर सल्ल्यासाठी मदत हवी का?' अशी चौकशी केली. लकी उपहासाने म्हणाला, "फार छान चाललं आहे माझं. मला इथून बाहेर काढा. बस्स, इतकंच मागणं आहे."

हे ऐकून त्याची नजर खाली झुकली. अखेर नाइलाजाने त्याने ती बातमी लकीला सांगितली, "तू कामावर नाहीस तोपर्यंत सरकारने तुझ्या पगारात कपात करायचा निर्णय घेतला आहे."

"किती पगार कापणार?"

"ह्या महिन्यापासून बेसिक पगार दिला जाईल."

लकीने डोळे विस्फारून खांदे उडवले. नंतर मनात हिशेब करून म्हणाला, "ते बेसिक अकरा हजार तुझ्या सन्माननीय *सरकारला* गांडीत घालायला सांग."

लकीचा संतापलेला आवाज रिकाम्या खोलीत घुमला. खजील झालेल्या पाहुण्याने गयावया करून लकीला शांत व्हायला सांगितलं. "मला एजन्सीच्या दयेची गरज नाही. प्रत्येक सुनावणीला मला वकिलाची फी भरावी लागते. तेवीस हजार रुपये! त्यासाठी मला पूर्ण पगार हवा." लकी कडाडला.

''मी फक्त निरोप्याचं काम केलं.'' तरुण म्हणाला.

लकीला त्याचं म्हणणं पटलं. तोही त्याच्यासारखाच हतबल होता. परिस्थिती बदलणं त्याच्याही हाती नव्हतंच. एजन्सीने त्याच्यासाठी फळं आणि बिस्किटं पाठवली होती. पण लकीने ती स्वीकारायला नकार दिला.

''त्यांनाच परत दे. त्यांचे थोडे पैसे वाचतील.'' लकी फाडकन म्हणाला.

पाहुणा पाय ओढत निघाला. तेवढ्यात लकीने त्याला हाक मारली. ''माझं एक काम करशील?'' लकीने विचारलं. वाईट बातमी देऊन लकीला नाराज केलं म्हणून पाहुण्याचं मन खात होतंच. त्याच्या उपयोगी पडायची संधी त्याने सोडली नाही. त्याने होकार देताच लकीने अश्मिताचा नंबर दिला.

''ह्या मुलीला फोन कर. तिला सांग, टीव्ही, वृत्तपत्रांमध्ये माझ्याविषयी सांगितल्या जाणाऱ्या सर्व गोष्टी खोट्या आहेत. मला फक्त एकदाच भेटण्यासाठी तयार कर तिला.''

''मी सर्वतोपरी प्रयत्न करतो,'' असं आश्वासन देऊन निरोप्या गेला. लकी आपल्या कोठडीत परतला. आपल्याला तुरुंगातून सोडवण्यासाठी एजन्सी असमर्थ ठरली ह्याचा लकीला प्रचंड संताप आला होता. एजन्सीविषयीचा तिरस्कार वाढत चालला. एजन्सी आपल्याला सोडवेल ही आशा मावळली.

संध्याकाळी जेलरने लकीला आपल्या कार्यालयात बोलावलं. लकीने नाकावर मारलेल्या *त्या* बुक्क्यानंतर आज प्रथमच ते कामावर आले होते. आज जेलरही आपल्या नाकावर ठोसा मारणार ह्याविषयी लकीला जराही संशय नव्हता. हातपाय बांधून हवालदार आपल्याला मरेस्तोवर तुडवणार असे विचार करत लकी जेलरच्या कार्यालयात गेला.

पण झालं उलटंच. जेलरने त्याला बसण्याची विनंती केली. नंतर वडीलकीच्या नात्याने त्याची प्रेमळ कानउघाडणी केली, ''तुरुंगातील खतरनाक गुंडांपासून दूर रहा. तुझ्या कुटुंबाला समाजात प्रतिष्ठा आहे. ह्या अट्टल गुन्हेगारांच्या आहारी जाऊ नकोस. त्यांच्या वाईट प्रभावामुळे तुझं नुकसान होईल.''

''शिवाय तू आपल्याच सरकारविरुद्ध कसा काय बंड करू शकतोस? तू आमच्यापैकीच एक आहेस. खरंय ना हे?'' जेलरने समुपदेशनाचा समारोप केला.

लकीने मान डोलावली. ''त्या दिवशी काही वैयक्तिक कारणामुळे माझी मन:स्थिती ठीक नव्हती. तो राग तुमच्यावर काढायला नको होता,'' असं सांगून जेलरची माफीही मागितली. त्यांनीही उदार अंत:करणाने क्षमा केली. लकी तिथून निघाला. दाराजवळ पोहोचला तोच जेलरने उपदेशाचे आणखी डोस पाजले.

''गुन्हेगारी जग असीम, अफाट आहे. माणूस एकदा त्यामध्ये पडला की त्या गाळात रुतत जातो. नंतर बाहेर पडणं मुश्किल होतं.''

लकी क्षणभर थबकला, नंतर विनम्रपणे मान हलवून बाहेर पडला. 'पांडेच्या ऑफर फारशा मनावर घेऊ नकोस. एकदा गुन्हेगारी जगाच्या भूलभुलैयात अडकलास की परतीचे मार्ग बंद होतील' हेच जेलरने त्याला आडवळणाने सांगितलं होतं. लकीला त्याचा इशारा समजला.

दरम्यान लकीचे मित्र आणि त्याच्याशी अगदी ओझरती ओळख असलेले लोकही संधीचा फायदा घेऊन लकीच्या नावाने मोठमोठे उद्योगपती, बिल्डर यांच्याकडून जबरदस्त खंडणी उकळायला लागले होते. मोठ्या प्रमाणात जुगारी अड्डे अस्तित्वात आले होते आणि त्यामध्येही ह्या मंडळींनी आपला हिस्सा ठेवला होता. मीडियाने 'क्रूरकर्मा मारेकरी, सराईत गुन्हेगार' म्हणून लकीची एवढी बदनामी केली होती की *कमांडर भाईचं* नुसतं नाव घेतलं तरी सारे मुकाट्याने पैसे देत असत. एजन्सीच्या माणसाला भेटून परतताना एका कैद्याने लकीला ही माहिती दिली होती, पण त्याने तिकडे फारसं लक्ष दिलं नाही.

दुसऱ्या दिवशी सकाळी नाश्त्याच्या वेळी वसीमने एका कैद्याला लकीकडे एक निरोप घेऊन पाठवलं. तो धावतपळत लकीच्या विभागात आला.

''काय झालं?'' लकीने विचारलं.

''चांगली बातमी आहे.''

लकीचं काळीज धडधडलं. खूप दिवस झाले काहीच चांगलं घडलं नव्हतं.

''कमांडर भाई, राजू परगई खटल्यामधील एका सहआरोपीची काल जामिनावर सुटका झाली.''

''तो नशीबवान कोण आहे?'' लकीने अधीरपणे विचारलं.

''प्रकाश बोरा.''

निदान एका आरोपीला जामीन मिळाला हे ऐकून लकीला आनंद झाला. जामिनासाठी आपण अर्ज केला तर तो मंजूर होण्याची फार मोठी शक्यता होती. बेचाळीस दिवसांच्या आतच बोराची जामिनावर सुटका झाली. म्हणजे आपल्यालाही दोन महिन्यांच्या आत जामीन मिळेल अशी आशा त्याला वाटायला लागली. वकिलाशी ह्या विषयावर बोलायला हवं अशी लकीने मनामध्ये नोंद केली.

रात्री त्याच्या मनामध्ये अश्मिताचे विचार घोळत होते. अनेकदा विनंती करूनही तिने अतिशय उद्धटपणे त्याच्याशी बोलायला नकार दिला होता. ही गोष्ट त्याच्या काळजाला घरं पाडत होती. अहंकारही दुखावला होता. स्पष्टीकरण देण्याची, सत्य सांगण्याची एकच संधी त्याला हवी होती. उलटसुलट विचारांनी त्याची झोप उडाली. अखेर तो प्रकाश पांडेबरोबर गप्पा मारू लागला. आश्चर्य म्हणजे सकाळपर्यंत गप्पा रंगल्या. लकीला डॉन पांडेकडून दाऊदविषयी बरीच माहिती, त्याच्या राहण्याच्या संभाव्य जागा, त्याच्यासाठी काम करणाऱ्या मारेकऱ्यांची नावं वगैरे मिळाली.

दुसऱ्या दिवशी हवालदार आणखी छान बातमी घेऊन आला, ''एक मुलगी तुला भेटायला आली आहे.'' हे ऐकताच लकीच्या आनंदाला पारावर राहिला नाही. चेहरा आनंदाने फुलला. खूशखबर आणणाऱ्या हवालदाराला लगेच पाचशेची बक्षिशी दिली. 'भेटीसाठी मला निदान एक तास तरी लागेल' असा निरोपही जेलरला द्यायला सांगितलं. नंतर चांगले कपडे आणि प्युमाचे चकचकीत बूट अशी जय्यत तयारी करून लकी निघाला.

मुलाकात रूममध्ये जाताना लकी जणू हवेत तरंगत होता. रूमबाहेर पहारा देणाऱ्या हवालदाराने त्याचं स्वागत करून बक्षीश मागितली. लकी आनंदाने हसला. भेटीनंतर बक्षीश देईन असं कबूल केल्यानंतर हवालदारही खूश झाला.

निळ्या जीन्स आणि गुलाबी टीशर्टमधल्या अश्मिताला पाहून लकीचं हृदय धाडधाड उडायला लागलं. तिला पहिल्यांदा पाहिलं तेव्हाही त्याची हीच अवस्था झाली होती. गेल्या काही महिन्यांपासून झालेला त्रास तो क्षणभर विसरला. दु:खी मनावर हळुवार फुंकर घालावी असं शांत वाटलं. तिच्याशी खूप काही बोलायचं होतं. तिला खूपकाही सांगायचं होतं. एक तास अपुरा पडला असता.

''मी काय सांगते ते नीट ऐक. माझे डॅड विमा कंपनीत काम करतात. समाजात त्यांना मानाचं स्थान आहे. माझी आई प्राथमिक शाळेची मुख्याध्यापिका आहे.'' अश्मिता म्हणाली.

ह्यावर काय बोलावं हे लकीला कळेना, पण ती संभाषण कोणत्या दिशेला नेते आहे ह्याचा अंदाज त्याला आला.

अश्मिताही घाबरली होती. ती कसंबसं म्हणाली, ''माझे आ-आ-आईवडील आपल्या नात्याला कधीही परवानगी देणार नाहीत. आपण एकत्र येणं शक्य नाही. मला विसरून जा. मी तुझ्या आयुष्यात कधी आले होते हे विसरून जा.''

एवढं बोलून ती गर्रकन वळली आणि झपाट्याने खोलीबाहेर पळाली. लकीच्या हृदयाचे शतश: तुकडे झाले. विदीर्ण अंत:करणाने तोही मुलाकात रूममधून बाहेर पडला. हवालदार बक्षिशीच्या आशेने त्याच्याकडे पाहत होता.

''बक्षिशीचा विचारही करू नकोस,'' लकीने त्याच्याकडे ढुंकून पाहिलंही नाही. तो ताडताड पावलं टाकत आपल्या कोठडीत गेला. मनामधील भडास कशी आणि कोणावर काढावी ह्याचाच विचार त्याच्या डोक्यामध्ये चालू होता.

तेवीस

पुन्हा नवा तुरुंग

''कमालीच्या वाईट परिस्थितीमध्येही साथ सोडत नाही तोच तुमचा खरा निष्ठावंत साथीदार.'' प्रकाश पांडेने लकीला ज्ञानामृत पाजलं.

कोठड्यांमधील मोकळ्या जागेमध्ये तो आणि लकी आमोरासमोर बसले होते. दोघांमध्ये चहाचे दोन कप आणि खाद्यपदार्थांची प्लेट होती. तुरुंगामध्ये काही निवडक कैद्यांना बऱ्याच सुखसोयी मिळत. पांडेलाही त्या मिळत. गुन्हेगारी जगतामधील प्रदीर्घ कारकिर्दीमध्ये त्याने बरेच अनुभव घेतले होते. त्यामधून मिळवलेले ज्ञानकण तो लकीला देत होता.

''दुर्दैवाने आज तू तळागाळाच्या पायरीवर उभा आहेस.'' लकीवर आपल्या बोलण्याचा प्रभाव पडतो आहे हे पांडेला दिसत होतं. ''पण वाइटामध्येही एक चांगली गोष्ट आहे. ती म्हणजे आता आणखी खाली जायला जागाच नाही. तुझ्या पुढे एकच मार्ग आहे. तो म्हणजे वरती यायचं.''

गेली तीस मिनिटं पांडे त्याची समजूत काढत होता. अश्मिताने झिडकारल्यानंतर अति संतापलेल्या लकीचा राग आटोक्यात आणण्यात पांडेला यश मिळालं. पण तो विनाकारण लकीशी जवळीक वाढवत नव्हता. अतिशय धूर्त आणि कावेबाज पांडेचा त्यामागे स्वार्थ होता. उपदेशाच्या माध्यमातून तो लकीला 'आपल्या गँगमध्ये सामील हो' असं सुचवत होता. पांडेच सूचक बोलणं समजण्याएवढा लकी हुशार होता.

लकीच्या हातातून सारंकाही निसटलं होतं. आयुष्यात हरण्यासारखं काही उरलं नव्हतं. त्याच्या सुटकेसाठी एजन्सी प्रयत्न करत नव्हती. सरकारने त्याच्या पगारात प्रचंड कपात केली. अश्मिताने संबंध तोडले. ह्या साऱ्या गोष्टींमुळे लकी

पूर्णपणे खचला होता. पण पांडेच्या प्रेरक भाषणाने लकीचं मनोबल वाढलं. आपल्या नावाला लागलेला काळिमा धुवून काढण्यासाठी, आपल्यावरील सर्व आरोपांचं खंडन करण्यासाठी सर्वतोपरी प्रयत्न करायचे, आपली ताकद सर्वांना दाखवून द्यायची असा त्याने दृढ निश्चय केला. त्यासाठी आर्थिक बळ हवं हे तो जाणून होता.

वेळ न गमावता त्याने दोस्तमंडळींना तुरुंगात भेटायला बोलावलं. दुसऱ्याच दिवशी सारे हजर झाले. 'जुगाराच्या व्यवसायात पैसे कमावण्यासाठी माझ्या नावाचा वापर केला तर हरकत नाही, पण माझा 'हिस्सा' नियमितपणे मिळायला हवा.' हे त्यांना सागून, 'पण अमली पदार्थ आणि वेश्याव्यवसायाशी मात्र माझा संबंध जोडायचा नाही,' हेदेखील बजावलं. एकट्याने संघर्ष करायचा तर भरपूर पैसा हातात हवा ह्याची त्याला जाणीव होती.

पांडेचा पुरेपूर वापर करून घ्यायचा ही त्याची पुढची चाल होती. लकीने आपल्या गँगमध्ये सामील व्हावं ही पांडेची जबर इच्छा होती आणि त्यासाठी त्याचे कसून प्रयत्न चालू होते. लकीनेही ऑफरमध्ये खूप इंटरेस्ट दाखवून पांडेचा विश्वास संपादन केला. गुन्हेगारीविश्व आणि तुरुंगांविषयी, त्यांच्या कार्यपद्धतीविषयी सूक्ष्म तपशील त्याने पांडेकडून जाणून घेतले. भविष्यात ही माहिती त्याला स्वत:च्या फायद्यासाठी वापरायची होती. पांडे स्वत:च्या कर्तृत्वावर फिदा होता. त्याच्या ह्या स्वभावाचा फायदा घेऊन लकी त्याला हरभऱ्याच्या झाडावर चढवायचा. तो खूश झाल्यावर गुन्हेगारीविश्वाची गुपितं त्याच्याकडून काढून घ्यायचा.

दोघांच्या भेटीगाठी वारंवार होऊ लागल्या. त्यांच्या घट्ट मैत्रीची बातमी तुरुंगात पसरली. एकमेकांना सोडून ते जेवायचेही नाहीत. त्यांच्या गप्पागोष्टी दीर्घ काळ चालत. हास्यविनोदाचा आवाज सर्वत्र घुमायचा. हवालदार त्यांना कुचेष्टेने हसायचे. त्यांच्या मैत्रीकडे ते काहीशा तुच्छतेने पाहायचे.

लकीने पांडेकडून माफियाविषयी सर्व माहिती, बारीकसारीक युक्त्याप्रयुक्त्या काढून घेतल्या. आपल्या सुटकेसाठी प्रयत्न करताना एकही चूक होऊ नये अशी त्याची इच्छा होती. पैशाचा ओघ सुरू झाला. जुगाराच्या धंद्यामध्ये अफाट पैसा मिळत होता. लकीला हिश्श्यापोटी एका वेळी एक लाखापेक्षाही अधिक कमाई होत असे.

तुरुंगाधिकाऱ्यांना दोघांची घसट नापसंत होती. एजन्सीचा एक वरिष्ठ एजंट आणि कुख्यात गुन्हेगार ह्यांच्या महायुतीमुळे कायद्याच्या रक्षकांची झोप उडाली. भरीत भर म्हणजे लकी मुक्त हस्ते गरीब सहकैद्यांना पैसे वाटत होता. त्यामुळे त्यांच्यामध्येही लकीची लोकप्रियता वाढत होती. परिस्थिती हाताबाहेर जाण्यापूर्वीच कारवाई करायला हवी असं तुरुंगाधिकाऱ्यांना वाटत होतं.

त्यांनी सर्वप्रथम पांडेची उचलबांगडी करून त्याची परत तिहार तुरुंगात रवानगी केली. लकीला त्याचं वाईट वाटलं नाही कारण वसीम, जावेद आणि विमलशी त्याची खरीखुरी दोस्ती होती. पांडेशी घसट वाढवण्यामागे त्याचा निव्वळ स्वार्थ होता. गुन्हेगारी विश्वाबद्दल महत्त्वाची माहिती मिळवण्यासाठी लकीने पांडेचा वापर केला इतकंच.

पांडेची बदली झाल्यानंतर काहीच दिवसांनी लकीची सुनावणी होती. नेहमीप्रमाणे हातकड्या घालून पोलीस बंदोबस्तामध्ये त्याला न्यायालयात आणलं गेलं. तिथे सारंकाही नेहमीप्रमाणे पार पडलं. त्याच्या हजेरीची नोंद झाली, त्याच्याकडून काही फॉर्म भरून घेतले. सुनावणीची पुढची तारीख पडली. आणखी एका सहआरोपीला, मोंटू आर्यला, जामीन मिळाला ही बातमीही समजली. हे ऐकून लकीच्या आशा पल्लवीत झाल्या. एकदा न्यायालयात आरोपपत्र दाखल झालं की आपलीही जामिनावर सुटका होईल अशी स्वप्नं तो पाहू लागला.

आनंदाने तुरुंगात परतलेल्या लकीला आपली अलमोडा तुरुंगात बदली करण्याचा आदेश निघाला आहे हे समजल्यावर धक्काच बसला. त्याला तिथे नेण्यासाठी व्हॅन तयारच होती. बदलीच्या आदेशामागे काही ठोस कारण दिसत नव्हतं. निव्वळ त्याला छळण्यासाठी बदली केली होती. पुन्हा एकदा आवडत्या दोस्तांपासून दूर जावं लागणार होतं.

हातकड्या घालून लकीला व्हॅनमध्ये बसवण्यात आलं. ब्रिटिशकालीन अलमोडा तुरुंग राणीखेत जिल्ह्यामध्ये आहे. जवाहरलाल नेहरूंसकट अनेक राजकीय नेत्यांना इथे बंदिवासात ठेवलं होतं. रस्ता अतिशय खडतर होता. विशाल पर्वतराशींमधून निघालेला उंच आणि अरुंद हायवे. अगदी थोड्या अवधीत लकीची दोन तुरुंगांमध्ये बदली झाली होती. आता आणखी किती धक्के खावे लागणार आहेत असे निराशाजनक विचार लकीच्या मनात घोळत होते.

अलमोडा तुरुंगाच्या जेलरचं नाव आर्यन सक्सेना. त्यांनी कैक दिवसांत अंघोळ केली नसावी असं दिसत होतं. त्यांनी लकीचं स्वागत केलं. त्याच्या कोठडीपर्यंत पोहोचवून 'सामान वगैरे ठेवून झाल्यावर वैद्यकीय तपासणीसाठी ये', असं सांगून ते गेले.

तपासणी आटोपून लकी परतला तेव्हा कोठडीत आपल्या सोबत आठनऊ कैदीही आहेत हे त्याला समजलं. पूर्वीच्या तुरुंगात त्याच्याबरोबर अट्टल गुन्हेगार असायचे. हे सहकैदी भुरट्या गुन्ह्यांसाठी तुरुंगात आले होते. विशीतला एक तरुण हुंडा मागितला म्हणून गजाआड होता, तर दुसरा मध्यम वयीन कैदी सराईत दरोडेखोर होता. तुरुंगामध्ये असेच लहानमोठे गुन्हे करणारे कैदी भरलेले आहेत हे लकीला हळूहळू समजत गेलं.

त्याच दिवशी लकीने जेलरला भेटायची इच्छा व्यक्त केली. जेलरचा एकूण अवतार पाहून त्याला पैशांची चणचण भासत असावी हे लकीच्या लक्षात आलं होतं. ह्या गोष्टीचा फायदा करून घ्यायचा हे त्याने ठरवलं. जेलरच्या कार्यालयात थोड्या इकडच्या तिकडच्या गप्पा झाल्यावर लकीने जाता जाता त्याच्या हातामध्ये दहा हजार रुपये टिकवले. जेलरचे डोळे आश्चर्याने मोठे झाले. त्याने पैसे चटकन खिशात टाकले. चेहरा आनंदाने फुलून आला.

''कमांडो भाई, तुला काहीही हवं असेल तर मला सांग. अगदी काहीही!''

''मला क्रिकेटची किट हवी आहे. खेळल्यामुळे मी तंदुरूस्त राहीन.'' लकी म्हणाला.

त्याने आणखी तीन हजार रुपये जेलरच्या खिशात कोंबले. लोचटपणे हसून जेलरने पैसे खिशामध्ये नीट ठेवले.

''हो, कमांडो भाई, हवे तितके चौकार आणि षटकार मार. बॅटने कोणाचंही डोकं फोडू नकोस म्हणजे झालं!''

मान डोलावून लकी आपल्या बराकीत आला. पण थोड्याच वेळाने हवालदार जेलरचा निरोप घेऊन आला. जेलरने त्याला कार्यालयात बोलावलं होतं. जेलरचं टेबल विविध आकारांच्या जेवणाच्या डब्यांनी भरून गेलं होतं. घरगुती खाद्यपदार्थांचा सुवास दरवळत होता.

''ये, ये, योगायोगाची गोष्ट म्हणजे माझ्या पत्नीने आजच हे सारे पदार्थ बनवले. तुलाही हे चमचमीत जेवण खिलवावं असं वाटलं.'' जेलरने स्वागत केलं.

लकी हसला. जेलरला दिलेल्या पैशांमुळे हा चमत्कार घडला होता. त्याने टेबलवरच्या डब्यांकडे नजर टाकली. शाकाहारी आणि मांसाहारी दोन्ही प्रकारचे खाद्यपदार्थ होते. मिष्टान्नही होतं. लकी जेवणावर तुटून पडला. ते पाहून चकित झालेला जेलर पुन:पुन्हा खिसा चाचपून पैशांचं स्पर्शसुख घेत होता.

जेवल्यानंतर लकीने थोडा वेळ जेलरशी गप्पा मारल्या आणि नंतर त्याचा निरोप घेऊन झोपायला गेला.

बराकीत तो कोपऱ्यात आडवा झाला. इथे फोन कसा मिळवता येईल ह्यावर विचारचक्र चालू होतं. नव्या तुरुंगातील पहिला दिवस शांतपणे आणि भरल्या पोटाने गेला होता. बदली हा प्रकार नवा नव्हता. ह्यापूर्वीही दोन वेळा नव्या तुरुंगात उचलबांगडी झाली होती. दर वेळी नव्या वातावरणाशी जुळवून घ्यावं लागत असे. त्यासाठी नवनव्या युक्त्या आणि क्लृप्त्या शोधाव्या लागत. गमतीची गोष्ट म्हणजे हा कैदी सर्वांनाच नकोसा होता.

२०१० साली पश्चिम बंगालमध्ये निवडणूक मोहिमेवर असलेल्या
नरेंद्र मोदींसोबत लकी.

लष्करी सेवेमध्ये असताना नागालँडमध्ये हत्यारांची तपासणी करताना लकी.

उत्तर-पूर्व भागामध्ये भारतीय सैन्याच्या बुलेटप्रूफ वाहनामध्ये लकी.

गुप्त माहिती मिळवण्यात उत्तम कामगिरी केल्याबद्दल २०१८ साली कर्नलकडून गौरव स्वीकारताना लकी.

२००४ साली इस्राईलमध्ये प्रशिक्षण घेताना लकी.

२०१२ साली देहराडून तुरुंगामध्ये कैदेत असलेल्या लकीला फोन वापरताना पकडलं.

काँगोमधील मोहिमेवर असताना लकी.

२०११ साली नरेंद्र मोदी गुजरातचे मुख्यमंत्री होते, तेव्हा लकीची त्यांचा सुरक्षा अधिकारी म्हणून नेमणूक झाली होती.

राजू के खिलाफ दर्ज हैं नौ मामले

हल्द्वानी। राजू परगाई के खिलाफ हल्द्वानी कोतवाली में 2004 से 2010 नवंबर तक हत्या, रंगदारी, धमकाने और जानलेवा हमला करने समेत नौ मुकदमे दर्ज हैं। जबकि अमित आर्या के खिलाफ कोतवाली में हत्या का एक ही मामला दर्ज है।

कोतवाली के क्राइम रिकार्ड के अनुसार 2004 में नैनीताल रोड निवासी दयाल मेहर ने कोतवाली में नवाबी रोड की कलावती कालोनी निवासी राजू परगाई और सुरभि कालोनी निवासी राजू पुत्तन के खिलाफ 323, 504, 506 और 385 आईपीसी की धारा में मुकदमा दर्ज कराया था। 27 जुलाई 2007 में लालपुर नायक निवासी अमर पाल ने कोतवाली में राजू परगाई समेत अन्य के खिलाफ 323, 504, 506 के तहत अभियोग पंजीकृत कराया था। इसी माह की 30 तारीख को आदर्श कालोनी निवासी कैलाश चंद्र ने नवाबी रोड की कलावती कालोनी निवासी राजू परगाई समेत तीन अन्य के खिलाफ जानलेवा हमला करने समेत कई धाराओं में मामला दर्ज कराया था। 15 नवंबर 2010 में हल्दूचौड़ के ग्राम देवरामपुर निवासी महेश सुनारी ने रंजिशन भाई योगेश सुनारी की हत्या करने के आरोप में राजू परगाई, नई बस्ती राजेंद्र नगर निवासी अमित आर्या और तिकोनिया क्षेत्र निवासी डब्बू नेगी के खिलाफ 302 में मामला दर्ज कराया था। राजू पर गुंडा एक्ट और गैंगस्टर के साथ तीन और मामलों में कार्रवाई की गई। राजू अपने दोस्त अमित आर्या के साथ सोमवार की शाम करीब सात बजे पत्नी मधु से दिल्ली जाने की बात कहकर गया था। उसके बाद राजू कार से अमित के साथ मोहल्ले में अपने एक दोस्त की बच्ची के नामकरण में शामिल होने गया। मगर फोन पर फोन आने से राजू वहां दस मिनट ही वहां रुका और फिर अमित के साथ चला गया।

दुःखद — अपनी दो पत्नियों के साथ राजू (फाइल फोटो)। इंसेट में माता-पिता और राजू की मौत की खबर सुनने के बाद बिलखती पत्नियों को समझाते लोग।

योगेश हत्याकांड में बरी हो चुके थे दोनों

हल्द्वानी। योगेश हत्याकांड में जिला कोर्ट ने तीन मई 2011 को राजू परगाई, अमित और डब्बू को साक्ष्यों के अभाव में दोषमुक्त कर दिया। इसके अलावा राजू सीजीएम कोर्ट से 23 अप्रैल को रंगदारी और धमकाने के एक अन्य मामले में बरी हो गया। पुलिस के अनुसार हल्दूचौड़ के देवरामपुर निवासी योगेश सुनौरी की 15 नवंबर 2010 को करीब साढ़े ग्यारह बजे नैनीताल मार्ग पर जल संस्थान के सामने टेंपो में गोली मारकर हत्या कर दी गई थी। योगेश की हत्या के आरोप में उसके भाई महेश ने पनियाली निवासी राजू परगाई, नई बस्ती राजेंद्र नगर निवासी अमित आर्या और तिकोनिया क्षेत्र निवासी डब्बू नेगी के खिलाफ 302 में मामला दर्ज कराया था। पुलिस ने राजू को गिरफ्तार कर हत्याकांड का खुलासा किया था। जबकि अमित और डब्बू को बाजपुर बस स्टैंड से गिरफ्तार किया था। दोनों सीजेएम कोर्ट में सरेंडर करने की फिराक में थे। पुलिस ने कुछ माह बाद हत्याकांड से जुड़े तमाम दस्तावेज एकत्र कर जिला कोर्ट में चार्जशीट दाखिल की थी।

दो पत्नियां हैं

हल्द्वानी। राजू परगाई ने तीन साल पहले पनियाली में प्लाट लेकर मकान बनवाया था। उसके पिता लक्ष्मण छोटे बेटे रतन सिंह और जीवन सिंह के साथ नवाबी रोड स्थित कलावती कालोनी में रहते हैं। राजू यहां मकान में दो पत्नियां मधु और भावना के साथ रहता था। राजू के तीन बच्चे हैं। इनमें सबसे बड़ा आठ वर्षीय अभिषेक है। छह वर्षीय पुत्री कुमकुम और उससे छोटा डेढ़ वर्षीय करन हैं।

राजू परगईच्या हत्येनंतर स्थानिक वृत्तपत्रामध्ये छापलेल्या बातमीत, त्याच्यावर नऊ खटले प्रलंबित आहेत, असा उल्लेख होता.

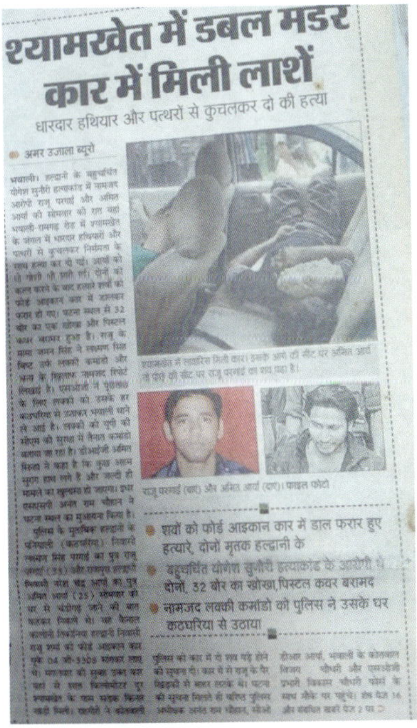

श्यामखेत में डबल मर्डर कार में मिली लाशें

धारदार हथियार और पत्थरों से कुचलकर दो की हत्या

अमर उजाला ब्यूरो

राजू परगाई (बाएं) और अमित आर्य (दाएं)। फाइल फोटो

- शवों को फोर्ड आइकान कार में डाल फरार हुए हत्यारे, दोनों मृतक हल्द्वानी के
- बहुचर्चित योगेश सुनौरी हत्याकांड के आरोपी थे दोनों, 32 बोर का खोखा,पिस्टल कवर बरामद
- नामजद लक्की कमांडो को पुलिस ने उसके घर कठघरिया से उठाया

परगई आणि अमित आर्यच्या दुहेरी हत्येचा वृत्तांत.

हत्याकांड में ढेरों सवाल

श्यामखेत दो

बेहोश

जवाब चाहिए

- कमांडो क्यों करेगा अपने दोस्त की हत्या
- कार के भीतर झोंके फायर के निशां कहां
- फोर्ड कारों के अलावा दो कारें कहां गईं
- कार के अंदर कैसे राजू को कुचला

परगईच्या खूनखटल्यामधील पळवाटांविषयी स्थानिक वर्तमानपत्राने दिलेली बातमी.

बदला लेने को तो नहीं हुई हत्याएं!

तीसरे शख्स और लाल कार की खोज

सुनौरी का अजीज दोस्त है कमांडो

बारबार राजू को कौन कर रहा था फोन, कॉल डिटेल से चलेगा पता

साहूकार भी था

नौ बजे के बाद का ठेका राजू उठाता था

दबंगों की पंचायत

स्थानिक वर्तमानपत्रातील मथळा : 'परगईच्या खटल्यात, पोलीस गाडीच्या आणि तिसऱ्या सहआरोपीच्या शोधात आहेत.'

पोस्टमार्टम रिपोर्ट का

रि-एक्सामिन होगा

नैनीताल। एसएसपी अनंत राम चौहान ने बताया कि पोस्टमार्टम रिपोर्ट में चिकित्सकों के पैनल ने एंटी मार्टम इंजरी, शॉक तथा ब्रेन हैमरेज को मौत का कारण बताया है। वारदात स्थल पर कमांडो ने अपनी पिस्टल से गोली भी चलाई। गोली किसको लगी? इसकी जानकारी उसे नहीं है। हालांकि, पोस्टमार्टम रिपोर्ट में राजू को गोली लगने की ठीक तरह से पुष्टि नहीं हुई है। घटनास्थल से 32 बोर की पिस्टल का खोखा बरामद और पिस्टल का कवर मिला था। कमांडो के पास पिस्टल का लाइसेंस है। पीएम रिपोर्ट को री-एक्सामिन के लिए चिकित्सकों के पास भेजा जा रहा है।

परगईच्या खुनानंतर स्थानिक वर्तमानपत्रातील मथळा : पोस्टमार्टम रिपोर्टच्या पुनर्चाचणीची मागणी करणारा.

वीरेंद्र चौहान आणि जितेंद्र कुमारचं SOG (स्पेशल ऑपरेशन्स ग्रुप)मध्ये असतानाचं छायाचित्र.

पूर्वी हल्द्वानी स्पेशल ऑपरेशन्स ग्रुपमध्ये कार्यरत असलेले वीरेंद्र चौहान आणि जितेंद्र कुमार लकी बिशतच्या अटकेला कारणीभूत होते.

हिर्देश कुमार आणि त्याचा भाऊ हिर्देशच्या घरासमोर. दोघं लकीबरोबर सहआरोपी होते. हिर्देशची आई समुपदेशक आहे.

डॉक्टर शरण दयाल. उत्तराखंडचे फॉरेन्सिक विभाग प्रमुख. गाडीची आणि परगई, तसंच अमित आर्य या दोघांच्या मृतदेहांची फॉरेन्सिक तपासणी ह्यांनी केली.

टी.डी. जोशी. लकी हल्द्वानी तुरुंगामध्ये असताना कार्यरत असलेले माजी तुरुंगाधिकारी.

हल्द्वानी न्यायालय. लकीच्या सुटकेचा आदेश ह्याच न्यायालयामध्ये देण्यात आला.

(वरती) : कोतवाली हल्द्वानी (सामान्य भाषेमध्ये : हल्द्वानी पोलीस चौकी)

(उजवीकडे) : हल्द्वानी तुरुंग. लकीला इथेच डांबून ठेवलं होतं.

कोतवाली काठगोदाम. ह्याच पोलिसचौकीमध्ये लकीची चौकशी करण्यात आली. अतिशय ठाम लकीला अखेर इथेच कबुलीजबाब देण्यास भाग पाडलं गेलं.

(उजवीकडे आणि खालती) :
नैनीताल कारागृह. लकीला
इथे कैदेत ठेवलं होतं.

कोतवाली भवालीच्या अधिकारक्षेत्रामध्ये गुन्हा घडला.

हत्या ह्या ठिकाणी करण्यात आली.

प्रशांत रेखारिया. विविध कारागृहांमध्ये लकीचा सहनिवासी.

चोवीस

जंगलामध्ये सुरक्षित कसं राहायचं

जानेवारी २००५, प्रशिक्षण केंद्र, इस्रायल

उंच जागी उभं राहून लकी आणि डी'हेंचो सभोवतालच्या प्रदेशाचा लष्करी नकाशा बारकाईने पाहत होते. नकाशाच्या मदतीने जंगल सर्व्हायव्हल ड्रिल ठरावीक मुदतीमध्ये पूर्ण करायचं होतं.

"उत्तरेकडे दोन डिग्री गेलो तर पाण्याजवळ पोहोचता येईल." लकी मोडक्यातोडक्या इंग्रजीत साथीदार बडी डी'हेंचोला म्हणाला.

"चालेल. प्रयत्न करू." तो म्हणाला.

प्रशिक्षणाच्या सुरुवातीला थोड्या साधनसामग्रीबरोबर पाण्याची बाटलीही मिळाली होती. लकीने बाटली दाबून पाण्याचे उरलेसुरले थेंब तोंडात टाकायचा प्रयत्न केला. लष्करी हेलिकॉप्टरने त्यांना जंगलामध्ये सोडलं त्या ठिकाणापासून दोन दिवस आणि एक रात्र त्या अवधीमध्ये कमांडो आणि त्याच्या बडीने मार्ग काढून कँपवर परतायचं होतं. सोबतची सामग्री – ताडपत्री, छोटा चाकू आणि पिस्तूल – तसेच थोडा कोरडा शिधा, संपत आला होती. जिवंत राहायचं असेल तर कँपमध्ये शिकवलेली जीवनावश्यक कौशल्यं वापरावी लागणार हे स्पष्ट होतं.

उंचच्या उंच कडेकपारी असलेल्या जमिनीवरून दोघं एकमेकांचे हात धरून, अत्यंत जपून खाली उतरायला लागले. सूर्यास्ताची प्रकाशकिरणं दाट वृक्षांमधून कशीबशी वाट काढायचा क्षीण प्रयत्न करत होती. जंगलासभोवतालच्या उंच पर्वतरांगांमुळे काळोख अधिकच दाटून आला होता. जंगलामधील रात्री अतिशय धोकादायक असतात हे लकीला माहीत होतं. सूर्यास्त झाल्यानंतर दिशा ठरवणंही

मुश्किल होणार होतं. पुढे जायचं तर, शिवाय निशाचरांपासून बचाव करण्यासाठीही, उजेडाची सोय करायला हवी.

लकीने जमिनीवरील काटक्या, फांद्या आणि पानांच्या पसाऱ्यात पडलेली झाडाची साल उचलली. चकमकीने अग्नी प्रज्वलित करून मशाल बनवण्याचा लकीचा हेतू डी'हेंचोला समजला. त्याने लाकडाचा तुकडा चाकूने तासून त्याला स्पिंडलचा आकार दिला. लकीने साल अगदी अचूक कापून स्पिंडल घासण्यासाठी लांब दांडा तयार केला.

लकीने दांड्यावर इंग्रजी 'V' आकाराची खाच केली. त्याच्या बाजूला फट बनवली. लकी स्पिंडल खाचेमध्ये घुसवून वेगाने घासू लागला. हे काम सोपं दिसलं तरी खूप जोर लावून घासल्यानंतरच ठिणग्या उत्पन्न झाल्या.

बडीने काटक्या जमवल्या होत्याच, लकीने त्यावर ठिणग्या टाकून जाळ निर्माण केला. अथक प्रयत्नांती मशाल पेटून उजेड पडला. बडी मशाल घेऊन पुढे निघाला, लकी नकाशात पाहून दिशा निश्चित करत होता. चंद्रताऱ्यांची स्थिती पाहून दिशा कशा शोधून काढायच्या हे प्रशिक्षणामध्येच शिकवलं होतं. ते ज्ञान आज उपयोगी पडलं.

वाट काढत अखेर ते नदीजवळ पोहोचले. बाटल्या भरून घेतल्या, हातपाय धुवून ताजेतवाने झाले. नदीजवळच एक सुरक्षित जागा शोधून रात्र तिथेच काढायचा निर्णय घेतला. विशाल ओक वृक्षाखाली ताडपत्री पसरून सभोवताली छोटा खंदक खोदला.

डी'हेंचो आणि लकीने खंदकामध्ये उडी मारली. अर्ध्या भागामध्ये डी'हेंचोने आणि बाकीच्या भागामध्ये लकीने लघवी केली. खंदक, लघवी हा जंगली पशू आणि विषारी सापांना दूर ठेवण्यासाठीचा सुरक्षा उपाय होता. खंदकामुळे हिंस्र पशू पुढे येत नसत आणि लघवीच्या उग्र वासामुळे विषारी सापही जवळ येत नसत. जंगली प्राणी आपला मालकीहक्क अशाच पद्धतीने सिद्ध करतात. ह्या दोघांनीही तोच जंगली कायदा अमलात आणला.

जंगलामध्ये सूर्यास्त लवकर झाला, तसाच सूर्योदयही फार लवकर झाला. पक्ष्यांच्या किलबिलाटाने जंगल जागं झालं. सोनेरी सूर्यकिरणांनी आसमंत भरून टाकला. लकीने कोरड्या शिध्याचा अखेरचा घास घाईघाईने तोंडात टाकला. नकाशा उघडला. काळजीपूर्वक अभ्यास करून मार्ग ठरवला आणि कमांडो-बडी जोडीचा ड्रिलच्या शेवटच्या दिवशीचा प्रवास सुरू झाला.

लष्करी नकाशा 'वाचणं' ही अतिशय किचकट गोष्ट आहे. नकाशावरील अगम्य रेषा आणि आलेख समजणं अतिशय कौशल्याचं काम आहे. लकी आणि डी'हेंचो ह्या कलेत पारंगत होते. त्यामुळे रस्ता चुकण्याचा संभव नव्हताच.

आता चांगलंच उजाडलं होतं. झाडी विरळ होत चालली. जंगल संपत आलं. लकी घाम पुसत असताना त्याला समोरचा पानांचा ढीग हलताना दिसला. फुसफुस आवाजही ऐकू येत होता. कोब्रा होता तो. लकी आणि डी'हेंचोने खूश होऊन एकमेकांकडे पाहिलं. त्यांच्या जेवणाची सोय झाली होती.

लकी सळसळणाऱ्या ढिगाजवळ गेला. फणा काढलेला मध्यम लांबीचा कोब्रा विरुद्ध दिशेला पाहत होता. लकी हलकी पावलं टाकत जवळ गेला. नागाला पकडण्यासाठी हात फैलावून आणि अर्धवट वाकून तो दबकत पुढे जात होता. लकीने चपळाईने फणा पकडला.

कोब्र्याचं डोकं कापल्यानंतर त्याला खाण्यालायक बनवण्याची प्रक्रिया फारच सोपी होती. झोरा सिंगच्या परिपूर्ण शिकवणीमुळे लकी तरबेज झाला होता. जेवण बनवताना लकीला झोरा सिंग नेहमी उद्धृत करत ती म्हणही आठवली, 'साप खायला शिकलात तर उपाशी राहायची पाळी कधीच येणार नाही.'

आता नकाशा वाचून मार्गदर्शन करायची पाळी डी'हेंचोची होती. कँप फार दूर नव्हता. आणखी कोणतीही अडचण न येता दोघं कँपला पोहोचले. ड्रिल संपवणारे ते दोघंच पहिले होते. अर्धा दिवस आधीच त्यांनी कामगिरी संपवली होती. त्यांच्यानंतर तब्बल तीन तासांनी दुसरी टीम परत आली.

धावण्याच्या ड्रिलमध्ये लकीने दुसऱ्या प्रयत्नात बाजी मारली होती. जंगलामध्ये यशस्वीपणे तगून राहायच्या, जंगल सर्व्हायव्हल, ड्रिलमध्येही लकीने साथीदारांना बऱ्याच मोठ्या फरकाने मागे टाकलं होतं. त्याला झोरा सिंगची शाबासकी मिळवायची होती, त्यांचा नजरेमध्ये पुन्हा एकदा स्वत:विषयीचं कौतुक पाहायचं होतं. तो सन्मान आणि प्रशंसा त्याला मिळाली. ड्रिलमध्ये आत्यंतिक कठीण परिस्थितीवर मात करून सहीसलामत बाहेर कसं पडायचं हा धडा शिकायला मिळाला. बाहेरच्या जगामध्ये हे कसब वापरायचा आत्मविश्वास आणि आत्मनिर्धरता लकीमध्ये निर्माण झाली होती.

पंचवीस

मी लकी कमांडो

जून २०१२

उत्तराखंड पोलीसच्या स्पेशल ऑपरेशन्स ग्रूपमध्ये कार्यरत असलेला जीतू आर्य लकीला भेटायला अलमोडा तुरुंगात आला. सोबत विरेंदर चौहान होता. दोघं लकीचे दोस्त होते. लकीच्या मनात काही तापदायक बेत शिजत नाही ना हे काढून घेण्यासाठी अधिकाऱ्यांनी त्यांना आत पाठवलं होतं. जीतूने लकीसाठी खूप सारी फळफळावळ आणली होती. जेलरही त्यांच्या बरोबर कोठडीत आला. बराच वेळ बोलणं झालं. लकीच्या बोलण्यावरून काहीही संशयास्पद आढळलं नाही. निरोप घेताना जीतू म्हणाला, ''तुला काहीही हवं असेल तर कोणाही हवालदाराबरोबर मला निरोप पाठव.''

एका हवालदाराला नीट उभंही राहता येत नव्हतं. जेलर त्या विकास नावाच्या हवालदाराजवळ जाऊन म्हणाला, ''बापाची प्रतिष्ठा धुळीला मिळवायचा चंग बांधला आहेस असं दिसतं. दारूच्या व्यसनामुळे सरकारी नोकरी गमावशील एक दिवस.''

विकासचा बापही हवालदार होता. त्याच्या निधनानंतर विकासला त्या जागेवर घेतलं होतं. दारूमुळे वाया गेला होता तो. तुटपुंज्या पगारातून केवळ देशी दारू पिणंच जमायचं त्याला. देशी ठर्‍र्याच्या बाटल्याच्या बाटल्या तो रिचवायचा.

लकीने विकासच्या परिस्थितीचा फायदा घ्यायचं ठरवलं. परदेशी दारूसाठी पैसे देऊन त्याने विकासशी जवळीक साधली. दारूच्या बदल्यात लकीला उपयोगी ठरतील अशा खबरी विकास द्यायचा. एकदा संध्याकाळचा फेरफटका संपवून परतताना लकीने नोटांचं बंडल विकासच्या खिशात सरकवलं. पाच हजार रुपये.

लकी हलक्या स्वरात त्याला म्हणाला, ''मला मोबाइल फोन हवा आहे. तू आणशील का?''

हवालदाराने चौफेर नजर फिरवली. धुंदीतून बाहेर येण्याचा प्रयत्न करून त्याने हळूच मान डोलावली. त्याला पाच हजार रुपये त्याच कामाची बक्षीशी मिळाली होती. फोनसाठी वेगळे पैसे त्याची माणसं देतील हे लकीने स्पष्ट केलं. विकासने कमी पैशातही काम केलं असतं हे लकीला माहीत होतं, पण त्याची मर्जी राखणं महत्त्वाचं होतं.

विकास एकूणच व्यवस्थेवर खूश होता. दुसऱ्याच रात्री त्याने लकीला फोन आणून दिला. बाकी कोणीही तयार नसल्यामुळे त्याने सिम कार्ड आपल्याच नावावर खरेदी केलं होतं.

''कमांडो भाई, फोनवर हवं तेवढा वेळ बोला. फक्त ह्या फोनवरून कोणाला धमक्या देऊ नका म्हणजे झालं. ही नोकरी वडिलांच्या मृत्यूनंतर अनुकंपा तत्वावर मिळाली आहे. मला ती टिकवायची आहे.''

लकीने भिंतीवरची एक वीट अत्यंत काळजीपूर्वक काढली होती. त्या पोकळीमध्ये तो फोन लपवून ठेवायचा. बोलायचं असेल तेव्हा विटेमागचा फोन बाहेर येत असे. काम झालं की पुन्हा खोबणीमध्ये. बेमालूम हस्तकौशल्यामुळे ही गोष्ट कोणाच्याही लक्षात आली नाही. बाहेरच्या दोस्तलोकांशी संपर्क साधून त्याचे 'पैसे' त्याच्यापर्यंत कसे पोहोचवता येतील ह्यासाठी तो अफाट कल्पक सूचना द्यायचा.

लकी अश्मिताला अजूनही विसरू शकत नव्हता. प्रेयसीने संबंध तोडल्यानंतरही बहुतांश पुरुषांना 'आपली बाजू मांडायला एक शेवटची संधी' हवी असते. लकीनेही आशा सोडली नव्हती. रोज रात्री तो फोन हाती घ्यायचा. तिचा नंबर फिरवून वाजणारी रिंग ऐकायचा आणि तिने *हॅलो* म्हणताक्षणी फटकन फोन बंद करायचा. हा प्रकार काही रात्री चालू राहिला. 'आपल्याला एकत्र येणं शक्य नाही. मला विसरून जा,' ह्या अश्मिताच्या शब्दांनी त्याच्या काळजावर खोल घाव घातला होता. ती भळभळती जखम अजूनही भरून आली नव्हती. तिचं हॅलो ऐकल्यावर त्याला ते शब्द आठवायचे. ती आणखी अपमानित करेल ह्या भीतीने तो काही न बोलता फोन कट करायचा. आजही त्याने तेच केलं. फोन विटेमागील कप्प्यात ठेवणार तोच तिचा फोन आला.

त्याने घाईघाईने फोन उचलला. चिडखोर आवाजात अश्मिताने सुरू केलं, ''माझी मैत्रीण मेघाला गावातले काही मवाली छेडताहेत. त्यांचा बंदोबस्त कर.''

आणखी काहीही न ऐकता त्याने फोन फटदिशी बंद केला. राग शांत करण्यासाठी येरझारा घालत असताना पुन्हा तिचा फोन आला. पुनःपन्हा येतच राहिला.

मला कोण समजते ती? मी गुंड आहे का? फकिंग गँगस्टर आहे मी? आणि ती माझ्याशी इतक्या तिरसटपणे वागत असताना तिच्या मैत्रिणीला मदत का करू? काही वेळाने संतापाचा पारा उतरल्यानंतर त्याने तिला फोन केला.

''तुझ्या मैत्रिणीला फोन नंबर बदलून घ्यायला सांग. नवं सिम कार्ड घेतलं की झालं.''

अश्मिता म्हणाली, ''तिने अनेकदा नंबर बदलला. पण ते मवाली दर वेळी तिचा नवा नंबर मिळवून तिला त्रास देतात.''

लकीने त्या मुलाचा नंबर मागताच अश्मिताने काहीशा घाईने नंबर सांगितला. लकीने लगेचच त्या नंबरवर फोन केला. तरुण मुलाने फोन उचलला.

''ओये भेंचोद, तू मेघा नावाच्या मुलीला फोन का करतोस?''

''तू कोण आहेस? तिचा भाऊ आहेस का?'' तो मुलगा कुचेष्टेने म्हणाला.

''मी लकी कमांडो. तू तिला फोन करणं बंद कर. नाही तर तुझ्या दोन्ही तंगड्या मोडेन.''

प्रसिद्धी माध्यमांनी त्याची 'भाई' प्रतिमा निर्माण केली होतीच. लकीला कुख्यात गँगस्टर म्हणून ओळखलं जात होतं. अखिल उत्तराखंडावर त्याची तथाकथित दहशत होती. साहजिकच आपलं नाव ऐकून तो मुलगा घाबरेल अशी लकीला अपेक्षा होती. पण झालं उलट. तो दोस्तांबरोबर बारमध्ये पीत बसला असावा. त्याने सर्वांसमोर लकीची इज्जत काढली. लकीचा आपल्या कानांवर विश्वास बसेना.

''अरे, हा चूत्या काय म्हणतोय बघा. स्वत:ला लकी कमांडो म्हणवतोय.'' हे ऐकून सारेच जोरजोरात हसत सुटले. तो लकीला म्हणाला, ''पुन्हा मला फोन केलास तर याद राख. तुझ्या हडकुळ्या गांडीवर लाथ मारेन.''

लकीला काही बोलण्याची संधी न देता त्याने फोन कट केला. ह्या अनपेक्षित अपमानामुळे लकी अवाक झाला. असे अपशब्द ह्यापूर्वी कोणीही वापरले नव्हते. ''तू खरोखरच *कमांडर भाईशी* बोलतो आहेस. माझ्याशी पंगा घेणं जड जाईल,'' हे त्या मुलाला समजवण्यासाठी लकीने पुन्हा फोन केला.

''ओह हॅल्लो!'' तो तुच्छतेने म्हणाला. ''उगाच कोणातरी खतरनाक गँगस्टरचं नाव घेऊन आम्हाला घाबरवायला बघू नकोस.''

''नीट लक्ष देऊन ऐक. मी लकी कमांडो. थेट तुरुंगातून फोन केलाय तुला.''

''अच्छा? तू लकी कमांडो आहेस? मग मी जेम्स बाँड.''

तो मुलगा टिंगल करून हसला. मागून त्याच्या दोस्तांच्या खो खो हसण्याचा आवाजही येत होता. थक्क झालेल्या लकीला काय बोलावं सुचत नव्हतं. लज्जित होऊन त्याने फोन ठेवला.

दुसऱ्या दिवशी मेघा अश्मिताच्या फोनवरून लकीशी बोलली. ती म्हणाली, ''त्या मुलाला धमकावणं थांबव. तो आणखीच चेकाळला आहे. सतत वेगवेगळ्या नंबरवरून फोन करून मला घाण शिव्या देतो, वाईटसाईट बोलतो.'' हे ऐकून लकीला संताप अनावर झाला. मैत्रिणीला मदत करण्यापेक्षाही अश्मितासमोर आपली प्रतिष्ठा जपणं त्याला अधिक महत्त्वाचं वाटत होतं. रागाच्या भरात त्याने मेघाला सतावणाऱ्या मुलाला फोन केला. ''आत्ता कुठे आहेस तू?''

''त्रिकोनिया चौराहा.'' तो उद्दामपणे म्हणाला.

''पंधरा मिनिटं तिथेच थांब. मी कोण आहे हे दाखवायला येतोच.'' लकीने बजावलं.

''चल फूट.''

लकीने त्याच्या माणसांना ताबडतोब त्रिकोनिया चौराहावर पोहोचायला सांगितलं. 'त्या माजोड्याला चांगलं बडवून काढा' असं लकीने सांगताच ते म्हणाले, ''त्याला आजन्म लक्षात राहील असा धडा शिकवू.'' लगेचच स्कार्पियोत बसून तिथे गेलेही, पण तो मुलगा तिथे नव्हताच. लकीला हे कळवताच त्याला फोन लावला.

''मूर्ख भडव्या, मी काय दिवसभर वाट पाहायची होती का?''

''आत्ता कुठे आहेस?''

''सुट्टा बार कॅफेमध्ये. तुझ्या माणसांना घेऊन ये. सर्वांना काळंनिळं होईपर्यंत हाणतो की नाही बघ.''

लकीने आपल्या माणसांना त्या पत्त्यावर पाठवलं, पण तो मुलगा तिथेही नव्हता. तो आपल्याला निव्वळ खेळवतो आहे हे लकीच्या लक्षात आलं. काही कुत्री फक्त भुंकतात, चावत नाहीत. हाही तसाच होता. लकीने त्याला फोन करून जबर शिव्या घातल्या. तरीही तो मुलगा लकीची खिल्ली उडवत राहिला.

''आत्ता मी अनू बादशाहच्या स्टोन क्रशर कॅफेमध्ये बसलोय. खरा मर्द असशील तर दहा मिनिटांत ये इथे.''

लकीने त्याच्या माणसांना पत्ता दिला. कॅफेच्या मॅनेजरचा नंबर मिळवायला सांगितलं. लकीने मॅनेजरला फोन केला. ''आत्ताच कॅफे उघडला. अजून गिऱ्हाईकही आलेलं नाही.'' तो म्हणाला.

हा सगळा तमाशा सुरू असताना मेघा लकीला सतत फोन करून त्या आगाऊ मुलाशी संपर्क थांबव, असं विनवत होती. लकीही ह्या गोंधळाला कंटाळला होता. तो नालायक मुलगा लकीला गांभीर्याने घेत नव्हता. टर उडवणं चालूच होतं ह्याचा लकीला फार त्रास होत होता. लकीने आपल्या माणसांना पाठलाग थांबवायला सांगितलं.

एका गोष्टीमुळे मात्र त्याची चिडचिड होत होती. कधी नव्हे ते अश्मिताने एक काम सांगितलं होतं आणि ते पूर्ण करणं त्याला जमलं नव्हतं. आत्मसन्मान बाजूला ठेवून त्याने त्या मुलाला फोन केला. आपला राग मेघावर काढू नये म्हणून त्याची माफी मागितली.

''खरं तर मी मेघाच्या वर्गात होतो. लकी कमांडोचं नाव घेऊन तुला फसवत होतो ह्याबद्दल माफ कर.''

''आत्ता कसं बोललास? माफी मागितलीस हे बरं केलंस, नाही तर तर खच्ची केलं असतं तुला.''

लकीने फोन विटेमागील कप्प्यामध्ये लपवला. पण प्रकरण तिथेच संपलं नाही. त्या मुलाने सर्व मित्रांना लकीचा नंबर देऊन त्याला सतवायला सांगितलं. लकीला वेगवेगळ्या नंबरवरून फोन यायला लागले. ते फोनवर त्याला खच्चून शिव्या घालायचे. अखेर लकीने वैतागून अनोळखी नंबरवरून आलेले फोन घेणंच बंद केलं.

गंमत म्हणजे ह्या घटनेनंतर पंधरा दिवसांनी लकीला त्या मुलाने मेसेज केला, *'लकी भाई, आम्ही चुकलो. प्लीज माफ कर. प्लीज प्लीज.'*

लकीने लगेच फोन केला, ''अचानक काय झालं? माफी का मागतो आहेस?''

''काल माझा एक मित्र आय.जी.च्या (Inspector General) कार्यालयात गेला होता. त्याने चोरून तिथली एक फाईल पाहिली. फायलीमध्ये अग्रभागी तुझा फोटो आणि नंबर होता.'' तो थरथरत्या आवाजात म्हणाला.

तुरुंगात कोणत्या कैद्याजवळ फोन आहे ह्याची खबर पोलीसखात्याला कधी ना कधी मिळतेच. बिनमहत्त्वाच्या किरकोळ कैद्यांचे फोन जप्त केले जातात. पण काही कैद्यांकडून अति महत्त्वाची माहिती मिळण्याची शक्यता असते. त्यामुळे त्यांचे फोन काढून न घेता टॅप केले जातात. फोनवरील संभाषण चोरून ऐकलं जातं. आता बाजी पलटली हे लकीला समजलं.

''मूर्खा, आता सगळ्या शहरात तुझी नागव्याने धिंड काढतो की नाही बघ... बापालाही आण सोबत.'' लकीने गर्जना केली.

पोरगं गयावया करून पुन:पुन्हा लकीची माफी मागायला लागलं.

''फक्त माफी मागून भागणार नाही. मेघाच्या घरी जा आणि पाया पडून तिची माफी माग.''

''हो, कमांडो भाई.''

''एक लक्षात ठेव, एक तासात मला मेघाचा फोन आला नाही तर माझी माणसं तुझ्या घरी पोहोचतील. तुझा पत्ता आय.जी.च्या कार्यालयातून मिळेल.''

अर्ध्या तासाने अश्मिताचा फोन आला. तिने त्याचे भरभरून आभार मानले. मेघानेही धन्यवाद दिले. तिला छळणाऱ्या मुलाने अक्षरशः तिच्या सँडलवर नाक घासून तिची माफी मागितली होती. कैक दिवसांपासून अस्वस्थ असलेल्या लकीच्या मनाला आज शांती लाभली. थोडा वेळ अश्मिताशी बोलून त्याने फोन बंद केला. अखेर अश्मिताचे गैरसमज काही अंशी तरी कमी झाले ह्याचा लकीला खूप आनंद वाटत होता.

सव्वीस

राजकीय वारे

आज एक नवीन व्यक्ती लकीला भेटायला आली होती. उत्तराखंडमधील लकीचा वाढता दबदबा स्थानिक राजकीय पुढारी सुकेश तिवारींच्या लक्षात आला. एका राष्ट्रीय पक्षाचा स्थानिक नेता असलेल्या तिवारींनी वयाच्या पंधराव्या वर्षी ब्लॉक विकास परिषदेचा (BDC) सदस्य होण्याचा विक्रम केला होता. आता ते मुख्यमंत्री बनण्याची महत्त्वाकांक्षा बाळगून होते. लकी आणि ते मुलाकात रूममध्ये बसले. तिवारी अगदी हलक्या स्वरात लकीशी बोलत होते. त्याला फार मोठ्या रक्कमेचं आमिष त्यांनी दाखवलं. निवडणुकांमध्ये आपलं नाव वापरून मतं मिळवायची आहेत, त्या बदल्यामध्ये हे पैसे मिळणार हे लकीला व्यवस्थित माहीत होतं. त्याने विनम्रपणे नकार दिला.

''मी तुझ्या भावासारखा आहे, लकी. काळजी करू नकोस. पैसे परत करायचे नाहीत.'' तिवारी म्हणाले.

एवढी मोठी रक्कम नाकारणं लकीच्या अगदी जिवावर येत होतं. पण खोटी आश्वासनं देऊन आणि खोटी आशा दाखवून लोकांना फसवणाऱ्या कोणत्याही पक्ष किंवा व्यवस्थेबरोबर आपलं नाव जोडलं जावं असं लकीला अजिबात वाटत नव्हतं. पण तिवारींनी फारच आग्रह केल्यामुळे लकीने एका अटीवर पन्नास हजार रुपये स्वीकारायला संमती दिली. 'हे पैसे कर्जाऊ घेतो आहे. मतं मिळवण्यासाठी माझ्या नावलौकिकाचा वापर करण्यासाठी नाही.'

''अर्थात, अर्थात. जमेल तेव्हा परत कर.'' तिवारी आनंदाने हसत म्हणाले.

सफेद कुर्ता ठाकठीक करून तिवारींनी चोरट्या नजरेने सभोवार पाहिलं आणि दोन अंगरक्षकांच्या सोबतीने निघून गेले. मुरलेले राजकारणी असल्याने त्यांनी लकीला दिलेला शब्द व्यवसायाला साजेल अशा पद्धतीनेच वापरला. म्हणजेच तुरुंगातून बाहेर पडताक्षणी आपल्या माणसांना कामाला लावलं. 'लकी बिश्त उर्फ लकी कमांडोने तिवारींच्या पक्षाला पाठिंबा दिला. तुम्ही त्याचे समर्थक असाल तर माझ्या पक्षालाच मत द्या.' अशी खबर सर्वत्र पसरवायची कामगिरी तिवारींनी त्यांच्यावर सोपवली.

काही दिवसांनी तुरुंगामध्ये एकच गडबड-गोंधळ उडाला. प्रकाश पांडेच्या आगमनापूर्वी बरीच धावपळ चालली होती तसाच प्रकार होता हा. प्रकाश पांडेइतकाच, किंवा त्याच्याहीपेक्षा अधिक खतरनाक असा कैदी तुरुंगात येणार होता. त्याचीच तयारी चालू होती.

डॉक्टर राजेंद्र कुमार. वय अठ्ठावीस. एम.बी.बी.एस. त्याच्यावर चार पोलिसांना मारल्याचा आरोप होता. ह्या नव्या पाहुण्याला तुरुंगात कशी वागणूक मिळते हे पाहायला लकी बराच उत्सुक होता.

डॉक्टर राजेंद्रला तुरुंगात येऊन दोन दिवस उलटले, पण तो दुसऱ्या बराकीत असल्यामुळे भेट झाली नाही. डॉक्टर राजेंद्रही लकीला भेटण्यासाठी धडपडत होता ह्याची लकीला कल्पनाही नव्हती.

अखेर वैद्यकीय तपासणीनंतर लकीला भेटण्यात राजेंद्रला यश मिळालं. सहजगत्या बोलल्यासारखं दाखवून तो बरोबरच्या हवालदाराला म्हणाला, ''काही मिनिटं का होईना, लकीशी भेट घडवून दिली तर मी पैसे मोजायला तयार आहे.'' राजेंद्रने सांगितलेला आकडा ऐकून हवालदाराने त्याला थेट लकीच्या कोठडीत नेलं.

तरुण राजेंद्र दिसायला देखणा होता. गोरा आणि चश्मीस. त्याचा प्रसन्न चेहरा पाहून हा माणूस क्रूरपणे कोणाचाही खून करेल ह्यावर विश्वास बसणं कठीण. रानीखेत जिल्ह्यामध्ये राजेंद्रला सुनावणीसाठी न्यायालयात घेऊन जात असताना ती भयंकर घटना घडली. उत्तर प्रदेश, मध्य प्रदेश आणि दिल्लीमध्ये गुन्हे केल्याचे अनेक आरोप त्याच्यावर होते. त्यातील सर्वांत मोठा आरोप खुनाचा आणि चोरीचा होता.

राजेंद्र तेव्हा अलमोडा तुरुंगात होता. व्हॅनमधून न्यायालयात जाताना बंदोबस्तासाठी चार पोलीसही सोबत होते. अर्ध्या रस्त्यात राजेंद्रने हातकड्या फारच घट्ट असल्याची तक्रार केली. पोलिसांनी त्याची टर उडवली. राजेंद्र भडकला. जोरदार वाद सुरू झाला. प्रकरण चिघळलं. दोन्ही पक्ष शिव्यागाळी करत होते.

काही वेळाने राजेंद्रने 'मित्राला फोन करायचा आहे. न्यायालयात आजच अर्ज द्यायचा आहे, त्यासाठी मित्राला फोन करायचा आहे' असं सांगून पोलिसांकडे फोन मागितला. ह्यामध्ये काही संशयास्पद न आढळल्यामुळे एकाने आपला फोन काढून

दिला. रानीखेत न्यायालयाच्या रस्त्यावर आपण कुठे आहोत हे राजेंद्रने मित्राला सांगितलं.

''अर्ज नक्की घेऊन ये. माझी सुटका त्यावर अवलंबून आहे.'' राजेंद्र म्हणाला.

काम फत्ते झाल्यामुळे राजेंद हसत होता. पोलिसाने मोठ्या आढ्यतेने फोन परत घेतला. *अर्ज* म्हणजे पिस्तुलं आणि राजेंद्रने ती आणायला ज्याला सांगितलं तो त्याचाच अनुयायी होता. पिस्तुलं घेऊन तो निघालाही होता.

न्यायालय जवळ आलं, तोच एक टाटा सुमो गाडी मोठ्या वेगाने व्हॅनसमोर आली. ड्रायव्हरने व्हॅन कशीबशी थांबवली. सुमोमधून चार माणसं उतरली आणि त्यांनी तत्काळ पोलिसांवर गोळीबार सुरू केला. काय घडतंय हे समजेपर्यंत पोलीस गोळ्यांना बळी पडले. राजेंद्र सुमोतून पसार झाला. काही काळाने त्याला अटक झाली.

राजेंद्रचा सर्व इतिहास लकीला माहीत होता. दोन अग्रगण्य राजकीय पुढाऱ्यांचा त्याच्यावर वरदहस्त होता हेही माहीत होतं. एकाचं नाव मोहोम्मद शहाबुद्दिन. बिहारमधून आलेला लोकसभा सदस्य. त्याच्यावरील साम्यवादी कार्यकर्त्याच्या खुनाचा आरोप सिद्ध झाला होता. त्याव्यतिरिक्त तब्बल पंधरा हत्यांचा आरोपही त्याच्यावर होता. दुसरा पुढारी मुख्तार अन्सारी. भूतपूर्व गँगस्टर. आमदार असल्याने त्याची उत्तर प्रदेशातील महत्त्वाच्या जिल्ह्यांवर – ह्यामध्ये गाझीपूर, वाराणसी, जौनपूर आणि स्वत:चा जिल्हा समाविष्ट होता – गुन्हेगारी हुकमत चालायची. ह्या दोघांच्या छत्रछायेमुळे राजेंद्र कायदेकानूला तुच्छ लेखायचा. आणि आता तो अत्यंत अमानुष असा हत्यारा बनला होता. लकी त्याच्याशी अतिशय जपून बोलत होता.

''कमांडो भाई, मी डॉक्टर राजेंद्र. आपली चांगली मैत्री होऊ शकेल.'' तो गजांच्या पलीकडून म्हणाला. ह्यापेक्षा जास्त बोलायची ही जागाही नव्हती आणि वेळही नव्हता. पण नंतर लकीला भेटण्यासाठी तो निरनिराळे मार्ग शोधून काढायचा. दीर्घ गप्पा मारायचा. गुन्हेगारी जगामध्ये योग्य गँगमध्ये सामील झालं तर चिक्कार पैसे मिळतात हे लकीला वारंवार सांगायचा. आपलं नाव एखाद्या माफिया गँगमध्ये जोडलं गेलं तर आपल्या जबरदस्त करिश्म्याचा फायदा करून घेता येईल हा राजेंद्रचा हेतू लकी ओळखून होता.

अशाच एका भेटीत तो लकीला म्हणाला, ''ह्या वेळी माझी सुनावणी मध्य प्रदेश न्यायालयात आहे. तुझ्या माणसांना ट्रेनला घेराव घालून अडवायला सांग. मी निसटून पळून जाईन.''

हे ऐकून लकी थक्क झाला. ''तू बारा पोलिसांच्या ताब्यातून निसटणार हे कसं शक्य आहे?''

''त्यात काय मोठंसं? सर्वांना मारून टाकणार!''

अत्यंत निर्घृणपणे मारण्याची भाषा करणाऱ्या राजेंद्रचा पाशवी स्वभाव पाहून लकी हादरून गेला. राजेंद्रचं मानसिक संतुलन बिघडलंय, तो ठार वेडा आहे ह्याची लकीला लख्ख जाणीव झाली. ''हे जमवणं फारच कठीण आहे,'' अशी सबब सांगून लकीने त्याची रक्तरंजित योजना हाणून पाडली. एकूणच कायदाव्यवस्था आणि विशेषत: पोलीस दलाविषयी त्याच्या मनामध्ये प्रचंड तिरस्कार निर्माण झाला होता हे खरं असलं तरी कमांडो बनवल्यानंतर घेतलेली शपथ लकी विसरला नव्हता: 'माझा देश आणि सर्व सुरक्षा दलातील सहकाऱ्यांचं प्राणपणाने रक्षण करणं हे माझं परम कर्तव्य आहे.' ह्या शपथेला जागून लकीने 'राजेंद्रने बांगलादेशला पळून जाण्याचा प्लॅन आखला असून कोणत्याही परिस्थितीत त्याला ट्रेनमधून नेलं जाऊ नये. पोलिस व्हॅनमधूनच त्याचा प्रवास व्हावा आणि व्हॅनसोबत एक पायलट कार असणं अत्यावश्यक आहे,' अशी माहिती एजन्सीला दिली.

पुढील सुनावणीच्या वेळी लकीची आईही पित्याबरोबर न्यायालयात आली. त्यांनी आईला न्यायालयात आणलं, तसंच दर सुनावणीसाठी पंचवीस हजार रुपये फी आकारणारा नवा वकील नेमला, ह्या गोष्टींनी लकी नाराज झाला होता. सर्व कायदेशीर सोपस्कार पार पाडून लकी न्यायालयातून बाहेर पडला तेव्हा बाहेरचं दृश्य पाहून त्याचं अंत:करण विदीर्ण झालं.

लकीच्या प्रत्येक सुनावणीच्या वेळी मीडियाचे वार्ताहर मोठ्या संख्येने जमत असत. तसे ते आजही जमले होते. आई त्यांच्यासमोर हात जोडून विनवणी करत होती.

''माझा मुलगा निर्दोष आहे. त्याच्याविषयी वाईटसाईट बातम्या देऊ नका.''

विकलांग झालेल्या आईला मीडियासमोर मुलासाठी दयेची भीक मागताना पाहून लकी हादरला. जवळ जाऊन त्याने तिचे हात हातकड्या घातलेल्या आपल्या हाती घेतले. आणि तिला कवेत घेऊन व्हॅनच्या दिशेने निघाला. वार्ताहरांची फौजही मागे येत होतीच.

मीडियावाले त्यांच्या चेहऱ्यासमोर खुपसून प्रश्नांच्या फैरी झाडत होते. लकी माइक बाजूला ढकलून आईचं संरक्षण करत होता. त्याच गोंधळात एका वार्ताहराने प्रश्न विचारला, ''लकी, सहआरोपी निरेंदर बोहराची जामिनावर सुटका झाली. संजय आर्यलाही आठवड्याभरात जामीन मिळेल अशी शक्यता दिसते आहे. तुला कधी जामीन मिळणार?''

त्याला ही बातमी वकिलांनी आधीच सांगितली होती. तरीही हा प्रश्न बाणासारखा त्याच्या काळजात घुसला. आई कुशीत होती हाच एक दिलासा होता. व्हॅनमध्ये बसण्यापूर्वी त्याने आईचा निरोप घेतला. पुन्हा तिची भेट कधी होईल ह्याची त्याला किंचितही कल्पना नव्हती.

व्हॅन निघाली. जाळीतून लकी आपल्या आईवडिलांकडे पाहत राहिला. त्यांच्या हताश, हतबल चेहऱ्यांवरून त्याची नजर हटत नव्हती. एक विचार त्याच्या मनात चमकून गेला : *कायदाव्यवस्थेला आपली पर्वा नाही, म्हणून मीही कायद्याची पर्वा करत नाही असं डॉ. राजेंद्र म्हणतो ते खोटं नाही.*

व्हॅन कोपऱ्यावर वळली. आईवडील दिसेनासे झाले. त्यांना अशा विकल अवस्थेत पुन्हा कधीही पाहायचं नाही असा निर्धार लकीने केला. लवकरात लवकर निर्दोष सुटका व्हावी म्हणून शर्थीचे प्रयत्न करायचे हे त्याने मनोमनी ठरवलं.

सत्तावीस

अखेरची सवारी

५ सप्टेंबर २०११

लिमा परगई आणि आर्यला न परतीच्या प्रवासाला घेऊन चालला होता. काही मैलांनंतर हा रस्ता हायवेला मिळणार होता. 'ह्यापूर्वी मी फोर्ड कधीही चालवली नाही' असा बहाणा करून एजंट लिमाने गाडी चालवायला मागितली. परगईने काहीशा अनिच्छेने चाक त्याच्या हाती दिलं.

लिमाने गाडी चालू केली. परगईला आपल्याविषयी संशय आला असेल ही शक्यता नाकारता येत नव्हती. लिमाच्या सापळ्यात अडकले असं दिसत असलं तरी दोघांची जोडी कधी काय करेल हे सांगता येणं अशक्य होतं. दोघांपैकी एकानेही आपल्यावर हल्ला केला तर सावधगिरी म्हणून लिमाने गाडी आपल्या हाती घेतली. त्यांची पिस्तुलं निकामी केली हे खरं असलं तरी हल्ला केला तर एकट्याला दोघं भारी पडले असते. मागे बसलेला परगई गळा दाबू शकला असता.

म्हणूनच लिमाने 'ती वेळ' येईपर्यंत गाडीचा ताबा स्वत:कडे ठेवायचं ठरवलं. डोंगराळ रस्ता, एका बाजूला खाई. जराही हलगर्जी झाली तर गाडीला भयंकर अपघात झाला असता किंवा खोल दरीत कोसळली असती. तिघांचा मृत्यू निश्चित होता. अशी परिस्थिती असताना परगई गाडी चालवणाऱ्यावर हल्ला करणार नाही हे नक्की. दोघांना मारण्याचा तो एकच मार्ग असता तर लिमाने जराही विचार न करता गाडी दरीमध्ये झोकून दिली असती. परगई आणि आर्य हे देशाला लागलेली विखारी कीड होती आणि ही कीड कोणतीही किंमत मोजून संपवायचीच असा निर्धार लिमाने केला होता.

भविष्याचा विचार करून सर्व शक्यतांसाठी तयारीत राहायची असाधारण क्षमता लिमामध्ये होती. पुढेमागे सहप्रवाशांच्या हत्येसाठी त्याला दोषी ठरवलं गेलंच तर आपण दुसरीकडेच होतो हे सिद्ध करणारे पुरावेही त्याने तयार ठेवले होते. एजन्सीने परगई आणि आर्यच्या आसपास राहणाऱ्या तीन लोकांना गुप्त मोहिमेत लिमाची मदत करण्यासाठी राजी केलं. अर्थात त्यासाठी त्यांना घसघशीत मोबदला मिळणार होता. लिमा त्यांना भेटला. 'रात्री मला फोन करून काही वेळाने तो बंद करायचा' अशा सूचना देऊन प्रत्येकाला वेळही ठरवून दिली. कॉफी शॉपला जाण्यापूर्वी त्याने आपल्या फोनचं ऑटोमॅटिक मशीन चालू केलं.

नैनीताल ते चंदीगड हायवे नेहमीप्रमाणेच गजबजलेला होता. रस्त्याच्या दोन्ही बाजूला झगझगीत दिवे लावलेले होते. लिमा 'काम' करण्यासाठी योग्य जागा शोधत होता. पण एकूण परिस्थिती पाहता इथे हत्या करणं कठीण होतं. फारशी वाहतूक नसेल अशा काळोख्या रस्त्यावरच कामगिरी पार पाडणं गरजेचं होतं. मागे बसलेल्या राजूच्या हालचाली बघता याव्यात म्हणून लिमाने बॅक व्ह्यू आरसा थोडा हलवला. त्याची नजर समोर रस्त्यावर आणि परगईवर स्थिर होती. एक हात चाकावर आणि दुसरा कमरेवरच्या पिस्तुलावर होता. तो कायम 'गोळी झाडण्याच्या' तयारीत होता. जरादेखील संशयास्पद आढळलं तर त्याने क्षणार्धात दोघांच्या खोपड्या उडवल्या असत्या.

''राजू भाई, मी दुसऱ्या रस्त्यावरून गाडी घेतो. मागच्या एका व्यवहाराचे तीन लाख रुपये घ्यायचे आहेत.'' लिमाने आरशात बघून सांगितलं.

''हो, चालेल. गरज पडल्यास AK-47च्या सौद्यामध्येही पैसे वापरता येतील.'' परगई म्हणाला.

परगईची हाव वाढली होती. डीलरकडे अधिक रायफली असतील तर त्यादेखील विकत घ्यायचे त्याचे मनसुबे होते. चौरस्त्यावर लिमाने गाडी थांबवली. एक रस्ता चंदीगढमधून नैनीतालला जात होता, तर दुसरा भिमतालला. डोंगराळ भागातून जाणाऱ्या ह्या मार्गावर फारशी वाहतूक आणि दिवेही नव्हते. लिमाने गाडी भिमतालच्या रस्त्यावरून काढली.

रस्ता खूप चढणीचा होता. काळोख अधिकच दाट झाला. एका बाजूची दरी खोल होत गेली. त्यांच्या आणि क्वचितच समोरून येणाऱ्या वाहनांच्या दिव्यांच्या प्रकाशाव्यतिरिक्त बाकी सर्वत्र दाट काळोख होता. दोघा गुन्हेगारांचा पुढील प्रवास दोन्ही अर्थाने फारच अंधकारमय झाला. रेडिओवर वाजणाऱ्या गाण्याबरोबर लिमानेही सूर मिळवला, *करें चांदतारों को, मशहूर इतना क्यूं, कंबख्त इनसे भी खूबसूरत है तू...*

सलमान खानच्या *बॉडीगार्ड* ह्या नव्या चित्रपटातील गाण्याच्या पुढच्या ओळी आर्यने पूर्ण केल्या, 'आय लव्ह यूऽऽऽ'

तिघंही हसत सुटले. पण लिमा अतिशय सावध होता. मागून गाडी येताना दिसली की तो वेग कमी करून त्या गाडीला पुढे जाऊ द्यायचा. परगईची माणसं आपल्या मागावर नाहीत ना ह्याची खात्री करायचा तो.

साडेबाराचा सुमार असेल. नवा दिवस सुरू झाला होता. सहा सप्टेंबर २०११. काळोखात काहीही दिसणं कठीण झालं होतं. परगईने सुरक्षित जागी गाडी थांबवायला सांगितलं. डिकीतल्या बाटल्या काढायच्या होत्या. लिमाने गाडी पुढे काढली. अखेर एका झोपडीवजा पोलीस चौकीपुढच्या कोपऱ्यावर त्याने गाडी थांबवली.

''बाटल्या काढून घे.'' तो परगईला म्हणाला.

परगई खाली उतरला. ट्यूबलाइटच्या प्रकाशात पोलीसचौकीचा बोर्ड दिसत होता. तो पाहून परगई हसत म्हणाला, ''तुला नेमकं इथेच थांबायचं होतं का!''

लिमाही हसला. ''तू *सुरक्षित* जागा म्हणालास ना!''

दोघं उपहासाने हसत सुटले. परगईने डिकीमधून दारूच्या बाटल्या काढल्या. लिमाला दोन मोटरसायकलवर दोन पोलीस दिसले. दोघं गस्त घालत असणार. *पण आत्तापर्यंत त्यांना गस्त घालणारा एकही पोलीस आढळला नाही हे कसं शक्य आहे?*

लिमा परगईला गाडी चालवायला देणार होता. त्यामुळे ''जास्त पिऊ नकोस,'' लिमाने परगईला बजावलं.

परगई आणि आर्य पट्टीचे पिणारे होते. थोड्याशा दारूमुळे त्यांचा तोल ढळणार नव्हता. परगईने चाक हाती घेतल्यावर प्रवास सुरू झाला. आता रिमझिम पाऊसही पडायला लागला होता.

लघवीला जायचंय असं सांगून लिमाने शामखेतजवळ गाडी थांबवायला सांगितली. अमित आर्यने खिडकीची काच खाली केली होती. लघवी करून परतल्यानंतर लिमाने खिडकीवर टकटक केलं. पुढे जे काही घडलं तो इतिहास माहीत आहेच. *एजंट लिमाने एकच गोळी झाडून देशातील अति क्रूर आणि खतरनाक अशा दोन गुन्हेगारांना ठार मारलं.*

अठ्ठावीस

सुनावणीला आरंभ

नोव्हेंबर २०१३

आपला जामीनअर्ज फेटाळला हे ऐकल्यानंतर लकी प्रचंड संतापला. आरोपपत्रामध्ये अनेक त्रुटी आणि शून्य पुरावा असूनही न्यायालयाने असा निर्णय दिला हे पाहून लकीचं डोकं गरगरायला लागलं. केसबाबत बोटचेपं धोरण स्वीकारल्याबद्दल त्याने एजन्सीला चांगलंच फैलावर घ्यायचं ठरवलं. फोन केला तेव्हा त्याच्या चेहऱ्यावर नैराश्य आणि संताप ओतप्रोत भरलेला होता. बऱ्याच वेळाने पलीकडून फोन उचलला गेला.

''एजन्सी अजून किती काळ हातावर हात बांधून बसणार आहे? मी अजूनही तुरुंगात का सडतो आहे?'' लकीने फैर झाडली.

''शांत हो लकी. तुझ्यापेक्षाही आम्हाला तुझ्या जामिनाची जास्त काळजी आहे.'' एजन्सीचा प्रतिनिधी म्हणाला.

तो पुढे म्हणाला, ''सध्याचं सरकार २०१४च्या निवडणुकीत हरणार अशी खबर आहे. त्यानंतर तुझी सुटका होण्याच्या शक्यता वाढतील.'' हे ऐकून लकी अवाक झाला. ''तोपर्यंत मी तुरुंगात बसावं अशी तुमची अपेक्षा आहे की काय? अत्यंत कडक बंदोबस्त असणाऱ्या बांगलादेश रायफल्समधूनही मी निसटलो होतो हे विसरलात काय? तुम्ही मदत करा किंवा नका करू, इथूनही मी बाहेर निघेनच हे लक्षात ठेवा!''

लकीने फटकन फोन बंद केला. एजन्सी सातत्याने खोटी आश्वासनं देत होती त्यामुळे तो वैतागला होता. राजकीय दबावामुळे जामीन नाकारला हे त्याला

माहीत होतं. त्याच्या जामीनअर्जाच्या निकालापूर्वी सत्तेवर असलेल्या पक्षात श्रेष्ठपदी असलेले नीरज जोशी न्यायालयात दिसले, अशी बातमी त्याच्या माणसांनी दिली. लकीने त्यांना लगेच फोन करून न्यायालयातील उपस्थितीमागील कारण विचारलं.

''काम होतं.'' ते म्हणाले.

''तुमच्याकडे एकाहून एक महागड्या गाड्या असताना साध्या आल्टो गाडीतून न्यायालयात का गेलात? माझ्या नजरेतून सुटायचं होतं, मला मूर्ख बनवायचं होतं म्हणूनच ना?'' लकीने विचारलं.

नीरज जोशींना काय बोलावं सुचेना. थोडा वेळ स्मशानशांतता पसरली.

''न्यायालयाचा निकाल तुमच्या सांगण्यावरून बदलला हे मला कधीही समजू नये ह्यासाठी देवाची प्रार्थना करायला लागा, जोशीजी. कारण हे मला समजलं तर भर रस्त्यात तुम्हाला गोळ्या घालायला कचरणार नाही. तुमच्या सोबत डझनावारी लोक असतात ह्या गोष्टीने मला काहीही फरक पडणार नाही हे लक्षात ठेवा.''

लकीने फोन बंद केला. त्याची चोहोबाजूने कोंडी झाली होती. पूर्णपणे हरला होता तो. एजन्सीवरचा विश्वास उडाला होता. आत्मविश्वास डळमळला होता. अतिशय हतबल वाटत होतं. अखेरपर्यंत लढायचं हा निर्धार मावळू लागला.

अश्मिताशी बोलून मनाला उभारी मिळवावी असं तीव्रपणे वाटत होतं. त्याने मेसेज करून 'फोन करू का' विचारलं. त्याचं उत्तर आलं नाही. निराश होऊन त्याने फोन बाजूला ठेवून दिला. नंतर फोन चेक केला तेव्हा तिचे अनेक मिस्ड कॉल दिसले. त्याने तिला लगेच फोन केला. ती आपल्या दुखऱ्या मनावर हळूवार फुंकर घालेल ही त्याची अपेक्षा नेहमीप्रमाणे फोल ठरली. बी. टेक. झालेल्या आणि उज्ज्वल भवितव्य असलेल्या तरुणाबरोबर तिचे प्रेमसंबंध आहेत हे कळल्यानंतर लकी अधिकच खचला. तिचं अभिनंदन करून त्याने पटकन फोन कट केला.

काही दिवसांनंतर तो ह्या धक्क्यातून सावरला. सुनावणीला न्यायालयात जाण्यासाठी त्याने जय्यत तयारी सुरू केली. तुरुंगानजीक 'लिवाइज' दुकान होतं. लकीने त्याच्या मालकाला फोन करून पाच जीन्स आणि मॅचिंग शर्ट पाठवायला सांगितले.

''सुनावणीचा पहिला दिवस आहे. प्रसिद्धीमाध्यमं फार मोठ्या संख्येने हजर असतील. तुझा लहान भाऊ हिरोसारखा दिसायला हवा ना?'' लकी म्हणाला.

''पण मला लहान भाऊ नाही.'' दुकानदार म्हणाला.

''असं का म्हणतोस? मी तुझ्या धाकट्या भावासारखाच आहे.''

लकी आपल्याला गर्भित धमकी देतो आहे हे त्याला समजलं. त्याने सुटायचा प्रयत्न केलाच.

''लकी भाई, तुझ्या सुनावणीच्या दिवशी माझं दुकान बंद आहे.''

''मला कपडे मिळाले नाहीत तर तुझं दुकान कायमचं बंद पडेल.'' लकी म्हणाला.

आता मात्र दुकानमालकाने चकार शब्द उच्चारला नाही. सुनावणीच्या आदल्या दिवशी कपड्यांच्या पिशव्या घेऊन तो हजर झाला. दुसऱ्या दिवशी लिवाइजचे नवेकोरे कपडे घालून लकी प्रसिद्धीमाध्यमांना सामोरा गेला. असंख्य कॅमेरे त्याचे फोटो घेत होते. फ्लॅश उडत होते. हातकड्या घातलेल्या लकीला कडक बंदोबस्तामध्ये न्यायालयात नेत असताना गर्दीला आवरणं पोलिसांना कठीण जात होतं. एक वार्ताहर पोलिसांचं कडं तोडून जवळ आला. ''लक्ष्मण बिश्त, सरकार तुला जामीन का नाकारतं आहे?'' त्याने विचारलं.

लकी हसून म्हणाला, ''चांगला प्रश्न आहे, पण तुम्ही तो सरकारलाच विचारा.''

पोलिसांनी त्याला घाईघाईने न्यायालयाच्या व्हरांड्यामध्ये ढकललं. मागे राहिलेल्या वार्ताहरांनी बाकीच्या आरोपींकडे मोर्चा वळवला : संजय आर्य, मोंटू आर्य, विरेंदर बोरा आणि प्रकाश बोरा. पोलीस चौघांना न्यायालयात घेऊन जात होते. त्यांच्याकडे कोणी विशेष लक्षही देत नव्हतं.

न्यायालयात लकीला स्वतंत्रपणे आणि त्या चौघांना एकाच साक्षीदार कठड्यात उभं केलं होतं. पहारा देत दोन पोलीस उभे होते.

न्यायालय तुडुंब भरलेलं होतं. पहिल्या रांगेत लकीचे आईवडील, दोन धाकट्या बहिणी बसलेल्या होत्या. चौघांची नजर त्याच्यावरच खिळलेली होती. लकी त्यांच्याकडे पाहून आश्वासक हसला. सारंकाही ठीक होईल, काळजी करू नका हे लकीला त्यांच्यापर्यंत पोहोचवायचं होतं.

सर्वत्र सुनावणीची पूर्वतयारी आणि हलक्या आवाजात कुजबुज चालू होती. कमालीच्या चित्तथरारक आणि खळबळजनक खूनखटल्याचं कामकाज पाहण्यासाठी चौकस वकीलही मिळेल ती जागा पकडून उभे होते. महिला न्यायाधीशांनी पहिल्या साक्षीदाराला हजर करायला सांगितलं.

राजू परगईचे मामा जमन सिंगला न्यायालयात आणलं गेलं. ते साक्षीदाराच्या पिंजऱ्यात उभे राहिले. रिक्षाचालक असलेल्या सिंगनी सर्वप्रथम लकीविरूद्ध एफआयआर (प्रथम माहिती अहवाल) दाखल केला होता. भाचा परगईच्या मृत्यूमुळे ह्या मामाचा सर्वांत जास्त फायदा होणार होता. परगईचं सख्ख्या भावांशी अजिबात पटत नव्हतं. त्यामुळे आपली सर्व संपत्ती त्याने मामाच्या नावे केली होती.

मामाने जराही वेळ वाया न घालवता परगईच्या मालमत्तेवर कब्जा केला होता. राजूच्या दोन्ही बायकांनाही त्याने सोडलं नाही. दोघी आता त्याच्या सोबत राहत होत्या. न्यायाधीशांनी कामकाजास सुरुवात करण्याचा आदेश दिल्याबरोबर सर्वत्र शांतता पसरली.

फिर्यादीच्या बाजूने एक नामवंत वकील खटला लढवत होते. एफआयआरचे कागदपत्र त्यांच्या हाती होते. लकीजवळ येऊन ते आरोपपत्र वाचू लागले : 'जमन सिंगच्या साक्षीनुसार हत्या झाली त्या रात्री त्यांनी भाचा परगई आणि अमित आर्यला लकी आणि अन्य आरोपींसोबत गाडीमध्ये पाहिलं होतं.

सकाळी सुमारे आठ वाजता जमन सिंगला खूनाविषयी माहिती दिली गेली आणि त्यानंतर सकाळी नऊ वाजता ते लकी आणि अन्य चार आरोपी (त्यांचा 'अज्ञात' असा उल्लेख आहे) स्थानिक पोलिसचौकीवर तक्रार नोंदवायला गेले हे कागदपत्रांवरून सिद्ध होतं.

सरकारी वकील महिला न्यायाधीशांकडे वळून म्हणाले की 'जमन सिंगने आपल्या साक्षीमधे, 'परगई आणि अमितसोबत लकी आणि अन्य सहआरोपी प्रवास करत होते. दोघांचे मृत देह सापडले तेव्हाही ते सोबत असणार हे स्पष्ट केले आहे.

लकी आणि त्याच्या मित्रांनीच हे नृशंस खून केले हे निश्चित.'

न्यायाधीशांच्या अनुमतीने लकीच्या वकिलांनी जमन सिंगची उलटतपासणी सुरू केली.

''मिस्टर सिंग, भाच्याचा खून झाला हे तुम्हाला कसं समजलं?'' त्यांनी सहज स्वरात विचारलं.

''सकाळी पोलिसांनी सांगितलं.''

''सकाळी आठ वाजता. बरोबर ना? आदल्या रात्री माझे अशील आणि अन्य आरोपींना तुम्ही भाच्याबरोबर पाहिलं होतं. असं असूनही तुम्ही लगेचच एफआयआर का दाखल केली नाही? एक तास उशीर का केला?''

जमन सिंग क्षणभर विचारात पडले. ''मला प्रचंड धक्का बसला होता. त्यातून सावरायला मला थोडा वेळ लागला.''

''ठीक आहे. पण तुम्ही पोलिसांसमोर पहिलं जे निवेदन दिलं त्यामध्ये लकी बिश्तचा उल्लेखही नाही हे कसं?''

जमन सिंग बावचळले. मोठा आवंढा गिळून म्हणाले, ''लकीबरोबर चंदीगढला जाणार आहे असा ओझरता उल्लेख परगईने केला होता.'' आपल्याला खुनाच्या आरोपामध्ये गुंतवण्यासाठी पोलिसांनी रचलेली केस फारच ढिसाळ पायावर उभी आहे हे लकीला समजलं. पोलिसांच्या सांगण्यावरूनच जमन सिंगने दुसऱ्या निवेदनामध्ये लकीचं नाव घेतलं हे स्पष्ट दिसत होतं.

''मिस्टर सिंग, कृपया एका गोष्टीचं स्पष्टीकरण करा. माझ्या अशिलाचा ह्या केसशी संबंध आहे असं तुम्हाला एवढ्या खात्रीपूर्वक का वाटतं? तुम्ही तर त्याला ओळखतही नव्हता.'' लकीच्या वकिलांनी प्रश्न केला.

''तो संजय आर्यचा दोस्त आहे. तो योगेश सुनेहरीचा निष्ठावंत सहकारी आहे. सुनेहरीला माझ्या भाच्याने मारलं हे कारण परगईची हत्या करण्यासाठी पुरेसं आहे.''

''तुमच्या युक्तिवादाप्रमाणे विचार केला तर भाच्याच्या खुनाचा आरोप माझ्या अशिलावर नाही, संजयवर करायला हवा. दुसरं म्हणजे लकी आणि संजयच्या दोस्तीविषयी तुम्हाला कधी समजलं?''

''खुनापूर्वी साधारण पंधरा दिवस आधी समजलं होतं.''

''असं असूनही पहिल्या तक्रारीत माझ्या अशिलाचा उल्लेख का नाही?''

जमन चांगलाच कोंडीत सापडला आहे हे पाहून वकिलांनी बॉम्ब फोडला.

त्यांचा आवाज संपूर्ण न्यायालयात घुमला, ''मिस्टर जमन, माझा अशील आणि संजयची दोस्ती आहे हे कोणी सांगितलं? आणि कृपा करून खोटं बोलू नका.''

घाबरलेले जमन किंचाळले, 'पोलीस.'

''किती आश्चर्याची गोष्ट आहे ही! आमचा साक्षीदार पोलिसांनी पढवल्याबरहुकून बोलतोय.'' वकील म्हणाले.

एव्हाना साक्षीदाराची भंबेरी उडाली होती. वकील तेवढ्यावरच थांबले नाहीत. परगईच्या गारद झालेल्या मामाला आणखी घोळात घेत त्यांनी विचारलं, ''योगेश सुनेहरीला गुन्हेगारी पार्श्वभूमी असलेला एक धाकटा भाऊ आहे. भावाच्या खुनाचा बदला घ्यायला तो समर्थ आहे. असं असताना मिस्टर सिंग, काहीही संबंध नसलेल्या केसमध्ये माझा अशील का सहभागी होईल कृपया सांगता का?''

जमनच्या लकीवरील शेंडाबुडखा नसलेल्या आरोपांच्या चिथड्या उडवल्यानंतर वकिलांनी त्याला विचारलं, ''असे आरोप करण्यामागे कोणतं कारण आहे?'' जमननी सारवासारव करायचा दुबळा प्रयत्न केला, ''गुन्ह्याच्या जागी पिस्तुलाचं कव्हर सापडलं होतं. ते लकीचंच आहे हे मी ओळखलं.''

हे ऐकून लकीने वकिलाला जवळ येण्याची खूण केली आणि त्याच्या कानामध्ये काहीतरी कुजबुजला. न्यायाधीश आणि सर्वच बघे त्याच्याकडे आश्चर्याने पाहत होते. वकील आपल्या जागी परतून म्हणाले, ''जमन ज्या पिस्तूल कव्हरविषयी बोलतो आहे ते आतमधील होल्स्टर. ते कायम पँटमध्ये लपवलेलं असतं.''

''आमचा साक्षीदार अधिकाधिक खड्ड्यात घालतोय स्वतःला.'' वकील न्यायाधीशांकडे पाहून म्हणाले. ''लकीचं आतलं होल्स्टर अनेकदा पाहिल्याचा दावा करतो आहे तो, पण असं होल्स्टर कायम कपड्यांमध्ये लपवलेलं असतं.''

जमन सिंग पुरता बावचळून गेला. ''एका अति उच्च राजकीय कटकारस्थानामध्ये माझ्या अशिलाला हेतुपुरस्सर गुंतवलं जात आहे. परगई आणि अमित कुप्रसिद्ध गँगस्टर होते. माफिया कारकिर्दीमध्ये त्यांनी असंख्य शत्रू निर्माण केले. त्यांपैकीच कोणीतरी त्यांची हत्या केली असावी. माझ्या अशिलाचा त्याच्याशी दूरान्वयेही

संबंध नाही.'' अतिशय ठाशीव स्वरात हे सांगून वकिलांनी उलटतपासणीचा समारोप केला.

लकी समाधानाने हसला. वकिलांनी अतिशय उत्तमरीत्या त्याची बाजू मांडली होती. न्यायाधीशांनी पुढची तारीख दिली आणि कामकाज संपवलं. बाहेर पडल्यानंतर लकी कुटुंबीयांना भेटला. आईवडिलांचे आशीर्वाद घेतले, त्यांची नीट काळजी घ्या आणि माझ्या काळजीपोटी अभ्यासाकडे दुर्लक्ष करू नका, असं बहिणींना बजावून सांगितलं. नंतर 'मला वकिलांशी खाजगी बोलायचं आहे,' असं सांगून पोलिसांची परवानगी घेतली. पुढील सुनावणींच्या वेळी कोणत्या मुद्द्यांवर भर द्यायचा ह्यावर त्यांच्याशी चर्चा केली. आरोपपत्राची प्रत मागून घेतली आणि तुरुंगाकडे रवाना झाला.

लकीने आरोपपत्र काळजीपूर्वक वाचलं आणि ताबडतोब वकिलांना फोन लावला. पुढील साक्षीदाराची उलटतपासणी लांबवण्याची सूचना देऊन तो म्हणाला, ''तिच्याविषयीच्या काही तपशिलांची नीट छाननी करायची आहे. तिने एफआयआरमध्ये दिलेल्या निवेदनासाठी ही माहिती अत्यंत महत्त्वाची आहे.'' वकिलांनी सूचनेनुसार सूत्रं हलवली. सहआरोपी मोंटू आर्य तापाने फणफणल्याने न्यायायालयात हजर राहू शकणार नाही, ह्या कारणास्तव सुनावणी पुढे ढकलली गेली.

पुढील तारखेपर्यंत लकीला हवी ती सारी माहिती वकिलांनी जमा केली. ही अति महत्त्वाची साक्षीदार कोण होती? राजू परगईची पहिली पत्नी.

एकोणतीस

सौभाग्यवती परगईंच्या घोडचुका

परगईची पहिली बायको काहीशी भिडस्त स्वभावाची वाटत होती. साक्षीदाराच्या पिंजऱ्यामध्ये ती मान खाली घालून उभी होती. साक्षीदाराच्या पिंजऱ्याजवळ जाऊन फिर्यादी पक्षाच्या वकिलांनी सौ. परगईंचं निवेदन वाचून दाखवलं : 'खुनापूर्वी एक महिना लकी आमच्या घरी आला होता. तेव्हा लकीने चंदीगढच्या ट्रिपचा उल्लेख केला. परगईने मान डोलावून होकार दिला हे मी ऐकलं. सौदा पक्का करण्यासाठी पाच लाख आठ हजार रुपयांचा बंदोबस्त झाला हेही परगईने सांगितलं.'

फिर्यादीचे वकील म्हणाले, ''परगईच्या पत्नीच्या साक्षीवरून सिद्ध होतं की लकीने परगईबरोबर चंदीगडला जायची तयारी केली होती. गाडीमध्ये मिळालेले पैसे परगईने आरोपी लकीच्या सांगण्यावरूनच जमवले होते. दुहेरी हत्यांची योजना आणि अंमलबजावणी करण्यामध्ये लकीचाच हात आहे.'' एवढं बोलून ते आपल्या जागी बसले.

लकीचे वकील उलटतपासणीसाठी उठले. आरोपपत्राचा अभ्यास केल्यानंतर लकीने कोणते प्रश्न आणि कसे विचारायचे ह्याच्या व्यवस्थित सूचना त्यांना दिल्या होत्या.

''राजू परगईबरोबर किती वर्षं संसार केलास?''

''सात वर्षं.''

''पती उदरनिर्वाहासाठी कोणता व्यवसाय करायचा?''

''रिअल इस्टेट. मालमत्तांची खरेदीविक्री.''

वकिलांनी परगईच्या कार्यालयाचा पत्ता विचारला. त्यावर ती म्हणाली, ''त्याचं कार्यालय नव्हतं. तो घरूनच सर्व व्यवहार करत असे.'' वकील उपहासाने म्हणाले, ''तुमचा नवरा कुख्यात गुंड आहे हे साऱ्या शहराला माहीत आहे. माझ्या अशिलाला गुंतवण्यासाठी वाटेल तसे खोटे आरोप करता आहात.''

''माझा पती प्रॉपर्टीचे व्यवहार करायचा एवढंच मला माहीत आहे.'' ती वर पाहून उत्तरली.

वकील आपल्या डेस्कजवळ गेले. काही कागदपत्रं उचलून त्यांनी न्यायाधीशांना दिली. ती कागदपत्रं नजरेखालून घालत असताना वकील म्हणाले, ''योगेश सुनेहरीच्या हत्येच्या आरोपावरून नवरा तुरुंगात असताना साक्षीदार किती वेळा त्याला भेटायला गेली होती ह्याच्या नोंदी कागदपत्रांमध्ये आहेत.''

''तब्बल तेरा वेळा, न्यायाधीश महोदय! ह्या बाई तेरा वेळा साक्षीदार पतीला भेटायला तुरुंगात गेल्या आणि तरीही पतीच्या उद्योगांबद्दल काहीच माहीत नाही असं धादांत खोटं बोलत आहेत. पतीवर अठरा गंभीर गुन्ह्यांचे आरोप असताना पत्नी त्याविषयी संपूर्णत: अनभिज्ञ आहे हे अशक्य आहे.''

त्यांनी न्यायाधीशांचं लक्ष कमालीच्या अविश्वसनीय गोष्टीकडे लक्ष वेधलं.

''माझा अशील तुमच्या घरी कधी आला होता?''

''त्या घटनेपूर्वी एक महिना.''

''सौ. परगई, तुम्ही आणखी एक खोटं बोलताहात. तेव्हा माझा अशील उत्तराखंडात नव्हताच. हे त्याच्या सर्व्हिस रेकॉर्डवरूनही सिद्ध करता येईल.''

पुढे वकिलांनी तिला विचारलं, ''नैनीतालमध्ये तुमचा नवरा खुल्लमखुल्ला पिस्तूल घेऊन हिंडायचा. त्याच्या जवळ परवाना होता का?'' तिने नकारार्थी उत्तर दिलं. त्यावर, ''परगई कायद्याला धूप घालत नसे ह्या गोष्टीचा हा पुरावा आहे. जिवाची पर्वा न करता नको तिथे नाक खुपसायचा त्याचा स्वभाव होता,'' असं वकील म्हणाले. हा संपूर्ण वेळ ती खालमानेने उभी होती. एकदाही तिने लकी किंवा त्याच्या वकिलाकडे नजर उचलून पाहिलं नाही.

''साक्षीदाराच्या निवेदनात फारच मोठ्या विसंगती असून त्यांच्याकडे दुर्लक्ष करता येणार नाही. माझ्या अशिलावर केलेल्या खोट्या आरोपांना पुष्टी देण्यासाठी सौभाग्यवती परगई कपोलकल्पित कहाण्या रचून सांगत आहेत.'' वकिलांनी समारोप केला.

त्या दिवशीचं न्यायालयीन कामकाज संपलं. लकीचे वकील त्याला बाहेर भेटले. 'पहिल्या दोन्ही उलटतपासण्या आपल्याला अनुकूल झाल्यामुळे जामिनासाठी मी उच्च न्यायालयात अर्ज करणार आहे,' असं ते म्हणाले. ह्या वेळी जामीन नाकारण्याचं कारण दिसत नाही, नक्की जामीन मिळेल अशी लकीला खात्री वाटत होती.

न्यायालयातून बाहेर पडताना लकीचं एका माणसाकडे लक्ष गेलं. तो लकीकडे एकटक पाहत होता. न्यायालयात येत असताना होंडा सिटी कार त्यांच्या व्हॅनचा पाठलाग करत होती. कारमध्ये हाच माणूस होता हे लकीच्या आता लक्षात आलं. एजन्सीचा अधिकारी होता तो. नाश्तापाणी करण्यासाठी एका हॉटेलजवळ लकीची व्हॅन थांबली. होंडा सिटीही थांबली. दोघं जण कारमधून उतरून पोलिसांजवळ आले. ''कोणत्या तुरुंगात कार्यरत आहात?'' त्यांनी विचारलं. लकी सावध होऊन ऐकत होता.

''तुम्ही का विचारताहात?'' पोलीस म्हणाले.

''आमचा भाई, डी.पी. यादवला लवकरच देहरादून तुरुंगात स्थानबद्ध करणार आहेत.''

आपली पुन्हा एकदा बदली होणार, आपण डी.पी. यादवशी जवळीक वाढवावी हा एजन्सीचा उद्देश आहे म्हणून आपली रवानगी देहरादून तुरुंगात केली जाईल हे लकी समजून चुकला.

लकीचा अंदाज खरा ठरला. त्याची देहरादून तुरुंगात बदली झाल्याचा आदेश निघाला होता. प्रथम हल्द्वानी तुरुंगात एक दिवसाचा मुक्काम करून त्याला नंतर देहरादून तुरुंगात नेणार होते. लकी आपल्या तुरुंगात एक दिवस राहाणार ही बातमी हल्द्वानीच्या जेलरला आवडली नव्हती. गंमत म्हणजे त्याला बंदोबस्तात नेण्यासाठी पोलीस उपलब्ध नसल्यामुळे लकीला हल्द्वानी तुरुंगात अकरा दिवस राहावं लागलं.

राज्यातील सर्व तुरुंगांपेक्षा देहरादून तुरुंगामधील शिस्त सर्वाधिक कठोर होती. अधीक्षक महिंदर सिंग ग्वाल अत्यंत कडक होते. कैद्याने क्षुल्लकही चूक केली तर ते भयंकर शिक्षा करायचे. मारहाण करण्यापेक्षा मानसिक छळ करणं त्यांना अधिक पसंत होतं.

नेहमीप्रमाणे लकीची अन्य कैद्यांशी गट्टी जमली. त्यांच्या बरोबर तो लूडो खेळायचा. एक दिवस आपल्या कोठडीकडे परतताना त्याने एक भयानक दृश्य पाहिलं. एका कैद्याला गुळाच्या पाण्याची अंघोळ घालून तळपत्या उन्हामध्ये उभं केलं होतं. ते पाहून लकी हबकून गेला. शिक्षा करायची ग्वालची ही खास पद्धत होती.

रोज तुरुंगाला भेट देण्याच्या जबाबदारीतून ग्वालने स्वत:ला मुक्त केलं होतं. नियमित फेरी मारायचा, पण तुरुंगाच्या प्रशासकीय जबाबदाऱ्या वर्मा नावाच्या अधिकाऱ्यावर सोपवल्या होत्या. तेही ग्वालसारखेच कठोर आणि कावेबाज होते.

विविधढंगी व्यक्तिमत्त्व असलेले वर्मा कैद्यांची कोणतीही चुकीची गोष्ट खपवून घेत नसत. पण त्यांच्या कठोरपणाला मानवतेची झालर होती. निर्दोष असूनही तुरुंगात डांबलेल्या कैद्यांना मदत करायला ते नेहमीच पुढे असायचे.

चौफेर वाचन करणारे वर्मा अतिशय हुशार होते. प्रत्येक खटल्याची, कैदी कोणत्या गुन्ह्याखाली तुरुंगात आहे ह्याची सर्व माहिती त्यांना असायची. बारीकसारीक माहिती देणारं खबऱ्यांचं फार मोठं जाळं त्यांच्या हाती होतं. कामामध्ये त्याचा फायदा व्हायचा.

लकी लूडो खेळत असतो ही बातमी अर्थातच त्यांच्यापर्यंत पोहोचली. हे नियमात बसत नव्हतं. आवारात फुटबॉल खेळणाऱ्या लकीला त्यांनी जवळ बोलावलं, ''लूडो खेळू नकोस. फाशांचे खेळ खेळण्याची परवानगी नाही.'' ते म्हणाले.

''मला कंटाळा येतो. वेळ कसा घालवायचा?'' लकी न घाबरता म्हणाला.

वेगाने भिरभिरत आलेला बॉल झेलून त्यांनी लकीकडे आश्चर्याने पाहिलं. लकी त्यांच्यासमोर निडरपणे उभा होता. प्रशीक्षणार्थी आणि कमांडो असताना लकीने कोणकोणती पदं आणि स्थानं भूषवली ह्याची यादीच वर्मांनी ऐकवली. त्यांची बुद्धिमत्ता आणि ज्ञान पाहून लकी चकित झाला. पण त्याने कोणतीही प्रतिक्रिया मात्र दाखवली नाही. लकीनेही वर्मांविषयी सर्व माहिती मिळवली होती. ते एस.टी.एफ.चे (Special Task Force) खबरे आहेत हे माहीत असल्याने लकी मूकपणे ऐकत होता.

''लूडोव्यतिरिक्त तुला कोणता खेळ आवडतो?''

'क्रिकेट.'

''ठीक आहे. ह्यापुढे लूडो खेळायची आवश्यकता नाही.''

दुसऱ्याच दिवशी वर्मांनी क्रिकेट किटची व्यवस्था केली. देहरादून तुरुंगाच्या इतिहासात प्रथमच कैद्यांना क्रिकेट खेळताना पाहायला मिळालं. शारीरिक व्यायाम देणारा खेळ खेळायला मिळतोय ह्या गोष्टीमुळे लकी खूश होता.

ह्यादरम्यान मधुमिता शुक्ला खूनखटल्यातील आरोपी अमर मणी त्रिपाठींना पत्नीसह गोरखपूर तुरुंगात ठेवलं होते. उत्तर प्रदेशातून चार वेळा आमदार म्हणून निवडून आलेल्या त्रिपाठींची आता देहरादून तुरुंगात रवानगी झाली.

९ मे २००३ रोजी चोवीस वर्षांची उभरती कवयित्री मधुमिता शुक्ला हिच्या दोन खोल्यांच्या घरात दोघं जण घुसले आणि त्यांनी अगदी जवळून गोळ्या झाडून तिची निर्घृण हत्या केली. मरणोत्तर तपासणी अहवालामध्ये ती सात महिन्यांची गर्भवती आहे असं निष्पन्न झालं. बाळाचे पिता अमर मणी त्रिपाठी होते.

सप्टेंबर २००३मध्ये तपासानंतर अमर मणी त्रिपाठींचे मधुमिताशी विवाहबाह्य संबंध होते आणि तिचा खून त्यांनीच केला आहे हे सिद्ध झालं. त्यांना अटक करण्यात आली. खुनाआधीच्या फोनचा मागोवा घेतल्यानंतर त्रिपाठींच्या पत्नीचा खुनाशी संबंध असल्याचं उघडकीस येऊन तिलाही अटक झाली.

देहरादून तुरुंगामध्ये अनेक गँगस्टर आणि गुन्हेगारांना डांबण्यात आलं होतं. खून, खंडणीपासून प्रचंड घोटाळे असे विविध गुन्हे करून ही मंडळी तुरुंगात आली होती. सर्वांत गंभीर गुन्हा दोन आय.ए.एस. अधिकाऱ्यांनी केलेला होता.

आता ऐंशीच्या घरात असलेल्या दोघांनी तीस वर्षांपूर्वी तब्बल पाचशे कोटी रुपयांचा महाप्रचंड घोटाळा केला होता. एवढी वर्षं शिक्षा कशी काय टाळली असा प्रश्न लकीने त्यांना विचारला. त्यावर ते उत्तरले ''आम्ही दर वेळी शिक्षेला उच्च न्यायालयात आव्हान देत होतो. ह्या वेळी मात्र आम्हाला दोषी ठरवण्यात आलं.'' पण बारा दिवसांत जामीन मिळेल ह्याची त्यांना शंभर टक्के खात्री होती. इकडेतिकडे थोडा वशिला लावायचा. चोरलेल्या पैशांमधून थोडे अधिकाऱ्यांना खायला घालायचे. आणि झटक्यात बाहेर पडायचं अशी त्यांची योजना होती.

त्यानंतर दहाव्या दिवशी लकीने चौकशी केली तेव्हा त्यांनी वर्तवलेलं भविष्य चक्क खरं ठरल्याचं त्याला समजलं. तुरुंगातून त्यांची अगदी सहज सुटका झाली होती.

काही दिवसांनी एक निलंबित पोलीस अधिकारी लकीला भेटायला तुरुंगात आला. 'डी.पी.यादव हे स्थानिक राजकारणी तुरुंगाची हवा खायला लवकरच देहरादून तुरुंगात येणार आहेत. मंत्रिमहोदयांना मदत केलीस तर तेही तुझ्या सुटकेसाठी प्रयत्न करतील,' असा सल्ला त्याने दिला.

यादव चार वेळा आमदार झाले होते. राज्यसभा आणि लोकसभेचे एम.पी. ही होते. राजकीय महत्त्वाकांक्षेपेक्षा गुन्हेगारी जगताचं आकर्षण भारी ठरलं. उत्तर प्रदेशच्या दादरी मतदारसंघामधून तीन वेळा आमदार म्हणून निवडून आलेले महेंद्र सिंग भती ह्यांच्याशी हातमिळवणी करून त्यांनी बेकायदेशीर धंद्यांचं विशाल साम्राज्य उभं केलं.

चाळिशीला पोहोचेपर्यंत यादवने अनेक पदभार तर सांभाळलेच, पण आपल्या नावावर बेकायदेशीर दारूच्या व्यापारापासून (एकदा ही दारू पिऊन ३५० लोक मृत्युमुखी पडले) अनेक गुन्हेगारी खटले, दरोडे, भूतपूर्व गुरू महेंद्र सिंग भती ह्यांचं अपहरण आणि खून नोंदवण्याचा पराक्रमही केला.

दोन दिवसांनी यादव आणि त्याचे चेले तुरुंगात दाखल झाले. लकीने त्याच्याशी संपर्क प्रस्थापित केला. यादवने लकीपुढे प्रस्ताव ठेवला : 'एका अटीवर तुझी सुटका करायला मदत करेन, बाहेर पडल्यानंतर तू माझा बेकायदेशीर दारूचा धंदा संभाळायचा.' लकीने एजन्सीबरोबर प्रस्तावाची चर्चा केली. 'अशा बेकायदेशीर धंद्यापासून चार हात लांब रहा. तुझी सुटका होईल. कायद्यावर विश्वास ठेव.' हा एजन्सीचा सल्ला लकीने स्वीकारला.

पण एजन्सीच्याच सांगण्यावरून त्याने यादवबरोबर घनिष्ठ संबंध कायम राखले. यादवचा विश्वास संपादन करून लकीने त्याच्या सर्व काळ्या धंद्यांची माहिती काढून

घेतली. भारत ते पाकिस्तान ते दुबईपर्यंत पसरलेल्या बेटिंग रॅकेटमधील त्यांची भागीदारी हा सर्वाधिक घातक धंदा होता. ह्या रॅकेटमुळे पैसे अन्य देशांमध्ये वळवले जात होते. परिणामतः भारतीय अर्थव्यवस्था दुबळी होत होती. लकीने लगेच ही गंभीर माहिती एजन्सीला कळवली. २०१६ साली पोलिसांनी अनेक छापे मारून हे विस्तृत बेटिंग रॅकेट उद्ध्वस्त केलं. ह्या बातमीची सर्व प्रमुख वृत्तपत्रांनी दखल घेतली. संपादकीयं लिहिली गेली. देशातील संपूर्ण राजकीय व्यवस्था हादरली.

खटल्याच्या सुनावणीचा तिसरा दिवस. पुढची साक्षीदार परगईची दुसरी पत्नी न्यायालयात आली होती. उलटतपासणी फार काळ चालली नाही, कारण स्पष्ट होतं. परगईची कायदेशीर दुसरी पत्नी असल्याचं ती सिद्ध करू शकली नाही. खोटा साक्षीदार उभा करून न्यायालयाची फसवणूक केली म्हणून न्यायाधीशांनी सुनावणी रद्द केली. फिर्यादी पक्षाला आणखी एक धक्का बसला.

ह्या घटनांमुळे लकीच्या आशा पल्लवीत झाल्या. ह्या वेळी नक्की जामीन मिळेल अशी त्याला खात्री वाटायला लागली. पण त्याच्या आनंदावर पाणी पडलं. वृत्तपत्राच्या पहिल्या पानावरची ठळक बातमी पाहून त्याला धक्का बसला. बातमीचा मथळा होता : 'उच्च न्यायालयाने पुन्हा लक्ष्मण बिश्तचा जामीनअर्ज फेटाळला.'

तीन सुनावण्यांमध्ये सादर केलेले पुरावे आणि वस्तुस्थितीकडे न्यायालयाने पुन्हा एकदा काणा डोळा केला होता. ह्यामागे परगईशी निकटचे संबंध असलेले राजकारणी आहेत ह्याविषयी लकीला जराही शंका नव्हती. लकी तुरुंगातून बाहेर यावा असं त्यांना वाटत नव्हतं हे स्पष्ट समजत होतं.

तीस

एक्झरसाइज ब्रेकडाउन

जानेवारी २००५

एक्झरसाइज ब्रेकडाउन ह्या नावाला साजेल असं प्रशिक्षण नुकतंच संपलं होतं. लकीची टीम पहिली आली. झोरा सिंगने त्यांना शाबासकी दिली. मात्र, दुसऱ्या टीमला त्यांनी धारेवर धरलं. झोरा सिंगचे जिव्हारी लागणारे बोल ऐकून त्या टीममधील कमांडोंनी शरमेने माना खाली घातल्या. शिरा ताणून शिवीगाळ करणाऱ्या झोरा सिंगना पाहून लकीने कसंबसं हसू आवरलं. दुसऱ्या टीमच्या ह्या दयनीय परिस्थितीला लकीच बहुतांशी कारणीभूत होता.

झोरा सिंग हरलेल्या टीमकडून 'आम्ही देशद्रोही आहोत' असं वदवून घेत होते. एका सैनिकासाठी ह्यापेक्षा लज्जास्पद आणि अपमानास्पद अन्य काहीच असू शकत नाही.

लकी मोठ्या आनंदाने हा सोहळा पाहात होता. त्याची टीम कमालीची दमलेली असली तरी सर्वांचे चेहरे विजयानंदाने फुलले होते.

शस्त्रास्त्रं आणि दारूगोळा घेऊन शत्रुप्रदेशात घुसायचं. तिथे स्फोटकं पेरायची आणि वेळेवर परतायचं. ह्या कामगिरीसाठी कमांडोंना एकत्र, एक टीम म्हणून काम करण्याची गरज असते. ते प्रशिक्षण देणं हे ह्या 'एक्झरसाइज ब्रेकडाउन'चं उद्दिष्ट होतं. प्रशिक्षणात दोन महत्त्वाच्या गोष्टी होत्या : स्फोटकं आणि ती नेणारे कमांडो.

ही केवळ रंगीत तालीम असल्यामुळे कमांडोंना लाँचर आणि स्नायपर रायफलऐवजी लाकडाचे ओंडके सोबत न्यायचे होते. स्फोटकांच्या जागी वीस किलो खडी भरलेल्या दोन ज्यूटच्या गोणी. गोणींवर प्रशिक्षण केंद्राच्या शिक्क्याचं

सील ठोकलेलं. खडी काढून वजन कमी करण्याचा विचारही कमांडोंच्या मनामध्ये येऊ नये म्हणून हा बंदोबस्त केला होता. वजन एक किलोनेही कमी भरल्यास त्या कमांडोला रात्री सोळा किलोमीटर पळण्याची शिक्षा दिली जायची, तीही पुढील सात दिवसांसाठी!

झोरा सिंगने नकाशा उघडला. दोन्ही टीमना मोहिमेचा मार्ग आणि प्रदेशाची माहिती दिली. शत्रूच्या तळावर खूण केली. त्या जागी स्फोटकं पेरून तळ उद्ध्वस्त करायचा होता.

प्रत्येक बॅचचे दोन गट पाडले. एका गटाकडे स्नायपर्स आणि दुसऱ्याकडे लाँचर दिले गेले. प्रत्येक बॅचचा एक कमांडो गटप्रमुख निवडला गेला. त्याच्यावर स्फोटकांची जबाबदारी होती. गटाचा कोणीही सदस्य मागे राहत नाही ना, तसंच एखादा कमांडो आजारी पडला किंवा जखमी झाला तर गटाचे अन्य कमांडो त्याला खांद्यावर घेऊन पुढे वाटचाल करतील हे पाहण्याची जबाबदारी गटप्रमुखाचीच होती. झोरा सिंगने लकीकडे तीक्ष्ण नजरेने पाहिलं. त्याचं नाव जाहीर करून त्यांनी खडीने भरलेल्या दोन गोणी पुढे आणल्या. स्फोटक. मोहिमेचा सर्वांत महत्त्वपूर्ण भाग.

झोरा सिंगने गोणींकडे बोट दाखवून आदेश दिला, ''कमांडो, स्फोटकांच्या गोणी उचल.''

लकीचा आनंद गगनात मावेना. झोरा सिंगने आपल्यावर ही जबाबदारी टाकली म्हणून तो खूश झाला, पण गोणी खांद्यावर बांधल्यावर जबाबदारी किती वजनदार आहे हे समजून चुकलं. जणू संपूर्ण जगाचं ओझं त्याच्या खांद्यावर टाकलं होतं. प्रशिक्षण किती खडतर आणि आव्हानात्मक होणार आहे ह्याची चरचरीत जाणीव त्याला झाली. दुसऱ्या टीमच्या कमांडोलाही स्फोटकांची जबाबदारी देण्यात आली.

मोहीम सुरू होऊन बराच वेळ झाला. रात्रीच्या मुक्कामासाठी जागा शोधायची होती. त्यासाठी लकी पायाने जमीन चाचपून पाहत होता. मार्गदर्शकाच्या चुकांमुळे लकीची टीम दोन वेळा भलत्याच रस्त्याने गेली. आपण हरणार ह्या विचाराने सारेच निराश झाले. काळोख झाला होता, अन्नपदार्थाचा साठाही संपत आला होता. कमांडो अतिशय थकले होते. ओझी घेऊन पुढे जायचं त्राण कोणातही उरलं नव्हतं. लकीकडे तर सर्वांपेक्षा जास्त वजन होतं. तोही दमला होता.

सतत पडणाऱ्या पावसामुळे वाटेवर चिखल झाला. चालणं अधिकच कठीण झालं. लकीचा बडी टी'हेन्कोने स्फोटकांची एक गोणी स्वत:कडे घेऊन त्याचं अर्धं ओझं कमी केलं. पुढील पाच किलोमीटर त्याने ते अधिकचं वजन स्वत:च्या खांद्यावर घेतलं.

रस्त्यावर पदोपदी धोके आणि आव्हानं येत होती. लकीच्या सर्वांगावर वळ आणि ओरखडे उमटले होते. काट्याकुट्यांनी भरलेल्या घनदाट जंगलातून ते

कसेबसे मार्ग काढत होते. वाटेत ओढा लागला. त्याच्या घोट्याएवढ्या पाण्यातून पाय ओढत चालताना अखेर लकीला सारं असह्य झालं. स्फोटकांच्या गोणी वाहून नेणं अशक्य झालं होतं.

रात्री एके ठिकाणी ते मुक्कामाला थांबले तेव्हा लकीला संधी मिळाली. शत्रूला तुमचा ठावठिकाणा लागेल अशा प्रकारे टॉर्च किंवा कोणत्याही प्रकारे प्रकाश पडणार नाही ह्याची काळजी घेणं अत्यावश्यक होतं. काळोखामध्येच सर्व कामं पार पाडायची होती. प्रतिस्पर्ध्यांनी आपल्याला मागे टाकलं हे समजल्यामुळे सारेच वैफल्यग्रस्त झाले होते. दाट काळोखाचा फायदा घेऊन लकीने खडीने भरलेल्या गोणी रिकाम्या केल्या!

सरतेशेवटी लकीचा गट अखेरच्या टप्प्यावर पोहोचला. तिथून सर्वांना हेलिकॉप्टरने तळावर नेलं जाणार होतं. आधी पोहोचलेली प्रतिस्पर्धी टीम आराम करत होती. स्फोटकांच्या गोणी तिथेच होत्या. ससा आणि कासव कथेतील सशाप्रमाणे 'कासव खूप मागे पडलंय, थोडा वेळ विश्रांती घेऊ' असा विचार करून सारे सैलावले होते.

ह्या टप्प्यावर पोहोचण्यापूर्वी लकीने बडी डी'हेन्कोच्या मदतीने गोणींमध्ये वाळू भरली. प्रतिस्पर्धी टीमला कसलाही संशय आला नव्हता. टीमचा प्रमुख कमांडो झाडाच्या सावलीत आडवा होऊन झोपी गेलाय आणि स्फोटकांच्या सील केलेल्या गोण्या त्याच्या बाजूलाच पडल्या आहेत हे लकीच्या लक्षात आलं.

लकी डुलकी काढणाऱ्या कमांडोजवळ सावकाशपणे गेला. डी'हेन्को गोणीजवळ बसून लाँचर साफ करायचं नाटक करत होता. लकी खाली बसला. अगदी काळजीपूर्वक त्याने सील केलेल्या गोणी जवळ ओढून खांद्यावर टाकल्या. लकी ज्या सहजतेने झोपलेल्या कमांडोजवळ आला होता, तसाच तो परत निघाला. नंतर डी'हेन्को आणि लकीने आपल्या सील तोडलेल्या गोण्या रिकाम्या करून लांब फेकून दिल्या. आपली लबाडी उघडकीस येऊ नये म्हणून जोडगोळीने मोठ्या चलाखीने पुरावा नष्ट केला.

लवकरच हेलिकॉप्टरची घरघर ऐकू आली. हेलिकॉप्टर खाली उतरलं. झोरा सिंग बाहेर पडले. त्यांनी 'कोणती टीम प्रथम पोहोचली' हा प्रश्न विचारता प्रतिस्पर्धी टीम उत्साहाने पुढे झाली. पण झोरा सिंगनी स्फोटकांच्या गोण्या पाहायला मागितल्या. गोण्या नाहीशा झाल्या हे पाहून मात्र कमांडोंची तोंड उतरली.

आता लकी पुढे झाला. त्याने *आपल्या* सीलं न तोडलेल्या गोण्या झोरा सिंगसमोर पेश केल्या. साहजिकच त्याची टीम जिंकल्याचं झोरा सिंगनी जाहीर केलं. हरलेल्या टीमवर ते प्रचंड संतापले होते.

''मी सांगतो तसं म्हणा.'' झोरा सिंग गरजले, ''*आम्ही देशद्रोही आहोत कारण स्फोटकांच्या गोण्या आम्ही हरवल्या.*''

हरलेल्या टीमकडे अन्य पर्याय नव्हताच. आधी पोहोचूनही त्यांना सर्वांत महत्त्वाची स्फोटकं संभाळता आली नाही त्यामुळे ते हरले. शिवाय स्फोटकं चोरली अशी तक्रार करणंही शक्य नव्हतं, कारण 'स्वत:ची शस्त्रं आणि दारूगोळा संभाळण्याची जबाबदारी सर्वस्वी आपलीच आहे' हा अत्यंत महत्त्वाचा धडा कमांडोंना शिकवणारी मोहीम होती ही.

अखेर लकीला हसू आवरेनासं झालं. त्याच्या जवळ असलेले कमांडो गोंधळून त्याच्याकडे पाहत होते. डी'हेन्कोच्या हे लक्षात येताच त्याने लकीकडे 'हसू नकोस' अशा अर्थाने डोळे वटारून पाहिलं. 'मी प्रतिस्पर्ध्याला हरवण्यासाठी कोणत्याही थराला जाण्यास मागेपुढे न पाहणारा कमांडो आहे' हे लकीने त्या दिवशी सिद्ध केलं. प्रेमात आणि युद्धामध्ये सारं क्षम्य असतं असं म्हटलं जातं. आणि हे युद्ध होतं, त्यामुळे प्रामाणिक किंवा अप्रामाणिक मार्गाने ते जिंकायचंच हे लकीचं तत्त्व होतं.

एकतीस

कमांडो परत आला

लकी स्वीमिंग पुलाच्या डायव्हिंग बोर्डवर उभा होता. हातपाय दोरीने घट्ट बांधलेले होते. बाजूच्या तीन डायव्हिंग बोर्डवरील त्याच्या साथीदारांचीही तीच अवस्था होती. तलाव नऊ फूट आणि दहा इंच खोल होता (तीन मीटर्स). लकीने दीर्घ श्वास घेतला आणि हात मागे बांधलेल्या अवस्थेत उडी मारली. अत्यंत वेगाने तो तलावात पडला. पाणी उसळलं आणि क्षणार्धात तो पाण्याखाली गेला.

प्रशिक्षण संपत आलं होतं. आता प्रशिक्षणार्थींना मानसिक कौशल्यं शिकवण्याकडे अधिक भर दिला जात होता. मोहिमेचं यश त्यांच्या शस्त्रास्त्रांवरील हुकमतीवर आणि तितकंच त्यांच्या मानसिक ताकदीवरही अवलंबून असतं. शारीरिक ताकदीची परीक्षा घेणाऱ्या कारवाया कमी होऊन तणावाखाली प्रशिक्षणार्थी कसे वागतात, कशी प्रतिक्रिया देतात हे बघितलं जात होतं. आजही कमांडोंच्या मानसिक शक्तीची मृत्यू समोर दिसत असतानाही शांत आणि स्थिरचित्त राहण्याची क्षमता, कमांडोमध्ये आहे का हे पाहण्यासाठी परीक्षा घेतली जात होती.

धाडकन पाण्यात बुडल्यामुळे लकी क्षणभर सुन्न झाला. पण लगेचच तो भानावर येऊन उपडा झाला. चेंडूसारखा गोल होऊन त्याने हात बांधलेल्या दोरीला दात लावले.

बुद्धी वापरून, विचारपूर्वक निर्णय घेऊन सुटका करायची, पाण्यातून वर यायचं, आणि तलावाबाहेर पडायचं अशी कामगिरी होती.

घट्ट मारलेली गाठ सुटता सुटत नव्हती. कमालीचं दमवणारं काम होतं ते. लकीला श्वास घेणं अधिकच मुष्किल झालं. डोळ्यांपुढे वारंवार अंधेरी येत होती.

प्रत्यक्ष मृत्यूशी झुंज घ्यावी तसा त्रास गाठ सोडवताना होत होता. अखेर डोळे बंदच ठेवून त्याने गाठ सोडवायचा निकराचा प्रयत्न केला आणि ह्या वेळी त्याच्या प्रयत्नांना यश आलं. त्याने लगेच मनगटावरचे उरलेले वेढे सोडवायला सुरुवात केली. लवकरच हात बंधमुक्त झाले.

ह्यादरम्यान लकी छोटे छोटे श्वास घेत होता. त्याच्या तोंडातून हवेचे बुडबुडे निघत होते. श्वास घ्यायला त्रास होत असल्याने लकी अतिशय घाबरला होता. भीती घालवण्यासाठी बांधलेले पाय मोकळे करण्याची घाई न करता त्याने पाण्यामध्ये दोनचार हात मारले. मन थोडं शांत झाल्यावर त्याने एका फटक्यात पायाच्या दोरीची गाठ सोडवली.

हातपाय मोकळे झाले. दोरी फेकून लकी पाण्याच्या पृष्ठभागी आला. प्रतिस्पर्धी कुठे आहेत हे पाहण्याच्या फंदात न पडता तो त्याच्यासाठी नेमलेल्या कोपऱ्यात आला. त्याला दीर्घ काळ नीट श्वास घेता आला नव्हता, तरीही पोहण्याच्या नियमानुसार तो छोटे छोटे श्वास घेत होता.

झोरा सिंग अंतिम रेषेवर छातीवर हात धरून उभे होते. पुलाच्या काठावर तळवे ठेवून लकी पटकन बाहेर पडला. कार्य संपलं.

आता त्याने सभोवताली नजर फिरवली. एक प्रतिस्पर्धी त्याच्या मागोमाग तलावातून बाहेर पडला. दुसरा अंतिम रेषेकडे पोहोचत होता.

पुढच्याच क्षणी झोरा सिंगनी पाण्यात सूर मारला. आणि बेशुद्धावस्थेतील तिसऱ्या कमांडोला त्यांनी खेचून बाहेर काढलं. पायांना बांधलेली दोरी त्याला सोडवता आली नव्हती. तिथे हजर असलेली प्रथमोपचाराची वैद्यकीय टीम धावतच जवळ आली. त्याला शुद्धीवर आणण्यासाठी त्यांनी तातडीने प्रयत्न सुरू केले. आपण परीक्षेत पहिले आलो हे पाहून लकीने सुटकेचा निःश्वास सोडला.

काही दिवसांनंतरची गोष्ट. झोरा सिंगचा वर्ग चालू होता. 'शस्त्रास्त्रांवरील प्रभुत्वाबरोबरच मानसिक सामर्थ्य मिळवणं तितकंच महत्त्वाचं आहे' ह्या विषयावरील त्यांचं भाषण लकी अन्य सहकाऱ्यांबरोबर लक्षपूर्वक ऐकत होता. प्रशिक्षणाचा आज अखेरचा वर्ग होता.

''गुप्त मोहिमेमध्ये कमांडोने सातत्याने आत्यंतिक सावध राहायलाच हवं. तिथे बारीकही चूक क्षम्य नाही.''

किंचितही चूक झाली तर संपूर्ण मोहीम फसू शकते. इतकंच नव्हे तर अनेकांना प्राणही गमवावे लागतात.

झोरा सिंग पुढे म्हणाले, ''तुम्ही, *एक शत्रू एक गोळी* हे तत्त्व ऐकलं असेलच. पण माझं तत्त्व वेगळं आहे. एका गोळीने सेनेच्या प्रमुखाला खतम करा, सर्व सैनिक आपोआप संपतील.''

डी'हेन्को आणि लकी अत्यंत लक्षपूर्वक झोरा सिंगचा शब्द नि शब्द कानात साठवत होते. त्यांचे अर्थपूर्ण बोल ऐकून दोघंही फारच प्रभावित झाले.

''प्रतिस्पर्ध्याच्या डोळ्यांतील भाव वाचा. त्याचं शरीर काहीतरी वेगळं सांगेल, पण डोळे कधीही खोटं बोलणार नाहीत.''

''माणसाला जगातील सर्वाधिक प्रिय अशा तीन गोष्टी आहेत, ज्या मोहिमेसाठी धोकादायक ठरतील : पैशाची हाव, अमली पदार्थ आणि कामवासना. खरा कमांडो ह्या मोहांना कधीही बळी पडणार नाही. त्याच्यासाठी देश सर्वश्रेष्ठ असतो. कायम.'' झोरा सिंग म्हणाले.

त्यांनी एक मूलमंत्रही सांगितला. 'कमांडोने प्रसिद्धीच्या झोतापासून कायम दूर राहायला हवं. सदैव सतर्क रहा. वातावरणामध्ये विरघळून जायचं कौशल्य आत्मसात करा.' हे ज्ञान देत असताना झोरा सिंग छडी घेऊन वर्गामध्ये फिरत होते.

'गुप्त कमांडोने डोळ्यांत भरेल अशी वेशभूषा, केशभूषा करणं टाळावं. सर्वसामान्य जीवन जगावं. पण त्याच वेळी त्याने कायम डोळ्यांत तेल घालून सर्वत्र लक्ष ठेवायला हवं. बारीकशीही शंकास्पद गोष्ट लगेच दिसेल अशी तीक्ष्ण नजर हवी.'

'शत्रूला तुमची पुढची खेळी काय आहे हे कधीच समजायला नको. *अचानक, अनपेक्षितपणे दिलेला धक्का* हे तुमचं सर्वांत खतरनाक हत्यार आहे हे कधीही विसरायचं नाही.'

मानसशास्त्राचे हे विविध पैलू लकीला फारच चित्तवेधक आणि थरारक वाटत होते. झोरा सिंगच्या भाषणातील एकूणएक मुद्दा त्याने मनावर कोरून ठेवला. लेखी परीक्षेत त्याने उत्तम गुण मिळवले ह्यात नवल नाही.

प्रशिक्षणाच्या अखेरच्या दिवशी लकीने मैदानावरची मूठभर माती उचलून कापडाच्या लहानशा चंचीमध्ये भरली. इस्रायलची आठवण. ज्या मातीमध्ये काम केलं ती वंदनीय मानायची ही भारतीय परंपरा आहे. इस्रायलच्या मातीशीही लकीचं घट्ट भावनिक नातं जुळलं होतं. पण अखेर इथली माती सोबत न्यायचा निर्णय त्याने रद्द केला. सरतेशेवटी फक्त एकाच देशाशी त्याची निष्ठा बांधली होती. आणि तो देश होता भारत. फक्त भारत.

एजन्सीने प्रशिक्षणार्थींसाठी निरोपाची मेजवानी आयोजित केली. वेगवेगळ्या खाद्यपदार्थांची रेलचेल होती. आत्यंतिक कठोर आणि कठीण अशा प्रशिक्षणानंतर कमांडोंना रिझवण्यासाठी संगीत वाजत होतं. विविध बॅच आणि राष्ट्रीयत्व असलेले प्रशिक्षणार्थी वरिष्ठांसकट सर्वांशीच हास्यविनोद करण्यात रमले होते.

झोरा सिंग आज पूर्णपणे वेगळे वाटत होते. खूप मनमोकळं आणि मित्रत्वाने वागत होते ते. काउंटरजवळ व्हिस्कीचे घोट घेत बसलेल्या झोरा सिंगभोवती लकी,

डी'हेन्को आणि अन्य काही असामान्य प्रशिक्षणार्थी दाटीवाटीने कोंडाळं करून बसले होते. नेहमीचे कडक शिस्तीचे झोरा सिंग आज विनोदी चुटकुले सांगून साऱ्यांचं मनोरंजन करत होते.

''सर, थोड्या वेळात घरी पोहोचाल हे पत्नीला कळवायचंय का?'' लकीने विचारलं.

''नको. त्याची गरज नाही.'' झोरा सिंग म्हणाले.

''का, सर?''

''कारण माझं लग्नच झालेलं नाही. कधीही झालेलं नव्हतंच.'' झोरा सिंग डोळा मारून म्हणाले.

त्यांनी एका दमात ग्लास संपवला आणि लहान मूल गुदगुल्या केल्यानंतर हसतं तसे खिदळायला लागले. डी'हेन्को आणि लकीने एकमेकांकडे पाहिलं. पुढच्याच क्षणी कमांडोंचा संपूर्ण गट खो खो हसत सुटला.

दुसऱ्या दिवशी तेल अवीवचा विमानतळ तब्बल अडीच वर्षांनी मायदेशी परतणाऱ्या, आनंदाने फुलून गेलेल्या प्रशिक्षणार्थींनी गजबजून गेला. आज लकी आणि डी'हेन्को एकमेकांचा निरोप घेणार होते. कदाचित कायमचाच.

दोघांनी मोडक्या इंग्लिशमध्ये दोस्तीच्या पायावर उभी असलेली एकमेकांविषयी वाटणारी माया आणि काळजी व्यक्त केली. डी'हेन्कोला आपली मैत्री किती घट्ट आहे हे अजमावून पाहायचं होतं.

लकीच्या खांद्यावर हात ठेवून त्याने विचारलं. ''भविष्यात आपल्या देशांमध्ये युद्ध झालं तर तू माझ्यावर गोळी चालवशील?''

लकी विचारात पडला. मग थोड्या वेळाने ठाम आवाजात म्हणाला, ''हो. माझ्या देशासाठी मी काहीही करायला मागेपुढे पाहणार नाही.''

डी'हेन्कोच्या चेहऱ्यावरचं हसू मावळलं. ते पाहून लकीचं काळीज पिळवटलं. त्याच्या बडीला हे उत्तर अपेक्षित नव्हतं. सारवासारव करण्यासाठी लकीने तोच प्रश्न डी'हेन्कोला विचारला. ह्या प्रश्नाला अन्य पर्यायच नाही हे त्याला समजेल आणि तोदेखील आपण दिलेलंच उत्तर देईल, अशी आशा लकीला वाटत होती.

डी'हेन्को काहीच उत्तर न देता पुढे झाला. त्याने लकीला मिठी मारली आणि पाठ फिरवून विमानाच्या दिशेने गेला. लकीसाठी अतिशय वेदनामय क्षण होता तो. काही तासांनी दिल्ली आंतरराष्ट्रीय विमानतळावर पाय ठेवला तेव्हाच त्याचा अस्वस्थपणा कमी झाला. अखेर घरी आला तो. पुन्हा एकदा आपल्याला परदेशी पाठवलं जाणार आहे ह्याची त्याला कल्पना नव्हती.

बत्तीस

लकी बिश्त कायम गजाआडच राहणार का?

डिसेंबर २०१३

प्रसिद्धीमाध्यमं अत्यंत खालच्या पातळीवर जाऊन लकीची सतत निंदानालस्ती करत होती. त्याच्याविषयी रोज नवनवीन अफाट शोध लावले जात होते : तो माफियाचा मुख्य सूत्रधार आहे इथपासून त्याचे राज्यातील कुख्यात गुन्हेगारांशी घनिष्ठ संबंध आहेत इथपर्यंत अफवांचं पेव फुटलं होतं. गोंधळून गेलेल्या अधिकाऱ्यांनी नेहमीसारखाच निर्णय घेतला. लकीला तेहरी तुरुंगामध्ये हलवायचं! तीनशे किलोमीटर दूर गेल्यावर त्याचा स्थानिक लोकांशी, खास माणसांशी संपर्क तुटेल असा त्यांचा कावेबाज अंदाज होता.

गढवालमधील तेहरी तुरुंगात पोहोचायला बारा तास लागले. अलमोडा तुरुंगातून निघण्यापूर्वी लकीने बुटांच्या तळव्यात बऱ्याच नोटा लपवल्या. नवा तुरुंग, नवा जेलर कसा असेल ह्याची कल्पना नसल्याने लकीला कोणताही धोका पत्करायचा नव्हता. शिवाय इतक्या कमी अवधीमध्ये वारंवार बदली करावी लागल्यामुळे अधिकारी त्याच्यावर कडक नजर ठेवून होते. नवा जेलर एवढे पैसे आत न्यायची परवानगी देईल ह्याची फार कमी शक्यता आहे हे लकीला माहीत होतं.

सततच्या बदल्या आणि खिळखिळ्या व्हॅनमधून दूरचे प्रवास ह्यांमुळे लकी वैतागला होता. ह्या दिव्य प्रवासावर त्याने विनोदही केला. व्हॅनमधील वयस्कर पोलिसाला तो तिखट स्वरात म्हणाला,

''*चाचा*, गुन्हेगाराकडून कबुलीजबाब कसा घेता?''

''आमचा *दंडा* वदवून घेतो.''

''ह्या मोडक्या व्हॅनमधून फिरवलं तर हत्तीदेखील कबूल करेल की तो हत्ती नसून ससा आहे.''

लकीचं बोलणं ऐकून सारेच हसायला लागले. तेहरी तुरुंगात पोहोचल्यानंतर जेलर लकीला त्याच्या कोठडीमध्ये घेऊन गेला. कैद्यांनी जेलरला टोपण नाव दिलं होतं 'टेंपो.' कैद्यांकडचे सर्व पैसे काढून घेण्यासाठी कुप्रसिद्ध होता तो. लकीसोबत जाता जाता टेंपोने एका कैद्याला पकडून त्याचे खिसे तपासले. पाच रुपयांचं नाणं सापडलं ते अलगद त्याच्या खिशात गेलं.

''नाणं तू हत्यारासारखं वापरशील म्हणून जप्त केलं.'' तो विजयानंदाने म्हणाला.

आपण नोटा व्यवस्थित लपवल्या ह्या विचाराने लकीने सुटकेचा नि:श्वास सोडला. नवा जेलर लाचखाऊ आहे हे समजल्यामुळेही त्याला बरं वाटलं.

तुरुंगामध्ये लकीची अत्यंत क्रूर अशा दोन गुन्हेगारांशी भेट झाली. जित्तिन रावत आणि सचिन खोकर. खोकर हा सुनिल राठीचा भाऊ. सुनिलने तुरुंगातच मुन्ना बजरंगी नावाच्या कैद्याचा खून केला होता. त्याच्या ह्या अचाट कृत्याची घरोघरी चर्चा झाली होती.

मुन्ना बजरंगीला खून, खंडणीसारख्या विविध गुन्ह्यांसाठी अटक झाली होती. ८ जुलै २०१८ रोजी त्याची बाघपत तुरुंगात बदली करण्यात आली. सुनिल राठीही त्याच तुरुंगात खून, खंडणी आणि तत्सम गंभीर गुन्ह्यांसाठी शिक्षा भोगत होता. बजरंगीला दुसऱ्या दिवशी खंडणीच्या केसच्या सुनावणीसाठी न्यायालयात नेलं जाणार होतं. पण त्यापूर्वीच पिस्तुलाच्या गोळीचा आवाज सर्वत्र कडाडला.

तुरुंगाधिकारी धावतच त्या जागी पोहोचले. मुन्ना बजरंगी रक्ताच्या थारोळ्यात पडला होता आणि सुनिल राठी त्याच्याजवळ पिस्तूल घेऊन उभा होता. पिस्तुलातून अजूनही धूर येत होता. बजरंगीला मारण्याचं कारण विचारता सुनिल राठी उत्तरला, ''त्याने माझा अपमान केला. मला जाड्या म्हणाला तो.'' कैद्यांनी एकमेकांची हत्या करण्याची घटना पहिली आणि शेवटची नव्हती.

लकी अन्य कैद्यांबरोबर चटकन दोस्ती करण्यात माहिर होता. आत्तादेखील त्याच्यामधील हे कौशल्य दिसून आलं. दोघा गँगस्टरबरोबर त्याची घनिष्ठ मैत्री जमली. जित्ती रावतची देहरादूनवर आणि सच्चिन खोकरची पश्चिम उत्तर प्रदेशवर हुकमत होती. जेलर टेंपो फट म्हणता घाबरून जायचा. लकी आणि दोघा गँगस्टरमधील वाढती जवळीक पाहून तो प्रचंड अस्वस्थ झाला होता. अन्य पामर मानवांप्रमाणे लकीही कधीतरी अतिशय वैफल्यग्रस्त आणि दु:खी व्हायचा. डोंगरावरील तुरुंगाच्या कमी उंचीच्या भिंती त्याला खुणावायच्या.

''एका तुरुंगाधिकाऱ्याने तर लकीला ह्या तुरुंगातून हलवावं असा अर्जच न्यायालयात केला होता. लकी एक प्रशिक्षित कमांडो असल्यामुळे सहज तुरुंगाच्या भिंतीवर चढून पळून जाईल अशी भीती त्याला वाटत होती.'' बलविंदर सिंग म्हणाले.

लकीने आपलं जाळं कार्यान्वित केलं. आणि येत्या कॉलेज निवडणुकीसाठी आपल्या उमेदवाराचं नाव सुचवलं. त्याला पाठिंबा देऊन हवी ती मदत करा अशी सूचना आपल्या माणसांना दिली. आपला प्रतिनिधी उभा करून राजकीय वर्तुळात प्रवेश करू पाहतोय ही लकीची खेळी सत्ताधीश पक्षाच्या एका उच्च पदस्थ मंत्र्याला धोकादायक वाटली. त्यानंतर लकीला एका मध्यस्थाच्या माध्यमातून 'तुझ्या उमेदवाराने नाव मागे घेतलं नाही तर मनीष त्याचं तंगडं मोडेल,' असे धमकीवजा निरोप येऊ लागले. मनीष हा स्थानिक गुंड होता.

लकीला फोनची आत्यंतिक गरज होती. एक फोन केला तर मनीष थंड पडेल हे त्याला माहीत होतं. ''एकदा लकीने जेलरलाच धमकावलं होतं. मला फोन दिला नाही तर तुरुंगाच्या भिंतीवरून उडी मारून पळून जाईन,'' भूपिंदर रावत म्हणाले. हे पत्रकार असून लकीची केस त्यांनी सविस्तर वार्तांकित केली होती.

फोन मिळवण्यासाठी लकीने एक अफाट शक्कल लढवली.

काही दिवसांनी लकीचा मित्र भेटायला आला. लकीसाठी मातीचा वाडगा आणला होता. प्रवेशदारावर शिपायाने तपासणी केली. वाडगा रिकामा आहे हे पाहून त्याने आत नेऊ दिला. त्याच संध्याकाळी लकीच्या हातून वाडगा 'चुकून' खाली पडून फुटला. तुकड्यांमध्ये फोनही होता! वाडगा बनवतानाच त्यामध्ये फोन ठेवा अशी सूचना लकीनेच दिली होती. फोन मिळताक्षणी लकीने सर्व यंत्रणेला हादरवून टाकणारा 'तो' फोन केला.

''मनीष, मी लकी कमांडो बोलतोय.''

पलीकडे काही क्षण स्मशानशांतता पसरली.

''बोल, का फोन केलास?'' अखेर मनीष म्हणाला.

''ह्यापुढे माझ्या उमेदवाराला धमकी द्यायला तुझी माणसं पाठवलीस तर तुझी खोपडी उडवेन.''

दुसऱ्या दिवशी सर्व प्रमुख वृत्तपत्रांमध्ये ही बातमी ठळक मथळ्यासह प्रसिद्ध झाली. सत्तेवर असलेला पक्ष गोंधळून गेला. लकीला अप्रत्यक्षपणे धमकी देणाऱ्या संबंधित मंत्रिमहोदयांनी 'लकीवर कायदेशीर कारवाई करावी' अशी जाहीर मागणी केली. तुरुंगाच्या सुरक्षा व्यवस्थेच्या प्रामाणिकपणावर प्रश्नचिन्ह उभं राहिलं. उत्तराखंडच्या स्पेशल टास्क फोर्सने (STF) तुरुंगावर छापा घातला. संपूर्ण परिसर त्यांनी पिंजून काढला, पण हाती काहीच लागलं नाही. लकीने मोबाइल कुंडीमध्ये लपवला होता. कुंडीमधील मातीमध्ये तो खोलवर पुरून, संशय येऊ नये म्हणून वर

पाणीही शिंपडलं. मोबाइल सापडला तर तुरुंगातील संपूर्ण पोलीस खात्यालाच बडतर्फ करण्यात आलं असतं त्यामुळे छापा संपेपर्यंत त्याचा जीव खालीवर होत होता.

मोबाइल सापडला नाही तरीसुद्धा प्रकरणाचा छडा लावायलाच हवा अशी जोरदार मागणी होतच राहिली. अखेर पोलीस अधीक्षक (SP) सदानंद दातेंनी केसची सूत्रं आपल्या हाती घेतली. मंत्रिमहोदयांच्या कायदा आणि सुव्यवस्थेमधील बेफाट ढवळाढवळीचा दातेंनाही फटका बसला होता. दातेंनी लकी निर्दोष आहे असा अहवाल दिला. 'लकीजवळ मोबाइल सापडला नाही. अर्थातच तो फोन त्याने केला नव्हता. नेहमीप्रमाणे प्रसिद्धीमाध्यमांच्या कल्पनाशक्तीचा आविष्कार आहे तो.' असं अहवालात स्पष्ट म्हटलं होतं.

आता मात्र जेलर टेंपोचा धीर सुटत चालला. काहीतरी भयंकर घडण्यापूर्वी लकीला दुसऱ्या तुरुंगात पाठवून द्यावं असा विचार त्यांच्या मनामध्ये बळावत होता. 'मला कोणत्याही तुरुंगामध्ये प्रवेश देणार नाहीत. त्यामुळे मला दुसरीकडे पाठवण्याचा विचार मनातून काढून टाका।' असा निरोप लकीने पाठवला. पण टेंपोने त्याच्या सल्ल्याकडे दुर्लक्ष केलं.

पुढच्या सुनावणीची तारीख जवळ आली. म्हणजेच ३५० किलोमीटरचा खडतर प्रवास त्याच मोडकळीस आलेल्या व्हॅनमधून करायचा. लकी वारंवार बदलणारे तुरुंग आणि न्यायालयाच्या त्रासदायक फेऱ्या ह्यांमुळे कमालीचा वैतागून गेला होता. त्यात भर म्हणजे लकीच्या बदलीचा आदेश मिळवण्यात टेंपोला यश मिळालं होतं. पुनश्च एकवार त्याची रवानगी हल्द्वानी तुरुंगामध्ये होणार होती.

पण तिथे पोहोचल्यानंतर 'मला कोणत्याही तुरुंगात प्रवेश दिला जाणार नाही' ही लकीची भविष्यवाणी खरी ठरली. जेलरच्या कार्यालयात त्याला कैक तास बसवून ठेवलं होतं. तेहरी तुरुंगातून हल्द्वानी तुरुंगामध्ये भरती करण्यासाठी लकीसोबत पोलिसांची तुकडी आली होती. त्याला कोठडीत भरती करेपर्यंत त्यांनाही थांबणं भाग होतं. एकूण ढिसाळ कारभार पाहून अखेर लकीची सहनशक्ती संपली. त्याने एका पोलिसाला टेंपोला फोन लावायला सांगितलं.

'हे असंच होईल असं मी सांगत होतो,' अशी टेंपोला आठवण करून दिल्यानंतर लकी पुढे म्हणाला, "मी संपूर्ण दिवस वाट पाहत बाहेर थांबलोय. पुढच्या दहा मिनिटांत मला कोठडीमध्ये जागा मिळाली नाही तर मी पोलीस अधीक्षकांना तुम्ही *लाच* घेता हे सांगेन."

टेंपोला हे ऐकून घाम फुटला. त्याने धडाधड फोन लावले. लकीला कसंही करून हल्द्वानी तुरुंगात प्रवेश द्या, म्हणून रात्रभर फोन करून तो पोलीस अधीक्षक सदानंद दातेंच्या हातापाया पडला. अखेर त्याची सहनशक्ती संपली.

दुसऱ्या दिवशी सकाळी लकीला पावरी तुरुंगात नेण्यासाठी व्हॅनची व्यवस्था करण्यात आली. हातकड्या घातलेला लकी आणि पोलिसांची फौज व्हॅनमध्ये

बसली. जिमचे कपडे परिधान केलेले पोलीस अधीक्षक सदानंद दाते व्हॅनजवळ आले. त्यांनी क्षणभर लकीकडे पाहिलं. त्यांच्या डोळ्यांत खेद दिसत होता.

''तुझ्यामुळे मला जाग्रण करावं लागलं. तो जेलर तुला परत पाठवू नये म्हणून रात्रभर मला फोन करून विनवत होता.'' ते म्हणाले.

लकीने कसंबसं हसू आवरलं.

''लकी, तुझा तुरुंगवास संपेल लवकरच. तोपर्यंत तू जरा शहाण्यासारखं वाग. स्वत:वर विनाकारण संकटं ओढवून घेऊ नकोस.'' दातेंनी लकीला समजावलं.

फोन प्रकरणात निर्दोष ठरवून दातेंनी लकीवर फार मोठे उपकार केले होते, अन्यथा तो चांगलाच गोत्यात आला असता. त्यांचा उपदेश ऐकून लकीने विनम्रपणे मान डोलावली. दातेंनी कडक आवाजात ड्रायव्हरला आदेश दिल्यावर व्हॅन सुरू झाली. लकी पुन्हा एकदा नव्या तुरुंगाकडे रवाना झाला.

सर्व औपचारिकता पार पडल्यानंतर लकीची कोठडीत पाठवणी झाली. बराकीमध्ये पुन्हा एकदा कुख्यात माओवादी नेता प्रशांत राहीबरोबर लकीची भेट झाली. आपल्या तात्विक लढ्यामध्ये सामील व्हावं म्हणून त्यांनी लकीचं मतपरिवर्तन करायचा जोरदार प्रयत्न केला : ''देशाशी आणि सरकारशी तू कमालीचा एकनिष्ठ आहेस, पण त्याबदल्यात तुला काय फळ मिळालं? सरकारने तुला पाठिंबा दिला असता तर तुझी कधीच सुटका झाली नसती का?''

''कमांडो भाई, मला एक गोष्ट सांग. हा देश काही मोजक्या लोकांची जहागीर आहे का? असंख्य दरिद्री कामगारांना दोन वेळची भाकरीही मिळत नाही. हा देश त्यांचाही आहे की नाही?'' ते म्हणत.

माओवादी नेत्याविषयी लोकांच्या मनामध्ये आदर का आहे हे लकीला समजलं. एकही शस्त्रं न उचलता संपूर्ण व्यवस्थेला शरण आणण्याचं सामर्थ्य प्रशांत राहींच्या अमोघ वाणीमध्ये होतं. लकीच्या मनात सरकार आणि संपूर्ण यंत्रणेविषयी तीव्र तिरस्कार होता, त्यामुळेच राही यांची भडकवणारी भाषणं आपल्याला प्रभावित करून स्वदेशविरोधी बंड करायला उद्युक्त करतील अशी भीती त्याला वाटत होती. राही यांच्यापासून थोडं अंतर ठेवलेलं बरं असा विचार लकीने केला.

रोजच्या वर्तमानपत्रांमधून लकीला स्वत:विषयीच्या बातम्या समजायच्या. जामीन मिळण्याची तो अतिशय आतुरतेने वाट पाहत होता. बंदिवासात असताना मिळवलेल्या माहितीचा उपयोग करून न्यायालयात निर्दोष सुटका करून घेता आली असती. पण एके दिवशी वृत्तपत्रातील बातमीचा मथळा वाचल्यानंतर त्याच्या मनीषांवर पाणी पडलं : *'लकी बिश्त कायम गजाआडच राहाणार का?' ('क्या सलाखों के पीछेही रहेगा लकी बिश्त?')*

मथळ्याखालील लेखामध्ये लिहिलं होतं – 'लकीचा जामीनअर्ज न्यायालयाने फेटाळला.'

तेहेतीस

शापित सुवर्ण

त्या दिवशी जेलर टेंपो लवकरच कार्यालयातून निघाला. तिथून तो थेट सोनाराच्या दुकानात गेला. तो शर्टाखाली लपवलेलं सोनं जिवापाड जपण्याचा प्रयत्न करत होता. सोनं सोनाराला विकून चार पैसे कमावायचा त्यांचा बेत होता. बसमध्ये प्रवास करताना तिकीट घ्यायलाही काचकूच करणारा माणूस आज चक्क टॅक्सीने जातो आहे हे दृश्य अभूतपूर्व होतं.

सोनाराने अतिशय काळजीपूर्वक सोनं तपासलं. नंतर टेंपोला थांबायला सांगून तो दुकानाच्या आतल्या बाजूला गायब झाला. थोड्या वेळाने बाहेर येऊन तो टेंपोला हसतमुखाने म्हणाला, ''आणखी थोडा वेळ थांबा. गिऱ्हाईक येतंय.'' सुमारे दहा मिनिटं झाली असतील. पोलिसांची तुकडी दुकानात शिरली आणि तडक टेंपोजवळ आली.

टेंपोकडे बोट दाखवून सोनार म्हणाला, ''हा बघा इन्स्पेक्टरसाहेब, हाच चोर मला नकली सोनं विकायचा प्रयत्न करत होता.''

इन्स्पेक्टरसाहेबांनी सोनं ताब्यात घेतलं. टेंपोकडे ते रागीट नजरेने पाहत होते. टेंपो सोन्याच्या निपकडे अविश्वासाने बघत राहिला. मग आवंढा गिळून तो धडपडत उठला आणि स्वत:ची ओळख करून दिली : ''मी तेहरी तुरुंगाचा जेलर आहे.''

इन्स्पेक्टर म्हणाला, ''ते काही असलं तरी स्थानिक पोलीस चौकीच्या हद्दीमध्ये गुन्हा घडला आहे. तुम्हाला आमच्या बरोबर यावं लागेल.''

लवकरच ही बातमी सर्वत्र पसरेल आणि आपली नोकरी जाईल ह्या विचाराने टेंपोला घाम फुटला. ''थोडं खाजगी बोलायचंय,'' टेंपो इन्स्पेक्टरला म्हणाला. इन्स्पेक्टर जणू ह्याची वाटच पाहत होता. त्याने मान डोलावली.

''पोलीस चौकी सोडून माझ्यासाठी एवढ्या लांब यावं लागलं ह्यासाठी दिलगीर आहे.'' असं म्हणून टेंपोने खिशात हात घातला. नोटांचं बंडल काढून इन्स्पेक्टरला म्हणाला, ''माझ्या चुकीचं परिमार्जन म्हणून हे पाच हजार रुपये स्वीकारा.''

''पोलीस चौकी सोडून मी एकटाच आलो नाही. दहा हजारांपेक्षा एक पैसाही कमी घेणार नाही.'' काउंटरजवळ उभ्या असलेल्या हवालदारांकडे पाहून इन्स्पेक्टर म्हणाला.

टेंपोने तोंड वाकडं केलं. खिशामध्ये हात घालून त्याने आणखी पैसे काढले आणि अत्यंत दु:खाने इन्स्पेक्टरला दिले. टेंपो उदास चेहऱ्याने तुरुंगात परतला. कैद्यांकडून पाच रुपयेदेखील न सोडणाऱ्या टेंपोने एकरकमी दहा हजार रुपये दिले ह्यावर कोणाचाही विश्वास बसला नसता. पण लकी अशक्य गोष्टी शक्य करण्यात माहिर होता. टेंपो आपल्यावर कोसळलेल्या संकटाचं वर्णन करून सांगत असताना लकीला हसू आवरणं कठीण होत होतं.

''यू फक्ड मी, लकी. आज तू माझी चांगली जिरवलीस,'' टेंपो लकीला म्हणाला.

''माफ करा शर्माजी. पण ते सोनं नकली आहे हे तुमच्या तेज नजरेला समजलं नाही तर माझी काय कथा?'' लकी निरागसपणे म्हणाला.

स्तुतीमुळे टेंपोचा चेहरा खुलला. काही न बोलता तो छाती पुढे काढून निघून गेला. लकी खो खो हसू लागला. नकली सोन्याची चिप त्याच्या हाती आली तो दिवस त्याला आठवला.

२०११ सालचा ऑगस्ट महिना. रात्रीची वेळ. नब्बू कुरा आपल्या घराभोवती जोरजोरात खणत होता. आणि अचानक त्याला पुरलेलं सोनं सापडलं. म्हणजे त्या वेळी त्याला तसंच वाटलं.

नब्बू कुरा लकीचा जानी दोस्त होता. साध्यासुध्या नब्बूला बाहेरच्या दुष्ट जगाची फारशी माहिती नव्हती. लकी सुट्टीवर गावाला आला तेव्हा नब्बूने सापडलेलं सोनं त्याला विकून टाकायला सांगितलं. त्याचे दोन लाख तरी सहज मिळतील अशी त्याला आशा वाटत होती. लकीने आपल्या माणसाला सोनाराकडून सोन्याच्या चिपची किंमत काढायला सांगितली. सोनं नकली आहे हे ऐकताच नब्बूला धक्का बसला.

बिचारा नब्बू अक्षरश: उद्ध्वस्त झाला. फसवणूक करणारं सोनं त्याला नजरेसमोरही नको होतं. ''फेकून दे ती चिप,'' तो लकीला म्हणाला.

परिसरात राहणाऱ्या किशन कालियाशी लकीची तोंडओळख होती. लकीकडे *सोनं* आहे अशी बातमी त्याला लागली. त्याने लगेच फोन करून लकीला जेवायचं आमंत्रण दिलं. विशेष ओळख नसताना हे आमंत्रण आलेलं पाहून लकीला आश्चर्य वाटलं. जायचं नसूनही 'प्रयत्न करतो' असं सांगून त्याने फोन ठेवून दिला.

पण *सोन्यासाठी* वेड्या झालेल्या किशनने लकीचा पिच्छा पुरवला. अखेर लकीकडचा सबबींचा साठा संपला. तो किशनकडे जेवायला गेला. ड्रिंक झाली. जेवण झालं. आणि मग किशनने मुख्य विषयाला हात घातला. ''तुझ्या जवळ सोनं आहे. त्याची मला सोनसाखळी बनवून दे.'' तो लकीला म्हणाला. सुदैवाने ड्रिंक्सनंतरही लकी शुद्धीवर होता. त्यामुळे त्याने हसू आवरलं. 'बघतो' एवढंच म्हणून त्याने विषय संपवला. नंतर विसरूनही गेला.

पण लकीला वारंवार केलेल्या फोनमुळेच पुढे किशनला गजाआड केलं गेलं. लकीला खुनाच्या आरोपावरून अटक झाली. खून झाला त्याच सुमारास किशन कालियाने लकीला असंख्य फोन केले हे फोन रेकॉर्डमध्ये दिसून आलं.

पोलिसांनी किशनला पकडलं. गुन्ह्यामध्ये अडकवण्यासाठी त्याला जबर मारहाण करण्यात आली. साथीदारांची नावं सांगावीत म्हणून पोलिसांनी जंग जंग पछाडलं. मारहाणीमुळे किशनला काही कळेनासं झालं. गोंधळलेल्या मन:स्थितीत त्याने पहिलं सुचलं ते नाव घेतलं : जानी दोस्त दीपक पटनी.

दोन तासांनी दीपकही तुरुंगात आला. आता पोलीस दोघांनाही एकत्र मारायला लागले. किशनप्रमाणे दीपकलाही खुनाविषयी काहीही माहीत नव्हतं. कबुलीजबाब कसला देणार? काही तासांनी पोलीसच दमले. विश्रांतीसाठी त्यांनी काही काळ मारहाण थांबवली.

''तू पोलिसांना माझं नाव का सांगितलंस? खुनाशी माझा काय संबंध?'' संतापलेल्या दीपकने किशनला विचारलं.

''तू माझा जिवलग मित्र आहेस ना, म्हणून सर्वप्रथम तुझंच नाव डोक्यात आलं.''

''जिवलग मित्र? मित्र नाही, महामूर्ख आहेस तू.'' असं म्हणून पटनीने किशनच्या तोंडावर ठोसा मारला. त्याच्या नाकातून रक्त वाहायला लागलं. शापित सुवर्णामुळे कितीतरी लोकांना त्रास भोगावा लागला होता. टेंपोला लाच म्हणून तेच सोनं द्यायची कल्पना लकीच्या सुपीक मेंदूमध्ये चमकली. सोन्यामुळे तोही गोत्यात येईल असा लकीला विश्वास होता. आणि नेमकं तसंच झालं.

दुसऱ्या दिवशी लकीची सुनावणी होती. तो आपल्या कोठडीमध्ये पोलिसांची वाट बघत होता. पोलीस पथक आलं. सगळे जुनेच चेहरे होते. एकच तरुण पोलीस नव्याने भरती झालेला दिसला. आत येऊन त्याने लकीची अंगझडती घेतली. लकी काय चीज आहे हे त्याला माहीत नसावं. य:कश्चित गुंडाबरोबर बोलावं तशा माजोरड्या आवाजात त्याने फर्मान सोडलं, ''बूट काढ तुझे.'' त्याचा आगाऊपणा पाहून लकी चकित झाला.

कोठडीबाहेर उभ्या असलेल्या बारा-पंधरा पोलिसांकडे लकीने नजर टाकली. सारेच गालातल्या गालात हसत होते.

''मोजेही काढ.'' तो त्याच कडक आवाजात म्हणाला. लकीचा पारा चढायला लागला. गजांजवळ उभ्या असलेल्या प्रौढ पोलिसाने चेहरा आक्रसून लकीला शांत राहायची खूण केली. लकीच्या एकाच हातामधील हातकडीला कुलूप लावलेलं होतं. दुसऱ्या हातामधील हातकडी अजूनही लोंबकळत होती.

''चल, आटप पटापट,'' तरुण पोलीस उद्धटपणे खेकसला.

''मादरचोद, हातकडीच्या एकाच फटक्यात तुझी खोपडी फोडेन. लक्षात ठेव.'' लकीने डरकाळी फोडली.

तरण्या पोलिसाला आणखी उकसवायचं, जेणेकरून तो काहीतरी अविचारी कृत्य करेल आणि आपल्या बरोबर तुरुंगात मुक्कामाला येईल अशी लकीला आशा वाटत होती. तेवढ्यात प्रौढ पोलिसाने कोठडीत येऊन तरण्या पोलिसाला ओढतच बाहेर नेलं.

''*अरे चूत्या,* ते कमरेला लटकवलेलं पिस्तूल केवळ शोभेसाठी आहे? की कधी गोळीही झाडली आहेस?'' लकी गजाआडून त्याला अजूनही भडकवत होता.

तो लकीच्या नजरेला नजर भिडवण्यासाठी धडपडत होता. तो आतमध्ये येण्याचीच खोटी, लकीने त्याचं घाणेरडं तोंड कायमचं बंद केलं असतं. तुरुंगातील आणखी एक रहस्यमय मृत्यू अशी नोंद झाली असती. लकी अगदी तयारीतच होता, पण तेवढ्यात प्रौढ पोलीस कोठडीत आला. त्याने बाबापुता करून लकीला शांत केलं. तरण्याच्या वतीने त्याने लकीची माफी मागितली. ''त्याला क्षमा कर, सगळं विसरून जा,'' अशी कळकळीची विनवणी केली. त्याच्या वयाचा मान राखून लकी शांत झाला. अतिशय आरामात कोठडीतून बाहेर पडून तो व्हॅनमध्ये चढला. तरणा पोलीस पुन्हा कधीही लकीला दिसला नाही. त्याची तडकाफडकी बदली करण्यात आली. त्या दिवसापासून सर्वांनी लकीची दहशत घेतली. अनेक पोलीस अधिकारी आपली नोकरी जाईल, त्याहूनही गंभीर म्हणजे आपला जीव जाईल ह्या भीतीने त्याच्या सोबत न्यायालयात जाण्यासाठी कचरायला लागले. पोलिसांनाही त्याची भीती वाटते हे पाहून अन्य कैदीही लकीला अधिकच मान देऊ लागले.

चौतीस

पांडेचा प्लॅन

प्रकाश पांडे फोनवरून कोणालातरी धमकावत होता. ते पाहून लकीची चांगलीच करमणूक होत होती. एक तरुण डॉक्टर अलीकडेच देहरादून तुरुंगात आला होता. त्याचे आईवडीलही डॉक्टर होते. तरुण डॉक्टरसाहेबांना पेशंट स्त्रीचा विनयभंग केल्याच्या आरोपावरून अटक झाली होती.

पांडे फोनवर बोलत होता, ''डॉक्टरसाहेब, घरामध्ये एवढी रोकड ठेवणं धोकादायक असेल ना? मी तुमचं ओझं कमी करतो.''

पांडेचं देहरादून तुरुंगात स्थलांतर झालं होतं. त्याच्या बरोबर दुसरा मोठा गँगस्टर अमित उर्फ भुरादेखील इथे आला होता. पांडे ह्या वेळी एका हेतूने तुरुंगात आला होता. आपलं उत्तराखंडातील गुन्हेगारी जाळं त्याला आणखी पसरवायचं होतं. तुरुंगातील श्रीमंत कैद्यांना तऱ्हेतऱ्हेने छळून तो त्यांच्या कुटूंबीयांकडून पैसे वसूल करायचा. आत्ताही तो डॉक्टरच्या आईवडिलांना धाकदपटशा दाखवत होता.

वडील गयावया करत म्हणाले, ''मी तुमच्यापुढे हात जोडतो. पंचवीस लाख ही फार मोठी रक्कम आहे. वीस दिले तर चालेल का?''

''मी तुमच्या मुलाच्या मागे उभं राहून अंघोळ केली तर चालेल का? आणि त्याच्या हातून त्याच वेळी साबण खाली पडला तर काय होईल कल्पना करा.''

हे ऐकून बापाचा श्वास अडकला.

''ठीक आहे.. ठीक आहे... सगळे पैसे घ्या पण माझ्या मुलाला इजा करू नका.'' बापाने विनवल.

कैद्यांना सहकार्य करणाऱ्या पोलिसांचं एक जाळं तुरुंगात होतं. त्यांच्याकरवी पांडेला पैसे पोहोचवले गेले. त्याआधी प्रत्येकाने अर्थातच आपापला हिस्सा घेतला.

पांडे आपल्या वर्चस्वाचा आणि प्रभावाचा पुरेपूर वापर करायचा. पुढेमागे कामी येतील असे कैदी हेरून तो त्यांना वाईट वागणूक मिळणार नाही असा बंदोबस्त करायचा. तरुण कैदी त्याला आपला गॉडफादर समजत. तारणहार. ते प्रभावित झाले की पांडेच्या माफिया टोळीमध्ये त्यांना भरती करणं सोपं जाई. लकीचं वर्चस्व असलेल्या विभागामध्ये आपलं जाळं पसरवण्यासाठी लकीची मदत मिळवणं हादेखील पांडेचा मुख्य अजेंडा होता.

उच्च न्यायालयाने पुन्हा एकदा लकीचा जामीनअर्ज फेटाळल्यामुळे लकी भयंकर वैतागला होता. सतत निराशा होत असल्याने मन:स्थिती कमालीची नाजूक झाली होती. त्याची वैफल्यग्रस्त अवस्था पांडेच्या लक्षात आली. त्याने लकीला आपल्या कोठडीत चहापानाला बोलावलं.

पांडेने लकीसमोर प्रस्ताव ठेवला : लकीने देहरादूनमध्ये गुन्हेगारी जाळं पसरवण्यासाठी पांडेला मदत करायची आणि त्याबदल्यात श्रीमंत कैद्यांकडून उकळलेल्या खंडणीतील काही हिस्सा पांडे लकीला देणार होता. दोघांमध्ये करार झाला. पांडे आणि भुराच्या कोठडीमध्ये स्थलांतर केलं जावं अशी विनंती लकीने तुरुंगाधिकाऱ्यांना केली. ती मान्य झाली आणि लकी पांडेच्या कोठडीत मुक्कामाला आला. तरुण डॉक्टर पांडेचा पहिला खंडणीबळी होता.

पुढील भेटीच्या वेळी – 'पांडेला भेटायला आलो अशी नोंद रजिस्टरमध्ये कर' अशी सूचना लकीने आपल्या माणसांना दिली. सूचनेची अंमलबजावणी झाली आणि लकीच्या मदतीने देहरादून आणि सभोवतालच्या भागामधील गुन्हेगारीविश्वात पांडेने पहिलं पाऊल टाकलं.

महिंदर सिंग ग्वाल नियमित तपासणीसाठी तुरुंगात आले. अमरननी त्रिपाठींशी बोलल्यानंतर त्यांनी लकीला बोलावून घेतलं. उंचीने कमी, विशिष्ट नेपाळी नाकडोळे असलेले ग्वाल सुसंस्कृत आणि ऋजू होते. 'पांडे आणि त्याच्या गँगपासून दूर रहा' असा सल्ला त्यांनी लकीला दिला. 'तुझ्यावरच्या आरोपांमध्ये दम नाही, लवकरच सुटशील' असा दिलासाही त्यांनी दिला.

पांडेचे पैसेवाल्या कैद्यांना लुटायचे उद्योग अमरननी त्रिपाठी, तसंच सुनिल राठीपर्यंत पोहोचले होते. पांडे देहरादून तुरुंगात आला त्याच सुमारास राठीचीही तिथे रवानगी झाली होती. पांडेचा वाढता दबदबा पाहून दोन्ही गँगना हेवा वाटत होता. त्यांनीही तुरुंगामध्ये पांडेसारखेच बेकायदेशीर धंदे सुरू केले. वर्चस्व प्रस्थापित करण्यासाठी तिन्ही टोळ्यांमध्ये चुरशीचा संघर्ष सुरू झाला.

तुरुंगातील खबऱ्यांकडून हा प्रकार वर्माला समजेपर्यंत बेसुमार खंडणी उकळणं चालू राहिलं. त्यांनी लगेच कारवाई करून अनेक कैद्यांच्या बदल्या केल्या. ही सर्व मंडळी तिन्ही टोळ्यांच्या प्रमुखांसाठी काम करायची.

बराकीतील जवळ जवळ सर्वच कैदी दुसरीकडे गेल्यामुळे लकी, पांडे आणि अमित भुरा बराच वेळ एकत्र असायचे. पुढे तर हे त्रिकूट कायम एकमेकांसोबत वेळ घालवायला लागलं. अमितने फळं आणि भाज्यांच्या पिशवीमध्ये लपवून मोबाइल फोनही मिळवला. फोन तिघंही वापरायचे. एक जण फोनवर बोलत असला तर दुसरा पहारा द्यायचा. कधीकधी अमित सतत फोन करायचा. लकी समोर उभा राहून त्याची राखण करायचा. पुढे त्याचे हे अखंड चाललेले फोन अधिकाऱ्यांसाठी फार मोठी डोकेदुखी ठरली.

शेवटची सुनावणी झाल्याला पंचेचाळीस दिवस उलटले होते. आता परगईचा धाकटा भाऊ ब्रिजेश, लकीविरुद्ध साक्ष देणार होता.

ब्रिजेश विशीतला तरुण होता. दिसायला मोठ्या भावापेक्षा खूप वेगळा होता. नितळ त्वचेसारखं त्याचं गुन्हेगारी रेकॉर्डही निष्कलंक होतं. पोलिसांच्या गराड्यात तो साक्षीदाराच्या पिंजऱ्यात आला. लिवाइजच्या नव्याकोऱ्या कपड्यांमधला लकी बेदरकारपणे आरोपीच्या पिंजऱ्यात उभा होता. न्यायाधीशांनी सुनावणी सुरू करायचा आदेश दिला. फिर्यादी पक्षाच्या वकिलांनी साक्षीदाराचं निवेदन वाचून दाखवलं.

'खुनाच्या रात्री दुकानातून परत येत असताना चौपाला चौराहाजवळ मी माझ्या भावाला आरोपीबरोबर फोर्ड गाडीमध्ये पाहिलं. लकी ड्रायव्हिंग सीटवर आणि अमित त्याच्या बाजूला बसलेला होता. राजू परगई मागच्या सीटवर ऐसपैस पसरून बसला होता.' असं साक्षीदाराचं म्हणणं होतं.

वेळ आणि स्थान ह्याविषयीचे बारीक तपशील सांगून झाल्यानंतर 'आरोपी खून झाला त्या रात्री खरोखरच बळीबरोबर होता,' हा मुद्दा वकिलांनी अधोरेखित केला. आता लकीच्या वकिलांनी उलटतपासणीला सुरुवात केली.

''मिस्टर ब्रिजेश, दुकान साधारण किती वाजता बंद करता?''

''नऊ वाजता.''

''*त्या दिवशी* किती वाजता बंद केलं?''

''संध्याकाळी सात वाजता.''

''लवकर बंद करायचं कारण?''

''राजूभाईने भेटायला घरी बोलावलं होतं.''

'कशासाठी?'

''माहीत नाही. आणि आता कधीच कळणार नाही.''

''राजूच्या घरी जाण्यासाठी जवळच्या मार्गाने, कुसुम खेडातून जाणाऱ्या पुलावरून न जाता लांबच्या चौपाला चौराहाच्या रस्त्याने का गेलास? अर्धा तास वाचला असता ना?'' हा प्रश्न ऐकून ब्रिजेश सुन्न झाला. त्याला उत्तर सुचेना.

''ती गाडी पाहिलीस तेव्हा किती वाजले होते?''

''बहुधा सात वाजले असावेत.''

''मिस्टर ब्रिजेश, इथे एका माणसाचे प्राण पणाला लागले आहेत. 'बहुधा' वगैरे संदिग्ध शब्द वापरून चालणार नाही. नेमकी वेळ सांगा.''

''सात वाजून दहा मिनिटं.''

''त्या मोसमामध्ये संध्याकाळ लवकर होते. चटकन काळोख होतो. अंधूक दिसायला लागतं. माणसं ओळखणं जड जातं. असं असूनही तुम्ही भाऊ, अमित आर्य आणि माझ्या अशिलाला कसं काय पाहिलं? आणि ओळखलंसुद्धा? गाडीच्या फ्लॅशलाइटने तुमचे डोळे दिपले नाहीत का?'' लकीच्या वकिलांनी प्रश्नांच्या फैरी झाडल्या.

सर्वत्र शांतता पसरली. गोंधळून गेलेला साक्षीदार इकडेतिकडे, आपल्या वकिलाकडे मदतीच्या अपेक्षेने नजर टाकत होता पण त्यांनी ब्रिजेशची नजर चुकवली. 'न्यायालयाची दिशाभूल करायच्या उद्देशाने साक्षीदार खोटंनाटं रचून सांगतो आहे.' लकीच्या वकिलांनी न्यायालयाच्या निदर्शनास आणलं.

''मिस्टर ब्रिजेश, भावाच्या घरी पोहोचल्यानंतर त्याच्या पत्नीला तुमचा भाऊ, अमित आणि माझ्या अशिलाबरोबर गाडीतून प्रवास करतो आहे ही गोष्ट सांगितली का?''

'ना-ना-नाही' एव्हाना ब्रिजेशची बोबडी वळली होती.

''किती आश्चर्याची गोष्ट आहे ही. भावाने बोलावलं म्हणून त्याच्या घरी गेलात. पण त्याला गाडीतून जाताना पाहिलं हे त्याच्या पत्नीला सांगायची आवश्यकता भासली नाही?''

''साक्षीदार विश्वासार्ह उत्तरं देऊ शकला नाही. ह्यावरून तो तद्दन खोटं बोलतो आहे हे सिद्ध होतं.'' लकीच्या वकिलांनी उलटतपासणीचा समारोप केला. न्यायाधीशांनी आजचं कामकाज समाप्त झाल्याचं जाहीर केलं.

आणखी एक उलटतपासणी आपल्याला अनुकूल ठरली हे पाहून लकीने उच्च न्यायालयामध्ये पुन्हा एकदा जामीनअर्ज करायचं ठरवलं. ह्या वेळी त्याने आपली बाजू मांडण्यासाठी एका क्रिमिनल लॉयरची नेमणूक केली. हा लॉयर एका वेळेसाठी तब्बल सव्वा लाख रुपये आकारायचा. आणखी एक साक्ष आपल्या बाजूने झाली तर सुटका निश्चित होईल ह्या आशेवर लकी हा डाव खेळणार होता.

पस्तीस

संरक्षणातील धोके

मध्य आफ्रिकेतील काँगो जंगलातील मोकळं मैदान. खाली पडलेल्या बंडखोराच्या उजव्या हातावर लकीने आपला उजवा पाय जोरात दाबून ठेवला होता. २००७ सालातील ही गोष्ट. लकीच्या व्यावसायिक कमांडोच्या कारकिर्दीला नुकतीच सुरुवात झाली होती. काँगोमध्ये बंडखोर संघटनांचं वर्चस्व दिवसेंदिवस वाढत होतं. त्यांना आळा घालण्यासाठी संयुक्त राष्ट्रांनी अनेक मोहिमा आखल्या होत्या. त्यातील फायटर टीममधील एक विशेष कमांडो होता लकी. त्याच्याकडे स्पेशल फोर्सेसचं गुप्त मोहीम ओळखपत्र होतं.

बंडखोराचा चेहरा तीव्र उन्हाच्या चटक्यांनी भाजून निघत होता. वेदनांनी विव्हळत त्याने बंदुकीच्या गोळ्यांमुळे चाळण झालेला आपला हात लकीच्या पायाखालून काढायचा निष्फळ प्रयत्न केला. लकीसह विविध राष्ट्रांमधील पंचेचाळीस कमांडोंनी त्याला घेरलं होतं. मरणाच्या दारात पडलेल्या बंडखोरावर सर्वांच्या बंदुका रोखल्या होत्या. कमांडो पथक पाहताच बंडखोरांच्या टोळीने त्याला मागे सोडून पळ काढला होता.

गुप्तहेर यंत्रणेने संयुक्त स्पेशल फोर्सला बंडखोर टोळीचा ठावठिकाणा कळवला होता. विशाल जंगलाच्या अगदी आतमध्ये ते लपले होते. बेसुमार वाढलेल्या उंच गवतामधून तिथवर पोहोचण्यासाठी कमांडो पथक सरपटत, रांगत, तर कधी वाकडंतिकडं होत पुढे जात होतं. अंधारायला सुरुवात झाली, त्यामुळे मार्ग काढणं अधिकच कठीण झालं.

मोहिमेत पथकातील कमांडोंना एकमेकांशी बोलायची सक्त मनाई होती. पुढच्या कमांडोच्या खांद्यावर टॅप करून संपर्क साधायचा होता. प्रत्येक सूचनेसाठी ठरावीक टॅप. उदाहरणार्थ, पुढे धोका आहे असं जाणवलं तर थांबण्याची सूचना देण्यासाठी पुढील अधिकाऱ्याच्या खांद्यावर दोनदा टॅप करायचं. हीच सूचना साखळी पद्धतीने पुढे सरकवायची जेणेकरून पथक जागीच थांबेल. कमांडोंनी एकमेकांत तीन मीटर अंतर राखायचं होतं. शत्रूने केलेल्या गोळीबाराच्या कक्षेमध्ये एकाच वेळी सर्वांनी येऊ नये म्हणून हा नियम केला होता. दुसरं म्हणजे रांगेमध्ये शेवटी असलेल्या कमांडोने पाठमोरं चालायचं होतं. शत्रूने मागून हल्लाबोल केला तर लगेच समजावं म्हणून ही उपाययोजना होती. दर दोन मिनिटांनी त्याची जागा त्याच्या पुढील कमांडोने घ्यायची होती.

कशी कोणास ठाऊक, पण बंडखोरांना संयुक्त स्पेशल फोर्सच्या मोहिमेची खबर मिळाली. त्यांनी हल्ल्याची पूर्वतयारी केली. स्थानीय असल्यामुळे त्यांना जंगलाचा कानाकोपरा, इतकंच काय पण पथक नेमकं कुठून येईल हेही माहित होतं. त्यांनी बरोबर तिथेच हल्ल्याची जागा निश्चित केली. सर्वांनी आपापल्या जागा घेतल्या, MMG बंदुका तयार ठेवल्या आणि कमांडोंची वाट पाहू लागले.

लकीचं पथक पोहोचताक्षणी एका बंडखोराने बंदूक चालवली. पण नेमका चाप अडकला आणि गोळी सुटलीच नाही. चाप ओढल्याचा आवाज ऐकून लकी सावध झाला. बंडखोर कुठे लपले आहेत हेही समजलं.

लगेचच बंडखोरांवर गोळ्यांचा वर्षाव झाला. घनघोर युद्ध सुरू झालं. बंडखोरांची दाणादाण उडाली. सारे पळून गेले. खांदा आणि डाव्या पायाला गोळ्या लागल्यामुळे हा एकटाच मागे राहिला. पण लकीचं पथक जवळ येऊ नये म्हणून तो अधूनमधून गोळ्या झाडत राहिला. एक गोळी तर लकीच्या कानाजवळून सणसणत गेली.

पथकाने पहाट होईतो थांबायचं ठरवलं. पण सूर्य उगवला तोच वाईट बातमी घेऊन. लकीच्या मागे असलेल्या स्नेहल कमांडोचं मस्तक गोळ्या लागून छिन्नविच्छिन्न झालं होतं. मृत्यूच्या दारात पडलेला तो बंडखोर रात्रभर बेछूट गोळ्या झाडत होता. त्यातलीच एक त्यांना लागली होती. त्याला खतम करण्यासाठी कमांडो पुढे सरकले.

अर्धमेल्या बंडखोरावर लकीने रायफल रोखली. पुढे काय होणार हे तो समजून चुकला. लकीला त्याचे कंप पावणारे ओठ दिसले. तो काहीतरी सांगायचा प्रयत्न करत होता. त्याचं बोलणं होईपर्यंत लकी थांबला. सर्व बळ एकवटून बंडखोर म्हणाला, ''आज तुझ्या ईश्वराने तुला साथ दिली. माझ्या ईश्वराने मात्र साथ दिली नाही.''

लकीला हे अगदीच मान्य होतं, पण तो काही बोलला नाही. MMGच्या एकाच शॉटमध्ये तब्बल दोनशे शेहेचाळीस गोळ्या सुटतात. लकी आणि त्याची संपूर्ण टीम गारद होऊ शकली असती, पण तसं झालं नाही ही ईश्वराची कृपा हे नक्की.

बंडखोराने डोळे मिटले. क्षणभराने लकी भानावर आला. ह्या क्षणी बंदूक आणि त्यामधील गोळी हेच त्याला देवासमान होते. अतिशय थंडपणे त्याने नेम धरून चाप ओढला. मोहीम फत्ते झाली. इस्रायलनंतर लकीने संयुक्त राष्ट्राच्या अनेक मोहिमा यशस्वीरीत्या पार पाडल्या.

भारतामध्ये परतल्यानंतर लकीला काही दिवसांसाठी आपल्या गावी जाण्यासाठी सुट्टी मिळाली. नंतर पुढील प्रशिक्षणासाठी त्याला देशामध्ये वेगवेगळ्या ठिकाणी पाठवण्यात आलं. त्यापुढील सत्र बेळगावच्या इन्फ्रंट्री स्कूलमध्ये होतं. एकोणचाळीस दिवसांचं प्रशिक्षण संपल्यानंतर लकीला एक महिना सुट्टी मिळाली.

पुढील प्रशिक्षणासाठी लकी म्हाओच्या इन्फ्रंट्री स्कूलमध्ये दाखल झाला. कमांडोची स्नायपर कौशल्यं अधिक धारदार करण्यासाठी, तसंच ठार करण्यासाठी शत्रुसैन्याचा कमांडर कोण आहे हे जाणून, त्याला युक्तीने इच्छित ठिकाणी कसं आणायचं हे डावपेच शिकण्यासाठी ह्या विशेष प्रशिक्षणाचं आयोजन केलं होतं.

ह्या कालावधीत बंडखोरांचा बीमोड करण्यासाठी आखलेल्या असंख्य मोहिमांमध्ये लकी सहभागी झाला होता. सातत्याने चालू असलेलं प्रशिक्षण, मोहिमा ह्यांमुळे लकी कमालीचा थकून गेला. २००३ साली त्याच्या प्रशिक्षणाला सुरुवात झाली होती. सात वर्षांपासून त्याचं कठोर प्रशिक्षण आणि मोहिमा चालू होत्या. लकीने 'ह्यातून आपल्याला थोडा ब्रेक हवा आहे' असा अर्ज केला. विनंती मान्य होऊन त्याला मार्च २०१०मध्ये राष्ट्रीय सुरक्षा रक्षकाचं (National Security Guard) ओळखपत्र (कव्हर आय डी) मिळालं.

देशाच्या अति महत्त्वाच्या आणि अति अत्यंत महत्त्वाच्या व्यक्तींचा वैयक्तिक सुरक्षा अधिकारी (Personal Security Officer) होण्यासाठी विशिष्ट कौशल्यं आवश्यक असतात. लकीने पंचेचाळीस दिवसांचं प्रशिक्षण पूर्ण केल्यानंतर पंजाबचे तत्कालीन मुख्यमंत्री प्रकाश सिंग बादल ह्यांचा वैयक्तिक सुरक्षा अधिकारी (PSO) म्हणून त्याची नियुक्ती करण्यात आली.

ह्या जबाबदाऱ्या निभावताना सुरक्षा अधिकाऱ्याला किती विविध प्रकारच्या प्रश्नांना तोंड द्यावं लागतं ह्याचा लकीला प्रत्यक्ष अनुभव मिळाला. एकदा लकी बुलेटप्रूफ पाजेरो गाडीमध्ये मुख्यमंत्र्यांची वाट पाहत बसला होता. धार्मिक कार्यासाठी ते नियमितपणे पंचकुलाला जात असत. गाडीमध्ये मुख्यमंत्र्यांसोबत वैयक्तिक सुरक्षा अधिकाऱ्याव्यतिरिक्त अन्य कोणीही बसू शकणार नाही असा नियम होता (Standard Operating Procedure).

त्यांच्या गाडीमागे अन्य गाड्यांचा ताफा. त्यांचे कुटुंबीय, अन्य मंत्री आणि उच्चाधिकारी येणार होता. प्रवासाला सुरूवात होणार तोच साध्या कपड्यांमधील एक उच्च अधिकारी मुख्यमंत्र्यांच्या गाडीजवळ आले. त्यांच्या सोबत उपमहानिरीक्षक (DIG) आणि वरिष्ठ पोलीस अधीक्षक (SSP) होते.

''मुख्यमंत्र्यांचा मुलगाही त्यांच्या गाडीमध्ये बसेल.'' ते कडक आवाजात लकीला म्हणाले.

''माफ करा, सर. तशी परवानगी नाही.'' लकी म्हणाला.

अधिकाऱ्याने पुन्हा तीच विनंती केली आणि लकीनेही तेच उत्तर दिलं : '*तशी परवानगी नाही.*' अधिकाऱ्याचा अपमान झाला. उपमहानिरीक्षक पुढे झाले. त्यांनीही लकीला तीच विनंती केली. लकीनेही ठामपणे तेच उत्तर दिलं : 'तशी परवानगी नाही.'

लकीचा नकार असूनही उपमहानिरीक्षक आग्रह करतच होते. दोन्हीकडून अशी टोलवाटोलवी चालू असतानाच लकीने गाडीच्या डॅशबोर्डला अडकवलेला डिक्लरेशन फॉर्म काढून त्यांचा हाती दिला.

''कृपया तुम्ही लेखी आदेश द्या. तरच मी मान्यता देईन.''

उपमहानिरीक्षक थक्क होऊन लकीकडे पाहत राहिले. लकीने हट्ट सोडावा म्हणून त्यांनी मुख्यमंत्र्यांचा मुलगा उपमुख्यमंत्री आहे हेदेखील सांगितलं. पण लकी ढिम्म हलला नाही. उपमहानिरीक्षक संतापाने लाल झाले. पण लकीचा नाइलाज होता. तो केवळ कर्तव्य बजावत होता. पत्नी असो किंवा मुलगा, नियमानुसार गाडीमध्ये मुख्यमंत्र्यांसोबत प्रवास करण्याची त्यांनादेखील परवानगी नव्हती. नियमाविरुद्ध वागायचं तर लेखी नोंद करणं आवश्यक होतं.

लेखी विनंती केली तर आपण गोत्यात येऊ हे माहीत असल्याने उपमहानिरीक्षकांनी लकीचा नाद सोडला. मुख्यमंत्र्यांचा मुलगा त्यांच्या गाडीच्या मागोमाग दुसऱ्या गाडीतून येईल असा समझोता झाला. पण एका सुरक्षा अधिकाऱ्याने आपला आदेश धुडकावण्याची हिंमत केली ह्या गोष्टीमुळे ते अतिशय संतप्त झाले होते.

पंचकुलाच्या तीर्थस्थानाला भेट देऊन प्रकाश सिंगच्या घरी परत येताक्षणी लकीच्या हाती बदलीचा आदेश पडला. आसामचे सर्वांत तरुण मुख्यमंत्री प्रफुल्लकुमार महंता ह्यांचा PSO (वैयक्तिक सुरक्षा अधिकारी) म्हणून लकी काम करणार होता. तडकाफडकी बदलीमागील कारण लकी जाणून होता. त्याने उच्च अधिकाऱ्यांशी पंगा घेतला त्याची शिक्षा होती. त्याच संध्याकाळी सात वाजता तो आसामला जायला निघाला.

मुख्यमंत्री प्रफुल्लकुमार महंता ह्यांचा (PSO) वैयक्तिक सुरक्षा अधिकारी म्हणून कार्यरत झाल्याला काही दिवस उलटून गेले होते. लकीला आसाम आवडलं. मुख्यमंत्री प्रफुल्लकुमार महंतांचा ऑल आसाम स्टुडंट्स युनियन (AASU)मध्ये सहभाग होता. १९७९ आणि १९८५मध्ये झालेल्या आसाम चळवळीचं नेतृत्व आसू संघटनेनेच केलं होतं. स्थलांतरितांना शोधून त्यांची परतपाठवणी करावी ह्यासाठी छेडलेलं हे आंदोलन अति आक्रमक पवित्र्यामुळे प्रसिद्ध झालं होतं.

एकदा प्रफुल्लकुमारांची प्रचारसभा चालू होती. त्यांना भेटण्यासाठी लोकांची एकच गर्दी उसळली होती. उत्साही चाहत्यांना आवरताना लकीची चांगलीच दमछाक होत होती. एक स्त्री तर वारंवार सुरक्षावर्तुळ तोडून मुख्यमंत्र्यांजवळ जाण्याचा प्रयत्न करत होती. ते पाहून लकीचा संयम सुटायला लागला होता.

लकी हातांचा दांडपट्टा चालवून अनुयायांना ताब्यात ठेवत होता. मात्र त्या स्त्रीसाठी दांडपट्टा न फिरवता मुख्यमंत्र्यांच्या जवळ आली की लकी हाताच्या कोपऱ्याने तिला मागे ढकलत होता.

तिचे प्रयत्न लकी वारंवार हाणून पाडत होता, तरीही ती स्त्री हट्ट सोडायला तयार नव्हती. ते पाहून लकीच्या डोक्यात धोक्याची घंटा वाजू लागली. परिस्थिती नाजूकपणे हाताळायला हवी हे लकी समजून चुकला. पुढच्या वेळी ती स्त्री जवळ आली तेव्हा लकीने तिच्या सँडलवर पाय ठेवला. तिने पुढे जाण्यासाठी पाऊल उचलल्याबरोबर सँडल तुटलं. तुटकं सँडल घालून मोर्चाबरोबर चालणं तिला जमेना. ती बरीच मागे राहिली.

प्रचारसभेनंतर कार्यालयात परतल्यानंतर प्रफुल्लकुमारनी लकीला बोलावून घेतलं. गर्दीचं उत्तम नियोजन केल्यामुळे ते खूश झाले असावेत, आपल्याला शाबासकी देण्यासाठी बोलावलं असणार असे विचार लकीच्या मनात घोळत होते. पण घडलं वेगळंच. मुख्यमंत्र्यांनी हसून 'चांगलं काम केलंस' म्हणून कौतुक केलं. पुढे म्हणाले, ''पण माझ्या पत्नीकडून मला कोणताही धोका नाही.''

लकी गोंधळात पडला. मग त्याच्या लक्षात आलं. मुख्यमंत्र्यांजवळ जाण्यासाठी धडपडणारी स्त्री चक्क त्यांची पत्नी होती! शरमिंदा होऊन लकीने मान खाली घातली. पुन्हा आपली उचलबांगडी होणार ह्याविषयी त्याला जराही शंका नव्हती.

मुख्यमंत्री खो खो हसत सुटले. ''घाबरू नकोस. तुझं काहीही चुकलं नाही.''

सुटकेचा भलामोठा श्वास सोडून लकी मुख्यमंत्र्यांच्या कार्यालयातून बाहेर पडला.

छत्तीस

भ्रमनिरास

ऑगस्ट २०११

लकीचा चेहरा पांढराफटक पडला होता. नुकताच तो आपल्या क्वार्टरमध्ये परतला होता. सध्या 'पापा सेव्हन टू'च्या सुरक्षेची जबाबदारी त्याच्यावर होती. विरोधी पक्षाच्या प्रथितयश राजकीय नेत्याचं सांकेतिक नाव होतं ते.

मध्यरात्र उलटली तरीसुद्धा सुरक्षा अधिकाऱ्याचा गणवेश बदलायला त्याला वेळ मिळाला नव्हता. मनोबल रसातळाला पोहोचलं होतं. काय करावं ह्यावर बराच विचार केल्यानंतर लकीने एक कठीण आणि कटू निर्णय घेतला. टेबलवरच्या फोनचा रिसीव्हर उचलून त्याने एजन्सीमधील मित्राचा, नवीन कुराचा, नंबर फिरवला.

''माझं एक काम कर. मला तत्काळ रजा हवी आहे. एजन्सीला फोन करून सांग माझी आई आजारी आहे.''

''काय झालं? सगळं ठीक आहे ना?'' मित्राने विचारलं.

तीरासारखा तो प्रश्न लकीच्या हृदयात घुसला. साध्या प्रश्नाचं साधं उत्तर द्यायला कचरला तो. ओठ कापायला लागले. गाल लाल झाले. मनातील सारी भडास बाहेर काढणार तोच त्याच्यामधील कमांडो सावध झाला. देवाच्या कृपेने त्याची आई अगदी ठणठणीत होती. तरीही लकीला सत्य लपवणं भाग होतं.

''मी नंतर सगळं सांगतो. आत्ता मी सांगतो तेवढंच कर.'' लकीने मित्राला सांगितलं.

लकीने ग्लासमध्ये पाणी ओतून घेतलं आणि मनातला भडकलेला संताप पाण्याच्या घोटांबरोबर गिळायचा प्रयत्न केला. प्रत्येक घोट घेतल्यानंतर तो दीर्घ काळ फोनकडे पाहायचा. एजन्सीकडून आजारी आईला भेटायला घरी जायची परवानगी मिळेल अशी आशा त्याला वाटत होती. त्याला ब्रेक हवा होता, विशेषत: आज ड्यूटीवर असताना आलेल्या कटू अनुभवानंतर ह्यापुढे काम करणं त्याला शक्य झालं नसतं.

आसामचे मुख्यमंत्री प्रफुल्ल कुमारांचा वैयक्तिक सुरक्षा अधिकारी ह्या पदाचा कार्यकाल संपला. लकीवर 'पापा सेव्हन टू' ह्या सांकेतिक नावाने ओळखल्या जाणाऱ्या राजकीय नेत्याच्या सुरक्षेची जबाबदारी सोपवण्यात आली. विरोधी पक्षाचे शक्तिशाली नेता असल्याने साहजिकच त्यांचा मुक्काम दिल्लीत होता. दिल्लीमधील ऐतिहासिक स्थानं पाहायची लकीची पूर्वीपासूनची इच्छा पूर्ण होणार होती. पण 'पापा सेव्हन टू'ची सुरक्षा करण्याचं काम सोपं अजिबात नव्हतं.

हा प्रौढ राजकीय नेता घराबाहेर पडण्यापूर्वी लकीला अनेक गोष्टींची तपासणी करावी लागे. सर्वप्रथम पंधरा किलो वजनाचं फायटर व्हेस्ट चढवायला लागायचं. नंतर नेता महोदयांच्या प्रत्येक गाडीची कसून तपासणी करायची असे.

हा लकीचा नित्यक्रम झाला होता. अनेकदा त्याच्या मनामध्ये विचार चमकून जायचा : 'ही अशी कामं करताना माझं उच्च दर्जाचं प्रशिक्षण वाया जात आहे.'

लकीला मंत्रिमहोदयांच्या घरातच एक खोली दिली होती. संपूर्ण आठवड्याचं वेळापत्रक लिहिण्यासाठी एक नोंदवही दिली होती. रोज रात्री लकी दुसऱ्या दिवशीचं वेळापत्रक नजरेखालून घालत असे. त्यानुसार तो सुरक्षा व्यवस्थेची तयारी करायचा. लकीला सकाळी लवकर उठून व्यायाम करायची सवय होती. त्यानंतर नाश्ता. नेतामहोदय सकाळी नऊच्या आधी घराबाहेर पडत नसत.

त्या रात्रीची गोष्ट. खाजगी सचिव लकीच्या खोलीबाहेरून जात होत्या. खोलीचं दार उघडं होतं. लकीने शर्ट घातला नव्हता. अलीकडच्या एका प्रशिक्षणादरम्यान त्याच्या अंगावर पुरळ आले होते. त्याचा त्रास व्हायचा म्हणून लकी झोपताना शर्ट काढून ठेवायचा.

दारावरून जाताना खाजगी सचिवांनी त्याच्याकडे नापसंतिदर्शक कटाक्ष फेकला. लकीच्या ते लक्षात आलं. बहुधा विनाशर्ट दार उघडं टाकून बसणं त्यांना आवडलं नसावं. त्या निघून गेल्याने लकीने त्यावर जास्त विचार केला नाही. पण त्या पुन्हा दारावरून जातील आणि लाज वाटून आपण शर्ट घातला की नाही हे चेक करतील ह्याची लकीला सुतराम कल्पना नव्हती. तो डायरीत डोकं खुपसून बसला होता. त्याने अजूनही शर्ट घातला नाही ह्याची खाजगी सचिव मॅडमनी नोंद केली.

वेळापत्रकानुसार नेताजी सकाळी दहा वाजता निघणार होते. डायरी बंद करून लकी झोपणार तोच फोन वाजला. खाजगी सचिवांचा फोन होता. ''वेळापत्रकात

बदल झाला असून दहाऐवजी 'पापा सेव्हन टू' सकाळी सहा वाजता निघणार आहेत,'' त्या म्हणाल्या. लकीला आश्चर्य वाटलं कारण ह्यापूर्वी ते कधीही एवढ्या लवकर निघाले नव्हते. ''ठीक आहे,'' असं म्हणून त्याने फोन ठेवला.

सहा वाजण्यापूर्वी सर्व तयारी करावी लागल्यामुळे लकीला नाश्ता करायला वेळ मिळाला नाही. नेहमीच्या सुरक्षा तपासण्या अत्यंत वेगाने पूर्ण करून लकी सहाला दहा मिनिटं असताना ड्यूटीवर हजर झाला. पंधरा किलोचं जाकीट, आणि दोन वजनदार बंदुका अंगावर घेऊन लकी 'पापा सेव्हन टू'च्या ॲम्बेसिडर गाडीजवळ अटेन्शन पोझमध्ये उभा होता.

अर्धा तास उलटला. एक तास झाला तरी नेताजींचा पत्ता नव्हता. लकी वैतागला. भूकही लागली होती. खोलीत जाऊन एक कप चहा तरी पिऊन यावं हा मोह त्याने आवरला. कारण PSO वाहनापासून क्षणभरही दूर गेला तर एकूणएक सुरक्षा तपासण्या पुन्हा करायच्या असा SOP नियम होता. एक कप चहासाठी एवढी यातायात करायची त्याची तयारी नव्हती.

तीन तासांनी 'पापा सेव्हन टू' आपल्या मुलीसोबत घराबाहेर पडले. मुलगी निर्माती असलेल्या चित्रपटाचं आज पीमिअर होतं. दोघं त्यासाठी थिएटरला निघाले. अनेक उच्च अधिकारीही उपस्थित राहाणार होते.

समारंभ दुपारी दोन वाजता संपला. दोघं घरी निघाले. घरात प्रवेश करण्यापूर्वी खाजगी सचिवांनी लकीला थांबायला सांगितलं. एका पक्ष-सहकाऱ्याला हॉस्पिटलमध्ये दाखल केलं होतं. त्याला पाहाण्यासाठी निघायचं होतं. लकी कसनुसं हसला. असह्य भूकेमुळे पोटात खड्डा पडला होता. पाच मिनिटांत खोलीत जाऊन खायचं आणि पुन्हा येऊन सुरक्षा तपासण्या करायच्या हे शक्य नव्हतं. भुकेने कळवळलेला लकी सुरक्षा जाकिटाचं ओझं संभाळत गाडीजवळ उभा होता.

सचिवबाईंनी पुन्हा एकदा लकीला चुकीची माहिती दिली होती, कारण 'पापा सेव्हन टू' तीन तासांनी, संध्याकाळी पाच वाजता, बाहेर आले. एव्हाना लकीचा संयम संपत आला होता. समोरची प्रत्येक वस्तू तोडूनमोडून टाकावी असे हिंस्र विचार डोक्यात येत होते. बाह्यत: मात्र त्याचा चेहरा शांत आणि स्थिर दिसत होता. अशा परिस्थितीत मनावर ताबा ठेवायचं कसब लकी शिकला होता. रात्री अकरा वाजता 'पापा सेव्हन टू' हॉस्पिटलमधून निघाले. साडेअकरा वाजता त्यांना सुरक्षितपणे घरी पोहोचवल्यानंतर लकी अखेर आपल्या खोलीवर पोहोचला.

सर्वप्रथम त्याने पंधरा किलोचं वजन उतरवलं. पण नंतर युनिफॉर्म न बदलता संतापाने फणफणत गाडीत जाऊन बसला. त्याच वेळी तिथून जाणाऱ्या पोलीस उपमहानिरीक्षकांचं त्याच्याकडे लक्ष गेलं. त्यांनी विचारपूस केल्यावर लकीने दिवसभर त्याला कसं मुद्दाम छळण्यात आलं हे सांगून टाकलं.

त्यांच्याशी बोलत असतानाच 'ह्यापुढे सरकारी काम करायचं नाही,' असा लकीने निर्धार केला. काही अति महत्त्वाच्या व्यक्तींचा वैयक्तिक सुरक्षा अधिकारी असताना आलेल्या कटू अनुभवांमुळे त्याचा भ्रमनिरास झाला होता. देशाची सरकारी व्यवस्था आणि राजकारणावरचा विश्वास उडाला होता. देश आणि देश चालवणाऱ्यांचं प्राणपणाने रक्षण करायची त्याने प्रतिज्ञा केली होती. पण आता ती प्रतिज्ञा पाळणं त्याला कठीण वाटत होतं. लकीच्या कपाळावर आठ्या पडल्या. *एक सैनिक आहे मी. सैनिकाची कर्तव्यं ही नाहीत. हे सारं करणं माझं काम नाही.*

'वैयक्तिक सुरक्षा अधिकारी म्हणून ह्यापुढे काम करायचं नाही, आधी घरी जायचं आणि जीवनाला वेगळी दिशा द्यायचा प्रयत्न करायचा,' असा लकीने निर्णय घेतला. लगेच एजन्सीतील मित्राला फोन करून आईच्या खोट्या आजाराचं कारण सांगून रजा पाहिजे असल्याचं सांगितलं.

अखेर एजन्सीचा फोन आला. 'त्याच्या जागी दुसरा वैयक्तिक सुरक्षा अधिकारी पाठवला जात असून तू घरी जाण्यासाठी सामान बांधायला सुरुवात कर,' असं त्याला सांगण्यात आलं. पंचेचाळीस मिनिटांतच त्याच्या बदली काम करायला दुसरा अधिकारी हजर झाला. लकीने त्याच्या हाती सूत्रं दिली आणि पहाटे तीन वाजता लकीने 'पापा सेव्हन टू'च्या घराचा निरोप घेतला.

२५ ऑगस्ट २०११ ह्या दिवशी दिल्ली विमानतळावरून लकीने उत्तराखंडला जाणारं विमान पकडलं. पुढील काही आठवड्यांमध्ये आपल्या आयुष्यात प्रचंड उलथापालथ होणार आहे ह्याची लकीला पुसटशीही कल्पना नव्हती. लकी घरी पोहोचल्यानंतर काहीच दिवसांत एजंट लिमाने परगई आणि अमित आर्यची हत्या केली. आणि प्रमुख संशयित म्हणून लकीला अटक झाली.

सदतीस

जुन्या सवयी सुटणं कठीण असतं

डिसेंबर २०१४

मुलाकात रूममध्ये लकी अमित भुराच्या शेजारी बसला होता. भेटीसाठी मुलाकात रूममध्ये जाण्यापूर्वी कैद्यांना सिमेंटच्या बाकावर एका रांगेत बसवलं जाई. काही अंतरावर रेबॅन गॉगल आणि नीटनेटक्या पोशाखातील तिशीतला माणूस महेंद्र सिंग ग्वालशी बोलत होता.

ग्वालशी बोलून झाल्यानंतर तो बाकाजवळ येऊन प्रकाश पांडेला ''सरकून घे, मला बसायचंय,'' असं म्हणाला. पांडेला त्याचा स्वर आवडला नाही. त्याने रिकाम्या खुर्च्यांकडे बोट दाखवून त्याला ''तिथे बस'' म्हटलं. आता तो माणूसही चिडला. त्याने हट्ट सोडला नाही. तो पांडेला बाजूला सरकायला सांगत राहिला. लकी काही न बोलता बघत होता. पण त्यालाही त्या माणसाचा उद्धटपणा आवडला नव्हता.

अमित बुरा मात्र गप्प बसला नाही. ''नीघ इथून, नाही तर तुझ्या तंगड्या मोडेन.'' तो ओरडला.

''हलकट, नालायक लोक,'' असं उपहासाने म्हणून तो पुढे जाऊ लागला.

लकीने त्याला थांबवलं. जवळ जाऊन हलकेच त्याचे गॉगल काढून खिशात ठेवले. आणि मूठ आवळून त्याच्या हनुवटीवर जोरदार ठोसा मारला. जबरदस्त फटक्यामुळे त्याचं तोंड रक्तबंबाळ झालं. अखेर तो खाली कोसळला.

गोंधळ ऐकून महेंद्र सिंग ग्वालनी मागे वळून पाहिलं. काही क्षणांपूर्वी ज्याच्याशी बोलत होतो तो आडवा पडलाय हे त्यांच्या लक्षात आलं. प्रचंड भडकलेला पांडे

त्याच्यावर आरूढ होऊन त्याला बुकलून काढत होता. लकी आणि अमित भुराही त्याला लाथाबुक्क्यांनी मारत होते.

तुरुंगाचा अलार्म घणघणायला लागला. मारामारी सोडवायला हवालदार धावतच तिथे आले. लकी, पांडे आणि भुरा अजूनही त्याला मारत होते. हवालदारांनी कसंबसं त्यांना बाजूला केलं. त्या माणसाचा सफेद शर्ट रक्ताने माखला होता. पोलिसाच्या आधाराने तो उठला. जाता जाता त्याने धमकी दिली ''मी हे प्रकरण सुप्रीम कोर्टापर्यंत नेईन.''

''नक्की ने. बारा दिवसांनी नैनीताल कोर्टात माझी सुनावणी आहे. बघतोच तुझ्यामध्ये किती दम आहे.'' लकी त्याची टर उडवत म्हणाला.

नंतर लकी त्याच्या सोबतच्या पोलिसाला म्हणाला, ''ह्याला माझ्या नजरेसमोरून हटवा, नाही तर तुमच्या तुरुंगात ३०३ कलमाखाली गुन्हा घडेल हे नक्की.''

त्या घटनेनंतर अर्धा तासाने लकी, पांडे आणि अमित भुरा महेंद्र सिंग ग्वालच्या कार्यालयात हजर झाले. त्यांच्या गुंडागर्दीमुळे ते भयंकर संतापले होते. त्यांनी तिघांकडे जळजळीत कटाक्ष टाकला. लकीची मान झुकली होती. त्याचे मारामारीमधील दोस्त जणूकाही घडलंच नाही अशा आविर्भावात उभे होते.

''तो कोण आहे ह्याची जराही कल्पना आहे का तुम्हाला? बडा राजकारणी आणि बांधकामक्षेत्रातील बादशहा आहे तो.'' ग्वाल कडाडले.

ह्या माहितीचा तिघांवरही शून्य परिणाम झाला. ग्वालनी टेबलावरची फाईल पुढे ढकलली.

''त्याने तुम्हा तिघांविरुद्ध एफआयआर दाखल केलाय. तुम्ही माफी मागितली तर ती मागे घ्यायची त्याची तयारी आहे. तुम्ही पुन्हा कधीही त्याला मारहाण करणार नाही असंही लिहून द्या.''

तिघांनी लगेच चर्चा करून माफी मागायची तयारी दर्शवली. ''तो सज्जन माणूस आहे. ह्यापूर्वी तो कधीही अशा भानगडीत पडला नव्हता.'' ग्वाल म्हणाले.

''सर, त्याविषयी मला शंका नाही. पण त्या सज्जन माणसाला समजायला हवं होतं की कैदी अतिशय निष्ठुर असतात. त्यांनी त्यांच्याशी पंगा घ्यायला नको होता.'' लकी म्हणाला.

''अच्छा. लक्ष्मण, म्हणजे तूही त्यांच्यापैकीच एक गँगस्टर आहेस हे तुला मान्य आहे तर?'' ग्वालनी विचारलं.

''मी गँगस्टर आहे हे तर मीडियानेच ठरवलंय.''

ह्यावर काय बोलावं हे ग्वालना सुचलं नाही. वैतागून त्यांनी चेहरा हातामध्ये लपवला. अखेर तिघांनाही ''निघा, माफीचे कागद कोठडीमध्ये पाठवले जातील.

त्यावर सह्या करा.'' ते म्हणाले. अधीक्षक म्हणून त्यांनी नऊ वर्षं काम केलं होतं. पण ह्यापूर्वी असा प्रकार कधी घडला नव्हता. लकीने कैद्यांची बाजू घेऊन बाहेरच्या माणसाला बेदम मारलं ही खबर सर्वत्र पसरली. सर्व कैद्यांना त्याच्याविषयी अधिकच आदर वाटू लागला. भुरा, पांडे आणि लकीची दोस्ती जास्त गहिरी झाली.

एक दिवस पांडेला गुजरात न्यायालयात नेलं गेलं. गुजरातमधील दोन श्रीमंत हिरे व्यापाऱ्यांची हत्या केल्याचा त्याच्यावर आरोप होता. त्यामुळे तो दोन दिवस गुजरातला गेला. त्याच दिवशी अमित भुराला उत्तर प्रदेश कोर्टामध्ये सुनावणीसाठी नेण्यात आलं.

लकीची सुनावणी त्याच दिवशी नैनीताल कोर्टामध्ये होती. कोर्ट ऐंशी किलोमीटर अंतरावर असताना बंदोबस्तासाठी सोबत असलेल्या पोलिसांचे फोन सतत वाजू लागले. मुख्यालयातून आलेले फोन घेतल्यानंतर पोलिसांचे चेहरे खर्रकन उतरत होते. त्यांचे भयचकित चेहरे पाहिल्यानंतर काहीतरी भयंकर घडलंय ह्याचा लकीला अंदाज आला. त्याची व्हॅन मागे वळून पुन्हा तुरुंगाकडे निघाली. तुरुंगात गंभीर वातावरण होतं. संपूर्ण पोलीसखातं हादरून गेल्याचं स्पष्ट समजत होतं.

''कमांडो भाई, काय झालं कळलं का? अमित भुरा पोलिसांच्या ताब्यातून निसटला. इतकंच नाही, त्याने जाता जाता व्हॅनमधील पोलिसांच्या तीन AK-47 पळवल्या.'' एका कैद्याने बातमी दिली.

लकी चकित झाला. बातमी वणव्यासारखी हरियाणा, पंजाब आणि राजस्थान ह्या शेजारी राज्यांतही पसरली. उत्तर प्रदेशची संपूर्ण राजकीय आणि न्यायालयीन व्यवस्था ढवळून निघाली. अमित भुरा एरवीही अतिशय खतरनाक माणूस होता. आता तीन AK-47सारखी धोकादायक हत्यारं मिळाल्यानंतर तो किती आतंक माजवेल ह्याची कल्पनाही करता येत नव्हती. ह्या रायफली भुराने देहरादून पोलिसांच्या हातून हिसकावून घेतल्या होत्या.

अमित उर्फ भुराची (त्याच्या रंगामुळे त्याला हे नाव मिळालं होतं) गुन्हेगारी कारकिर्द वयाच्या सोळाव्या वर्षी सुरू झाली. पहिली चोरी केल्यानंतर त्याच्या गुन्ह्यांचं स्वरूप बदलत गेलं. ते अधिकाधिक गंभीर होत गेले. मुझफ्फरनगर येथील दोन गँगस्टर भाऊ नीतू कैल आणि बिट्टू कैल ह्यांच्या संगतीत आल्यानंतर २००२ साली गुजरातमधील हिरे व्यापाऱ्याचा खून केल्याचा आरोप त्याच्यावर झाला. पुढे माफिया किंग सुनी रथीने तरुण भुराला आपल्या पंखाखाली घेतलं. प्रतिस्पर्धी गँगबरोबरच्या संघर्षात त्याने किमान चार खून केले. २ फेब्रुवारी २०१० रोजी मतदानकेंद्र लुटायला जात असताना दिल्ली पोलिसांनी त्याला पकडलं. अनेक खून आणि दरोडे केल्याच्या आरोपावरून त्याला तुरुंगात डांबण्यात आलं.

त्याच्या पलायनाची थरारक बातमी सर्व प्रथितयश वृत्तपत्रांनी मोठमोठे मथळे देऊन छापली. प्रत्येक बातमीमध्ये पोलिसांच्या हलगर्जीपणावर कडक ताशेरे

ओढलेले होते. अत्यंत खतरनाक गुन्हेगाराच्या हाती आता प्राणघातक रायफली लागल्यामुळे राज्याच्या आणि देशाच्या संरक्षणाविषयी गंभीर प्रश्न उपस्थित केले जात होते.

राज्यातील पोलीसखात्यामध्ये प्रचंड खळबळ माजली होती. तिन्ही AK-47 रायफली कोणत्याही परिस्थितीत परत मिळवायलाच हव्या होत्या. अमित भुराला पकडण्यापेक्षाही ते अधिक महत्त्वाचं होतं. तुरुंगात कसून शोधाशोध सुरू झाली. पांडेचे पंचवीस हजारांचे आणि लकीचेही महागडे बूट फाडून त्याच्यात काही सापडतंय का हेदेखील पोलिसांनी बघितलं. दुसऱ्या दिवशी हरिद्वारचे पोलीस अधीक्षक लकीला भेटण्यासाठी देहरादून तुरुंगात आले. त्यांनी वर्माच्या कार्यालयात लकीला बोलावलं.

''मला काही प्रश्नांची उत्तरं हवी आहेत.'' ते तुसड्या आवाजात म्हणाले.

ते ऐकून लकीला राग आला. ''त्यासाठी कोर्टाची परवानगी आणलीय का?'' तो फटकन म्हणाला.

वर्मा चकित होऊन त्याच्याकडे पाहत राहिले. ''हरिद्वारचे पोलीस अधीक्षक आहेत ते. आदराने बोल त्यांच्याशी.'' ते लकीला म्हणाले.

''मग तुमच्या *आदरणीय* पोलीस अधीक्षकांना प्रश्न विचारण्यापूर्वी कोर्टाची परवानगी आणायला सांगा.'' एवढं बोलून लकी वर्माच्या कार्यालयातून ताडकन बाहेर पडला.

दुसऱ्याच दिवशी प्रकाश पांडेला हरिद्वार जेलमध्ये हस्तांतरित करायचा आदेश निघाला. सदानंद दातेंनी पूर्वी एका प्रकरणी 'लकी निर्दोष आहे' असं प्रमाणपत्र दिलं होतं. त्यांनी मध्यस्थी करून 'पोलिसांना सहकार्य कर' अशी लकीला विनंती केली. 'प्रशिक्षण पूर्ण केल्यानंतर कायद्याचं रक्षण करेन अशी तू शपथ घेतली होतीस' ह्याची आठवण करून दिली. लकीने थोडा विचार करून त्यांच्या विनंतीला मान दिला. दातेंच्या यशस्वी मध्यस्थीनंतर हरिद्वारचे पोलीस अधीक्षक पुन्हा लकीच्या भेटीला आले.

देशासाठी आजोबांनी हौतात्म्य पत्करलं, पित्याने देशाची नि:स्वार्थ सेवा केली वगैरे गोष्टींची आठवण देऊन ते आपल्याला भावनिक आव्हान देत आहेत हे लकीला समजलं. तिकडे दुर्लक्ष करून त्याने शस्त्रं कुठे असतील ह्याची कल्पना त्यांना दिली. चुकीच्या हातामध्ये पडली तर ती शस्त्रं देशासाठी घातक ठरतील हे त्याला माहीत होतं. पण भुराबाबत मात्र त्याने अवाक्षर काढलं नाही. त्यांच्या दोस्तीचा, अनेकदा एकत्र केलेल्या जेवणांचा त्याला अनादर करायचा नव्हता.

''संतोष सिंगच्या घराची झडती घ्या. तुम्हाला हवी ती गोष्ट तिथे मिळू शकेल.''

''तो अतिशय ताकदवान राजकीय पुढारी आहे. त्याच्या घराची झडती घेण्यासाठी परवानगी मिळवणं अशक्य आहे.'' पोलीस अधीक्षक म्हणाले.

''मग राजकारणी निरज बावनांचा कझिन रॉम्बित शौकीनच्या घराची झडती घ्या. रायफली तीन दिवसांत तुमच्या हातात येतील.''

माहिती देऊन लकी निघाला. जाता जाता अचानक मागे वळून तो पोलीस अधीक्षकांना म्हणाला, ''दातेंना माझा निरोप सांगा. मी त्यांच्या उपकारांची परतफेड केली आहे. हिशेब बरोबर झाला.''

लकीने सांगितल्यानुसार रॉम्बित शौकीनच्या घरावर धाड पडली. शस्त्रं त्याच्या घरातच मिळाली. पोलीसखात्याने सुटकेचा नि:श्वास सोडला. गमावलेली थोडी इभ्रत परत मिळाली.

पण लकीला भुराचे प्लॅन, तो शस्त्रं कुठे लपवणार हे कसं समजलं? पलायनापूर्वी भुरा, पांडे आणि लकी अशा तिघांची अलग कोठडीमध्ये रवानगी झाली होती. आपल्या मित्रांशी आणि परिचितांशी बोलण्यासाठी तिघं पांडेचा फोन वापरायचे.

तेव्हाच अमित भुरा पलायनाचा बेत आखतो आहे हे लकीला समजलं. रॉम्बित शौकीनचं नावही भुराच्याच बोलण्यातून ऐकू आलं होतं. अमितच्या पलायनाची खबर ऐकल्यानंतर सहज अंदाज बांधून त्याने रायफलींचा ठावठिकाणा सांगितला.

शस्त्रं कुठे सापडतील हे सांगून लकीने भुराबरोबरच्या गहिऱ्या दोस्तीशी फारकत आणि कायद्याची बाजू घेतली हे मात्र खरं.

अडतीस

ओके 'नसलेल्या' हॉटेलची कहाणी

सुनावणीचा अत्यंत महत्त्वाचा दिवस. आज राजू परगईच्या थोरल्या भावाची, देवेंद्रची, साक्ष होती. दोन पोलिसांनी लकीला न्यायालयात आणलं. साक्षीदाराच्या पिंजऱ्यात उभ्या असलेल्या देवेंद्रने पवित्र ग्रंथावर हात ठेवून शपथ घेतली, 'केवळ सत्य आणि सत्यच बोलेन.'

फिर्यादींच्या वकिलाने कार्यवाहीला सुरुवात केली. त्यांनी सर्वप्रथम देवेंद्रला स्वत:ची ओळख करून द्यायला सांगितलं. नंतर हातातील कागदपत्रं चाळली. आणि नेहमीप्रमाणे मजकूर वाचून न दाखवता आज त्यांनी उलटतपासणीच्या माध्यमातून माहिती कोर्टापुढे आणायचं ठरवलं. आपल्या डेस्कजवळ जाऊन त्यांनी हातातील कागदपत्रं फाईलमध्ये ठेवली. आणि साक्षीदाराजवळ आले. लकी काहीसा चिंतातुर होऊन सारं पाहत होता.

''मिस्टर देवेंद्र, खून झाला त्या दिवशी तुम्ही काय पाहिलं हे कोर्टाला सांगा.''

मध्यम उंची आणि सर्वसाधारण व्यक्तिमत्त्व असलेल्या देवेंद्रचं भावाशी, राजू परगईशी खास साम्य नव्हतं. अशा प्रसंगी आवश्यक असलेला निगरगट्टपणाही त्याच्यामध्ये नव्हता. बावरलेली नजर, हातांची सतत चाललेली चाळवाचाळव, कपाळावर घाम अशी त्याची अवस्था होती.

''हॉटेलजवळ पोहोचलो तोच माझी नजर हायवेवरून वेगाने जाणाऱ्या फोर्ड गाडीवर पडली.''

''हॉटेलचं नाव काय?''

''ओके हॉटेल.''

''गाडीमध्ये कोण होतं?''

देवेंद्रने लकीकडे बोट दाखवलं. ''हा माणूस गाडी चालवत होता. अमित आर्य त्याच्या बाजूला आणि माझा भाऊ राजू मागच्या सीटवर बसले होते. फोर्डच्या मागोमाग एक शेवरलेट गाडी जात होती. तिच्यामध्ये चार माणसं होती.''

दोन्ही गाड्यांचे नंबरही त्याने सांगितले. 'मी नंबरप्लेट लिहून घेतल्या' असंही तो म्हणाला. वकिलाने दुसऱ्या साक्षीदार पिंजऱ्यातील माणसांकडे लक्ष वेधलं. संजय आणि अन्य तिघे.

''शेवरलेटमध्ये हीच चार माणसं होती का?''

साक्षीदाराने मान डोलावून होकार दिला.

''न्यायाधीश महोदय, मला साक्षीदाराला इतकंच विचारायचं होतं. साक्षीदाराने मुख्य आरोपीला खून झालेल्या बळींबरोबर त्याच फोर्ड गाडीमध्ये पाहिलं. शेवरलेट गाडीमधून अन्य चौघे आरोपी फोर्डचा पाठलाग करत होते.''

फिर्यादीचे वकील पुढे म्हणाले, ''साक्षीदाराच्या निवेदनावरून सिद्ध होतं की खून होण्यापूर्वी मुख्य आरोपी लक्ष्मण बिश्त उर्फ लकी हाच त्यांच्या सोबत होता. त्यांना तो गाडीमधून थेट मृत्यूच्या दारी नेत होता. लकीने हत्या केल्यानंतर बाकी काम शेवरलेटमधून जाणाऱ्या अन्य चौघा आरोपींनी पूर्ण केलं. म्हणूनच मृतदेह इतक्या छिन्नविच्छिन्न अवस्थेत सापडले.'

आवाज चढवून ते पुढे म्हणाले, ''न्यायाधीश महोदय, आरोपी लक्ष्मण बिश्त हा न केवळ खुनी आहे, तर तो एक अत्यंत क्रूर आणि निर्दयी माणूस आहे. त्याने ज्या भयानक पद्धतीने राजू परगई आणि अमित आर्यची निर्घृण हत्या केली त्याला साजेशी शिक्षा झाली पाहिजे.''

फिर्यादीचे वकील डुलत डुलत आपल्या जागेवर जाऊन बसले. तोवर लकीचे वकील उलटतपासणीसाठी उठलेही होते. देवेंद्रने खिशातून रुमाल काढून घाम पुसला. लकीच्या वकिलांनी हातातील एफआयआरची प्रत फडकवली.

''मिस्टर देवेंद्र, ज्या हॉटेलजवळ फोर्ड गाडी पाहिली त्या हॉटेलचं नाव कृपया पुन्हा एकदा कोर्टाला सांगा.''

''ओके हॉटेल.''

''तुम्ही तिथे काय करत होता?''

देवेंद्रने आवंढा गिळला. ''मी भाजी आणायला गेलो होतो.''

''रोज तुमच्या घराजवळ भाजीवाल्यांच्या किमान पंधरा हातगाड्या लागतात. असं असताना भाजीसाठी दीड किलोमीटर लांब ओके हॉटेलजवळ जायचं काय कारण?''

देवेंद्रचा चेहरा भूत बघावं असा पांढराफटक पडला. स्तंभित होऊन तो वकिलाकडे पाहात राहिला. अखेर तो कसाबसा म्हणाला, ''अमित आर्यच्या

भावाने हॉटेलमध्ये भेटायला बोलावलं होतं.'' राष्ट्रीय महामार्गावरच देवेंद्रने दोन्ही गाड्या पाहिल्या ह्याची खातरजमा केल्यानंतर वकिलांनी त्याला घटनेचं पुन्हा एकदा तपशीलवार वर्णन करायला सांगितलं. देवेंद्रने आत्तादेखील फिर्यादी वकिलांच्या प्रश्नावर दिलेलंच उत्तर जसंच्या तसं दिलं. ''फोर्ड गाडी भावाच्या मालकीची आहे का?'' ह्या प्रश्नाचं उत्तर देवेंद्रने नकारार्थी दिलं.

''दोन्ही गाड्यांच्या आधी किंवा नंतर गेलेल्या गाड्यांचे नंबर सांगता येतील का?''

''नाही सांगता येणार.'' देवेंद्र म्हणाला.

राष्ट्रीय महामार्गावर गाड्या अति वेगाने धावतात ह्या गोष्टीकडे वकिलांनी लक्ष वेधलं. ''असं असताना साक्षीदाराला नेमकी माझा अशील, परगई आणि आर्यचीच गाडी दिसली हे आश्चर्य नाही का?'' ते म्हणाले.

आधीच भयभीत झालेल्या देवेंद्रला आणखी घाबरवून सत्य वदवून घेण्यासाठी वकिलांनी आवाज आणखी चढवला.

''फक्त हीच गाडी तुमच्या डोळ्यांना दिसावी असं काय विशेष होतं तिच्यामध्ये?'' ते गरजले.

काय बोलावं हे साक्षीदाराला सुचत नसावं. पुन्हा रुमाल काढून त्याने घामाघूम झालेलं तोंड पुसलं. न्यायालयातील प्रेक्षकांमध्ये कुजबुज सुरू झाली. न्यायाधीश महोदयांनी सर्वांना शांतता राखायचा आदेश दिला. वकिलांना उलटतपासणी सुरू ठेवायची सूचना केली.

''गाडी पाहिली तेव्हा किती वाजले होते?''

'साडेसात.'

''तुम्ही तक्रार कधी नोंदवली?''

''दुसऱ्या दिवशी सकाळी सुमारे सात वाजता.''

''म्हणजे माझ्या अशिलाबरोबर असलेल्या भावाचा जीव धोक्यात असू शकेल हा साक्षात्कार होण्यासाठी *बारा तास* जावे लागले?''

''तेव्हा मला कल्पना नव्हती.''

''अच्छा, म्हणजे बारा तासांनी तशी कल्पना डोक्यामध्ये चमकली असं म्हणायचंय का?'' थोडं थांबून वकील पुढे म्हणाले, ''सकाळी पोलिसांना दिलेल्या निवेदनात तुम्ही माझ्या अशिलाचा नामोल्लेख केला होता का?''

'नाही.'

''न्यायाधीश महोदय, किती आश्चर्याची गोष्ट आहे ही!'' वकिलांनी पुन्हा आवाज चढवला. ''ह्या माणसाने पोलिसांना दिलेल्या निवेदनामध्ये माझ्या अशिलाविषयी जराही संशय व्यक्त केला नव्हता. आणि तरीही आज मात्र कोणत्यातरी

अगम्य कारणामुळे माझ्या अशिलानेच त्याचा भाऊ आणि भावाच्या चमचाचा खून केला असं तो छातीठोकपणे सांगतो आहे!''

आधीच्या साक्षीदारांप्रमाणे हादेखील स्तंभित होऊन बघत राहिला. वकिलांनी उलटतपासणीचा समारोप करताना साक्षीदाराचं निवेदन आणि आत्ता न्यायालयात साक्ष देताना केलेली विधानं ह्यांमधील लक्षणीय तफावतींकडे न्यायाधीशांचं लक्ष वेधलं. ''पूर्वीच्या साक्षीदारांप्रमाणे हा साक्षीदारसुद्धा पढवलेला आहे. माझ्या अशिलाला अडकवण्यासाठी कोणीतरी कूट योजना आखली असून हा साक्षीदारसुद्धा त्याच योजनेतील एक कळसूत्री बाहुला आहे. हा खटला प्रचंड मोठ्या राजकीय घोटाळ्याचा भाग आहे असं दिसून येतंय,'' असंही लकीचे वकील म्हणाले.

न्यायाधीश महोदयांनी फाईलमध्ये काही नोंदी केल्या आणि न्यायालयीन कामकाज संपल्याचं जाहीर केलं. लकी तुरुंगात परतला तेव्हा त्याच्या मनातील विजयी भावनेला दुःखाची किनार होती. आजची उलटतपासणी आपल्याला अनुकूल होती म्हणून आनंद झाला आणि दुःख अशासाठी की दोन्ही बहिणींच्या विवाहांसाठी जमवलेले पैसे केससाठी खर्च होत होते. संघर्ष अजूनही संपला नसला तरी प्रदीर्घ काळानंतर काळोखाला भेदून आशेचा किरण चमकला आहे असा दिलासा लकीला वाटत होता.

एकोणचाळीस

ऐन वेळेवर झालेला हस्तक्षेप

अडीच वर्षांमध्ये आज प्रथमच लकीला तुरुंगातील स्वयंपाकघरामध्ये जाण्याची वेळ आली होती. जळणाऱ्या कोळशांच्या ढिगासमोर उभं राहून लकीने दीर्घ श्वास घेतला आणि कोळशांमध्ये उजवा हात खुपसला. बोटांची टोकं जळतील इतका वेळ त्याने हात निखाऱ्यांमध्ये ठेवला. आधार कार्डसाठी नाव नोंदणं चुकवायचं होतं म्हणून त्याचा हा सर्व खटाटोप चालला होता.

'आधार कार्ड' ह्या विशेष ओळखपत्रामुळे प्रत्येक भारतीय नागरिकाला बायोमेट्रिक माहितीच्या आधारे एक बारा आकडी नंबर दिला जातो. २००९ साली भारत सरकारने स्थापन केलेल्या युनिक आयडेंटिफिकेशन ऑथारिटी ऑफ इंडियाने (UIDAI) विशेष ओळखपत्र 'आधार कार्डा'साठी (भारतीय अद्वितीय ओळख प्राधिकरण) नागरिकांची माहिती जमवायला सुरुवात केली. सरकारी योजनांचा नागरिकांना लाभ घेता यावा ह्यासाठी आधार ओळखपत्र उपयुक्त ठरणार होतं. पण टीकाकार आणि समाजरक्षकांनी मात्र सरकारचा दावा हाणून पाडला. त्यांच्या आरोपानुसार आधार कार्डामुळे प्रत्येक नागरिकाची बँकखाती, करपरतावा, इतकंच नव्हे तर कर्जासाठी केलेले अर्ज ह्यांचे बारीकसारीक तपशील सरकारला सहज मिळणार होते.

तुरुंगाधिकाऱ्यांनी कैद्यांवर आधार कार्डासाठी आवश्यक माहिती देण्यासाठी जवळजवळ सक्तीच केली. एजन्सीने 'ही माहिती अजिबात देऊ नकोस' अशी लकीला सक्त ताकीद दिली. त्या माहितीच्या आधारे तुरुंगातून बाहेर पडल्यानंतर पोलीस तुझा सहज माग काढू शकतील असं त्याला सांगण्यात आलं.

आधार कार्डासाठी माहिती देण्यापासून आपल्याला सूट मिळावी हा लकीचा विनंतीअर्ज तुरुंगाधिकाऱ्यांनी फेटाळला. UIDAIच्या अधिकाऱ्यांनी अनेकदा तुरुंगाला भेट दिली. लकीच्या कोठडीतील कैद्यांची नोंदणी करायचा दिवस उगवला. आधार कार्डसाठी हातांच्या बोटांचे ठसे आवश्यक होते. सूट मिळणं अशक्य आहे हे पाहिल्यानंतर लकीने हा अचाट मार्ग अवलंबला होता. बोटांची कातडी जळल्यामुळे ठसे घेणं शक्य झालं नसतं म्हणून लकीने चक्क जळत्या निखाऱ्यांमध्ये हात खुपसले होते!

''कमांडो भाई, तुझ्या हातांना काय झालं?'' बाबाने विचारलं. बाबा सुपरस्टार संजय दत्तचा कट्टर चाहता होता.

गावठी पिस्तुलं बनवून बेकायदेशीर मार्गाने विकायची हा बाबाचा धंदा होता. पण तुरुंगामध्ये तो संजय दत्तविषयी वाटणाऱ्या जबरदस्त आकर्षणासाठी प्रसिद्ध होता. तो संजय दत्तची अति उत्कृष्ट नक्कल करायचा. बाबा त्याच्यासारखाच मान खाली झुकवून आणि खांदे ताठ ठेवून झुलत चालायचा. केसही संजय दत्तप्रमाणेच लांब होते. त्याचा एकूणच अवतार *खलनायक* चित्रपटाच्या हिरोप्रमाणे होता.

''काही नाही.'' असं उत्तर देऊन लकीने विषय बदलला. ''तुझी पुढची सुनावणी कधी आहे?''

'उद्या.' बाबाने आपल्या लाडक्या हिरोच्या स्टाइलमध्ये झुलत झुलत उत्तर दिलं. ''पण उद्याचा दिवस मजेत घालवण्याएवढे पैसे नाहीत माझ्याकडे.'' तो म्हणाला.

बाबा आपल्याकडे पैशाच्या आशेने आला आहे हे लकीला समजलं. त्याने पाचशे रुपये काढून चटकन त्याच्या खिशात सारले. बाबाचा चेहरा उजळला. संजय दत्तसारखा रुबाबदार चालत तो निघून गेला.

दुसऱ्या दिवशी बाबा कोठडीत परतला. त्याच्यावरचा आरोप शाबीत झाला हे लकीला समजलं. त्याचं सांत्वन करण्यासाठी लकी गेला. दोषी ठरवलं तरीही बाबा फारच खूश दिसत होता हे पाहून लकीला आश्चर्य वाटलं.

''कमांडो भाई, आरोप शाबीत झाला हे खरंय, पण मला अटक करणाऱ्या पोलिसांना चांगला धडा शिकवला मी!'' बाबा अभिमानाने म्हणाला.

''कसा काय?''

''पुरावा म्हणून कोर्टात दाखवलेलं पिस्तूल तांब्याचं नव्हतंच. म्हणून मी न्यायाधीशांना सांगितलं की पोलिसांनी खोटा पुरावा सादर केलाय. मी तर फक्त तांब्याची पिस्तुलं बनवतो आणि विकतो.''

बाबाच्या ह्या मूर्खपणामुळे दोन पोलिसांना निलंबित केलं गेलं. लकीला हसू येत होतं पण त्याने ते आवरलं. त्याला बाबाच्या आनंदावर विरजण घालायचं

नव्हतं. आपण नेमकं काय करून बसलो हे समजेपर्यंत त्याला खूश राहू दे, असा लकीने विचार केला. पण बाबाच्या बावळटपणाची त्याला गंमत वाटत होती. बाबासारखे आणखीही मजेशीर नमुने लकीच्या कोठडीत होते. उदाहरणार्थ, अम्पू.

तेहतीस वर्षांच्या अम्पूला दुहेरी खुनांच्या गुन्ह्यासाठी अटक झाली तेव्हा तो फक्त एकवीस वर्षांचा होता. लकीशी मैत्री जोडण्यासाठी आणि नंतर त्याला वारंवार भेटण्यासाठी तो फारच उत्सुक असायचा. तुरुंगात येण्यापूर्वी तो एस.एस.सी. पास झाला होता. देहरादून तुरुंगातून पदवी परिक्षा देणारा अम्पू सुटकेनंतर कारखान्यात नोकरी मिळवायचं स्वप्न पाहत होता. चौदा वर्षांच्या तुरुंगवासानंतर त्याला लवकर सोडावं ह्यासाठी त्याच्या कुटुंबीयांनी राज्यपालांकडे याचिका दाखल केली होती. त्यामुळे आपली लवकरच सुटका होईल अशी त्याला आशा वाटत होती. एक दिवस अम्पू लकीला भेटायला आला तेव्हा त्याचा चेहरा आनंदाने फुलला होता. हातामध्ये कागद होता.

''कमांडो भाई, हे बघ ना. पदवीचं दुसरं वर्ष पास झालो.'' त्याने आनंदाने निकालपत्र लकीला दाखवलं.

लकीने काळजीपूर्वक कागद पाहिला. अम्पूने धावत जाऊन आणखीही मार्कशीट आणि सर्टिफिकेटं आणली. त्याने ती मोठ्या अभिमानाने लकीला दाखवली.

''ह्या सर्टिफिकेटांचं तू काय करणार आहेस?'' लकीने विचारलं.

''मुलाखतींना जाताना ही बरोबर नेईन. चांगली नोकरी मिळवेन. चांगल्या नागरिकासारखं प्रामाणिकपणे जीवन जगेन!'' अम्पू उत्साहाने म्हणाला.

''व्वा! चांगला विचार आहे, अम्पू. पण एक लहानशी समस्या आहे.''

''कोणती समस्या?'' अम्पूने आठ्या घालून विचारलं.

''सर्टिफिकेटवर लिहिलंय, तू देहरादून तुरुंगात असताना पदवी मिळवली आहेस. हे वाचून कोणता मूर्ख तुला नोकरी देईल?''

अम्पूचा चेहरा खर्रकन उतरला. त्याने लकीच्या हातातील सर्टिफिकेटं खसकन ओढून घेतली. आणि खरोखरच तसं लिहिलं आहे का हे पाहू लागला. लकी म्हणाल्याप्रमाणे सर्टिफिकेटच्या तळाशी खरंच ते लिहिलेलं पाहून अम्पू हताश झाला. तसाच तरातरा स्वयंपाकघरात जाऊन त्याने सर्टिफिकेटं शेगडीच्या ज्वाळांमध्ये भिरकावली. लकीला हसू आलं, पण अम्पूला विनाकारण दुखावलं, त्याच्या आशेचा बुडबुडा फोडला ह्याबद्दल त्याला नंतर अपराधी वाटायला लागलं. तुरुंगामध्ये 'आशा' एखाद्या हिऱ्याइतकीच दुर्मीळ आणि किमती गोष्ट होती आणि त्याने तीच गोष्ट अम्पूकडून हिरावून घेतली होती.

त्या रात्री लकीचे डोळे आसवांनी वारंवार भरून येत होते. काँगोमधील तो दिवस त्याला आठवला. बोको हॅरम गटाच्या दहशतवाद्याला पकडण्यासाठी

एका निष्पाप, निर्दोष जिवाला गोळी घालून ठार केलं होतं आणि तो त्या घटनेचा साक्षीदार होता. गुप्त यंत्रणेकडून मिळालेल्या खबरीनुसार त्या कुख्यात गटाच्या आतंकवाद्याने एके ठिकाणी आश्रय घेतला आहे असं त्यांना समजलं. त्यांनी 'घेराव आणि शोधमोहीम' (CASO : Cordon and Search) हाती घेतल्यानंतर त्याला पकडण्यात यश आलं. बोलतं करण्यासाठी त्याचा अनन्वित छळ करण्यात आला. मिळालेली खबर चुकीची असून पकडलेला माणूस आतंकवादी नसून सामान्य नागरिक आहे हे नंतर समजलं. पण तोवर फार उशीर झाला होता. आपल्या लोकांनी त्याचा आत्यंतिक छळ केला होता. त्याला मोकळं सोडण्यात मोठा धोका होता. त्याने आंतरराष्ट्रीय कोर्टात त्यांच्यावर दावा ठोकला असता हे निश्चित. लकीने सर्व दोष आपल्यावर घ्यायचा प्रस्ताव ठेवला, पण गोंधळून गेलेल्या सेनाधिकाऱ्यांनी लकीचं म्हणणं ऐकलं नाही. पुढील गंभीर परिणाम टाळण्यासाठी त्यांनी त्या निर्दोष माणसाला गोळी घालून संपवलं.

ते भयानक दृश्य लकीच्या डोळ्यांसमोरून हलत नव्हतं. एका निष्पाप माणसाच्या हत्येचं पाप आपल्या माथ्यावर आहे, आणि त्याचीच शिक्षा मी आज भोगतोय हा विचार रोज रात्री त्याला छळायचा. लकीने डोळे गच्च बंद केले. दोन्ही डोळ्यांमधून अश्रू सांडत असताना त्याला कधीतरी झोप लागली.

पुढच्या सुनावणीची तारीख उजाडली. त्यासाठी लकी कोर्टात पोहोचला तेव्हा त्याची केस हल्द्वानी कोर्टामध्ये हस्तांतरित केल्याचं समजलं. त्यामुळे आज सुनावणी होणार नव्हती. लकीचं डोकं फिरलं. दर वेळी तीनशे किलोमीटर अंतरावरच्या कोर्टामध्ये जाण्यायेण्याचा खर्च पंधरा हजार रुपये इतका व्हायचा. त्याला नेणाऱ्या पोलिसांच्या खाण्यापिण्याचा खर्च त्यालाच करावा लागत असे. अन्यथा त्यांनी काही ना काही अडचण उभी केली असती. प्रकाश पांडे त्याला सढळ हाताने पैसे पुरवायचा. पण त्याला दुसरीकडे हलवल्यामुळे लकीला आर्थिक तंगी जाणवायला लागली होती.

लकी विचार करत होता. केस अचानक दुसऱ्या कोर्टामध्ये हस्तांतरित करण्यामागे दोन कारणं असावीत आणि ती दोन्ही कारणं नैनीताल न्यायालयाच्या न्यायाधीश मीना तिवारींशी निगडित होती. लकीची केस त्यांच्या पुढेच चालली होती. साक्षीपुराव्यांकडे दुर्लक्ष करून फिर्यादीच्या बाजूने निकाल द्यावा ह्यासाठी कमालीच्या प्रामाणिक तिवारींवर राजकीय शक्तींनी दबाव टाकला असावा. किंवा कायम सचोटीने वागणाऱ्या न्यायाधीश महोदय लकीच्या बाजूनेच निकाल देणार ह्याची खात्री असल्यामुळे राजकीय शक्तींनीच ते हस्तांतरण घडवून आणलं असावं. कारणं कोणतीही असोत, लकीचा संताप त्यामुळे कमी झाला नव्हता. अशा प्रसंगी झोरा सिंगचे अर्थपूर्ण शब्द त्याला किंचित दिलासा देत : *अखेरच्या श्वासापर्यंत लढणारा लढवय्या कधीही पराभूत होत नाही.*

परगईच्या सर्व नातेवाइकांच्या साक्षी संपल्या होत्या. आता अमित आर्यचे वडील साक्षीला उभे राहणार होते. खटल्याची जागा बदलली तरी लकी कमांडोला पाहायला पूर्वीसारखीच गर्दी जमली होती. प्रसिद्धीमाध्यमं आणि लकी कमांडो खूनखटल्याविषयी कुतूहल असलेल्या लोकांनी न्यायालयाच्या प्रांगणात एकच गर्दी केली होती.

अमितच्या वडिलांनी एफआयआरमध्ये दोन गोष्टींचा उल्लेख केला होता. एक म्हणजे मुलगा घरातून निघाला ती वेळ आणि सकाळी मुलाच्या हत्येची बातमी मिळाली ती वेळ. आता साक्ष देताना मात्र त्यांनी दावा केला की खून झाला त्या रात्री लकी अमितला भेटायला घरी आला होता. इतकंच नव्हे तर त्याने अमितला ''चंदीगडला जायचंय, तयारी कर,'' असं सांगितलं तेही ऐकल्याचं ते म्हणाले.

उलटतपासणीमध्ये लकीच्या वकिलांनी त्यांना प्रश्न केला, ''लकी तुमच्या मुलाला चंदीगडला नेण्यासाठी आला होता असं म्हणालात. पण एफआयआरमध्ये ह्या गोष्टीचा, लकीचा उल्लेख का नाही?'' ह्यावर ते उत्तरले, ''मुलाच्या मृत्यूमुळे मला प्रचंड धक्का बसला होता. माझी मानसिक स्थिती बरी नव्हती. त्यामुळे मी सर्व तपशील सांगू शकलो नाही.''

''मिस्टर आर्य, एकूण किती दिवस तुम्ही शॉकमध्ये होता?''

''सुमारे दहा दिवस.''

लकीच्या वकिलांनी हातातील कागद त्यांच्या समोर धरून त्यावरची तारीख मोठ्याने वाचून दाखवा अशी विनंती केली.

''दहा सप्टेंबर.'' ते हळूच म्हणाले.

वकिलांनी त्यांच्या हातातील कागद हिसकावून घेतला आणि म्हणाले, ''ह्या कागदावर आर्यचं दुसरं निवेदन आहे, ज्यामध्ये त्यांनी लकी घरी आला होता आणि तो आपल्या मुलाला सोबत घेऊन चंदीगडला गेला असा आरोप केला आहे.

''माझा अशील त्यांच्या घरी आला होता असा आरोप त्यांनी खुनानंतर चौथ्या दिवशी केला. दुसरीकडे खुनाच्या धक्क्यामुळे मानसिक संतुलन दहा दिवस ठीक नव्हतं असं त्यांनी स्वत:च म्हटलं आहे. आदरणीय न्यायाधीश महाराज, आपण आकडेमोड केलं तर सहज समजू शकेल की हे निवेदन न्यायालयात टिकणार नाही. साक्षीदार माझ्या अशिलाला बदनाम करण्यासाठी पोपटपंची करून पोलिसांनी पढवलेलं बोलतो आहे. न्यायाधीशमहाराज, मला इतकंच सांगायचं आहे.''

वकील जागेवर जाऊन बसले. साक्षीदाराने सादर केलेला पुरावा ग्राह्य धरता येणार नाही असं सांगून न्यायाधीशांनी कामकाज संपल्याचं जाहीर केलं. सुनावणीची पुढील तारीखही सांगितली. आतापर्यंतच्या अनुभवांवरून जामिनासाठी अर्ज करणं व्यर्थ आहे हे लकीला समजलं होतं. त्याचा संयम आणि आशाही संपुष्टात आली होती. त्याने पंधरा दिवसांच्या पॅरोलसाठी अर्ज करायचं ठरवलं.

त्याने चोरून फोन पैदा केला. जवळचे सहकारी आणि परिचितांना असंख्य फोन करून त्याने एकच मागणी केली : 'पॅरोलवर सुटल्यानंतर मला नेपाळला पळून जायला मदत करा.' त्यासाठी नकली पासपोर्टची तयारी होत असतानाच पॅरोलचा अर्जही नामंजूर झाल्याची बातमी त्याला समजली. एजन्सीने आपले फोन चोरून ऐकले आणि पॅरोल मिळणार नाही अशी व्यवस्था केली असा दाट संशय लकीला येत होता. त्याचा संशय खरा ठरला. कारण दुसऱ्याच दिवशी एजन्सीचा एक उच्च अधिकारी लकीला भेटायला आला.

बराच वेळ लकीचं प्रबोधन करून झाल्यानंतर ते म्हणाले, ''लकी, ही एकच चूक फार महागात पडेल तुला. खाईमध्ये इतका खोल जाशील की तुला बाहेर काढणं आम्हालाही शक्य होणार नाही.''

ते सतत एकच गोष्ट सांगत होते. खोट्या पासपोर्टवर सीमेपार जाण्याचा मूर्खपणा करू नकोस. एजन्सीने ऐन वेळी सावध करून आपल्याला वाचवलं, अन्यथा आपली केस अधिकच बिघडली असती हे लकीच्या लक्षात आलं. त्याने अधिकाऱ्याचा सल्ला खुल्या दिलाने स्वीकारला. 'तू सकारात्मक गोष्टींमध्ये मन रमव. व्यायाम कर. खेळांमध्ये भाग घे,' ही त्यांची सूचनाही त्याने मान्य केली. दुसऱ्याच दिवशी त्या सर्व सूचना अमलात आणायचा निर्धार लकीने केला.

चाळीस

जामीन

मार्च २०१५

'लकीला आमच्या परिसरात पाहिलं होतं,' असा दावा आजपर्यंतच्या सर्व साक्षीदारांनी केला होता. पण पुढचा साक्षीदार सर्वांपेक्षा हटके होता. स्थानिक नागरिक करण पानेरू हा महत्त्वाचा साक्षीदार होता. खुनाच्या रात्री लकीला दोघा बळींसोबत हल्द्वानीपासून चाळीस किलोमीटर अंतरावर पाहिलं असा करणचा दावा होता. फिर्यादी वकिलांनी हा हुकुमाचा एक्का योग्य वेळ येईतो राखून ठेवला होता.

करणच्या साक्षीचं गांभीर्य आणि परिणाम लकीच्या वकिलांनी समजावून सांगितले होते. पानेरूच्या साक्षीनंतर फिर्यादीच्या वकिलांना नवं कोलीत मिळेल. ते नवनवीन फाटे फोडून केस आणखी वर्षभर खेचतील असं त्यांचं मत होतं. आणि तसंच घडलं असतं. लकीवर खोटेनाटे आरोप करण्यामागे पानेरूचा कोणताही स्वार्थ नाही हे न्यायाधीशांना पटलं तर त्याच्या साक्षीला फारच महत्त्व मिळेल हे निश्चित.

लकीपुढे वेगळीच समस्या होती. ह्या साक्षीदाराविषयी त्याला काहीही माहिती नव्हती. रस्त्यावरून जाणारा कोणीतरी सर्वसामान्य माणूस. तो म्हणतोय 'त्याने लकीला बळींसोबत गाडीमधून जाताना पाहिलं.' ही गोष्ट काही लकीच्या पचनी पडत नव्हती. काहीतरी गडबड नक्कीच होती. त्याने एजन्सीमधील आणि बाहेरच्या मित्रांना फोन करून करण पानेरूविषयी एकूणएक माहिती मिळवायला सांगितलं.

सुनावणीला चार दिवस असताना मित्रांनी बरंच खोदकाम करून करण पानेरूविषयीचे तपशील लकीला कळवले. परगईचे मामा जमन ह्यांनी सर्वप्रथम

लकीविरुद्ध साक्ष दिली होती. करण त्यांचा मित्र होता. लकीविरुद्ध साक्ष देण्यामागील त्यांचा हेतू आता समोर आला. परगईच्या नातलगाबरोबरची त्यांची मैत्री!

एव्हाना लकीला फक्त करणचाच नाही, तर त्याच्या संपूर्ण खानदानाचे फोन नंबर मिळाले होते. त्याने करणचा मेव्हणा योगेशला फोन लावला. योगेश ऑटो चालवायचा. देहरादून तुरुंगातून खुद्द 'लकी कमांडो'चा फोन आल्याने योगेशचा थरकाप झाला. ''मी आणि अन्य आरोपी निर्दोष आहोत,'' असं सांगून लकी पुढे म्हणाला, ''मी तुला धमकी देण्यासाठी फोन केलेला नाही.''

''कोर्टामध्ये करणने माझ्या बाजूने साक्ष द्यावी असं माझं अजिबात म्हणणं नाही. पण त्याने फक्त सत्य बोलावं. समजलं?''

''हो, कमांडो भाई.'' योगेशचा आवाज फुटत नव्हता. तो कसाबसा म्हणाला,

''कोणाच्यातरी सांगण्यावरून त्याने माझ्याविषयी खोटीनाटी साक्ष दिली तर याद राख. मी तुम्हा सर्वांना ठार मारेन. तुझ्या *कुत्र्यालाही* जिवंत ठेवणार नाही.''

लकीच्या फोनचा इच्छित परिणाम झाला. क्षणही वाया न घालवता योगेशने आपल्या पत्नीला, म्हणजेच करणच्या बहिणीला, धारेवर धरलं. ''तुझ्या भावाच्या मूर्खपणामुळे सगळेच गोत्यात येतील. त्याला निवेदन मागे घ्यायला सांग. नाही तर स्वत:च्या आणि मुलांच्या सुरक्षेसाठी त्याला दूर निघून जा म्हणावं.'

करणच्या बहिणीने करणला लकीच्या फोनविषयी सांगितलं. कोर्टात खोटी साक्ष देऊ नकोस म्हणून त्याला विनवलं. लकीने दिलेल्या धमकीविषयी सांगितलं. 'अन्यथा आपण सारेच, माझी लहान मुलंसुद्धा, जिवंत राहणार नाहीत.'' ती म्हणाली.

करणने लकीला फोन करून सांगितलं, ''मी तुला परगई आणि अमितबरोबर पाहिलं नव्हतं. माझा दोस्त जमनच्या सांगण्यावरून मी खोटी साक्ष द्यायला तयार झालो. माफ़ कर. पण मी कात्रीत सापडलो आहे. साक्ष दिली तर तू मारशील आणि दिली नाही तर फिर्यादी पक्षाचे लोक मला नक्की मारतील. मी काय करू?'' लकीने असंख्य लोकांना व्यवसाय सुरू करण्यासाठी मदत केली होती. त्यांतीलच बाहेरगावी राहाणाऱ्या काही लोकांना त्याने फोन केले. ''करणच्या राहण्याची व्यवस्था करा. मी पुन्हा फोन करेपर्यंत त्याला तिथेच सुरक्षित ठेवायचं आहे.'' त्याने सांगितलं.

करण कोर्टात हजर राहिला नाही त्यामुळे मोठी खळबळ माजली. फिर्यादी पक्ष बुचकळ्यात पडला. सुनावणी पुढे ढकला अशी एक-दोन वेळा विनंती करून झाल्यानंतर अखेर ''व्यवस्थित तयारी झाली नसल्यामुळे अधिक वेळ हवा आहे. सुनावणी पुढे ढकलावी,'' असं फिर्यादी पक्षाचे वकील म्हणाले. न्यायालयाचा वेळ फुकट घालवला म्हणून त्यांची खरडपट्टी काढून न्यायाधीशांनी दुसऱ्याच दिवशीची तारीख दिली.

ह्यादरम्यान लकीने करणला दुसऱ्या दिवशी सुरक्षितपणे कोर्टामध्ये आणण्याची व्यवस्था केली. पोलीस हवालदाराच्या वेशामधील करण लकीच्या दोन माणसांच्या सोबत गाडीतून उतरला. फिर्यादी पक्षाचे लोक आश्चर्याने अवाक होऊन बघत होते. ''एफआयआरमध्ये मी दिलेलं निवेदन खोटं आहे,'' करणने न्यायाधीशांसमोर कबुलीजबाब दिला.

''खोटं निवेदन का दिलं?''

''कोऱ्या कागदावर माझी सही घेतली. देशाच्या सुरक्षेला धोकादायक ठरेल अशा खुन्याला पकडायचं असल्याने कागदावर सही करशील तर बरं, असं इन्स्पेक्टर दानू मला म्हणाले होते.''

फिर्यादी पक्षाचे वकील साक्षीदारावर भडकले. ''साक्षीदार खोटं बोलतोय. साक्षीदार उलटला आहे.'' ते आरडाओरडा करत म्हणाले. न्यायाधीशांनी वकिलांना कोर्टाची प्रतिष्ठा राखायची सक्त ताकीद दिली. पुढची साक्ष अमितच्या भावाची होती. तोपर्यंत कोर्ट बरखास्त झालं.

देहरादून तुरुंगात राज्यातील दोन कमालीच्या कुविख्यात गँगस्टरबरोबर लकीची गाठ पडली. शेखर उपरेती आणि योगेश राऊतेला. दरोडे आणि हत्येच्या आरोपांवरून ह्या दोघांना तुरुंगात डांबलं होतं. तब्बल दहा वर्षांपासून ही दुक्कल तुरुंगाची हवा खात होती. ह्या अवधीत त्यांना मदत करणाऱ्या कैद्यांचं जाळं त्यांनी निर्माण केलं होतं. लकी एजन्सीसाठी काम करतो हे त्यांना माहीत होतं आणि आजही तो एजन्सीचाच माणूस आहे असं त्यांनी गृहीत धरलं होतं.

एजन्सीने आपल्याला फसवलं, असा ह्या दुकलीचा पक्का ग्रह झाला होता. एजन्सीने त्यांच्याकडून काही बेकायदेशीर कामं करून घेतली आणि नंतर कचऱ्यासारखं फेकून दिलं. एजन्सीमुळेच ते तुरुंगात खितपत पडले होते. ह्या सर्व गोष्टींमुळे ते एजन्सीचा प्रचंड तिरस्कार करत. दोघं एजन्सीवरचा राग लकीवर काढणार आहेत अशी चर्चा तुरुंगात सुरू झाली.

लकी रोज क्रिकेट खेळायचा. तिथेच त्याने पुढाकार घेऊन दोघांशी बोलचाल सुरू केली. अशा संवादांमधूनच त्याला दोघांच्या मनातील एजन्सीविषयीच्या तीव्र संतापाची जाणीव झाली.

''एजन्सी म्हणजे *तेजाब आहे तेजाब*. जळजळीत ॲसिड. तिच्या संपर्कात येणाऱ्या प्रत्येकाची राखरांगोळी होते.'' उपरेती म्हणाला.

ह्या म्हणण्यात तथ्य आहे असं लकीलाही वाटत होतं. एजन्सीविषयी दोघांच्या मनामध्ये एवढा तिरस्कार होता त्यामागे भक्कम कारण होतं. २००० साली दाऊद इब्राहिमचा काटा काढण्यासाठी एजन्सीने त्यांना सुपारी दिली होती. आयत्या वेळी एजन्सीने माघार घेतली. हे दोघं विनाकारण अडकले. उपरेती आणि रावतेलाचा

विश्वास संपादन करण्यासाठी लकीनेही एजन्सीच्या नावाने खडे फोडले. ''एजन्सीने मलाही दगा दिला आणि एजन्सीमुळेच मी तुरुंगात सडतोय,'' लकी म्हणाला.

''कोणाची सुपारी दिली होती एजन्सीने?'' राऊतेलाने विचारलं.

''नेपाळमधील एकाला मारायचं होतं. पण काम झाल्यावर एजन्सीने मला झटकून टाकलं.'' लकीच्या आवाजात चीड आणि वेदनेचं बेमालूम मिश्रण होतं.

लकीचं नाटक यशस्वी झालं आणि दुकलीने त्याला आपलंसं केलं. गुन्हेगारी जगतातील आपले असंख्य थरारक कारनामे त्यांनी लकीबरोबर शेअर केले. दोघांकडून असलेला धोका टळल्यावर लकीने सुटकेचा नि:श्वास टाकून पुन्हा सुनावणीकडे लक्ष वळवलं. पुढची साक्ष अमित आर्यचा धाकटा भाऊ देणार होता.

अमितचा हा अठरा वर्षीय भाऊ गुन्हेगारी जगतापासून शेकडो मैल दूर होता. रायफली, बंदुका तर सोडाच, त्याने कधी कोणाशी शाब्दिक बाचाबाचीही केली नव्हती. लकीने ह्या गोष्टीचा फायदा घ्यायचं ठरवलं. त्याने आपल्या माणसांकरवी एक खोटी खबर पसरवली : 'लकी अमितच्या प्रसिद्धीपासून लांब असलेल्या ह्या भावाची माहिती काढतोय.' ही गोष्ट अमितच्या आईवडिलांना समजल्यावर त्यांची भीतीने गाळण उडाली. एफआयआरमधील सर्व निवेदनं आणि आरोप खोटे आहेत हे त्यांना माहीत होतं. त्यामुळे आपल्या मुलाच्या जिवाला धोका आहे हे ते समजून चुकले.

अमितच्या भावाने सुनावणीच्या दिवशी कोर्टात यायला नकार दिला. आपली मन:स्थिती ठीक नसून साक्ष देण्यास असमर्थ आहे असं कारण त्याने दिलं. लकीचा हेतू सफल झाला. न्यायाधीशमहाराजांनी साक्षीदारांच्या यादीमधील त्याच्या नावावर काट मारली. पुढील साक्ष कोणा कोठारी नावाच्या माणसाची होती. लकीने निव्वळ आपल्या अक्कलहुशारीने शेवटच्या दोन्ही साक्षी आपल्याला अनुकूल करून घेतल्या होत्या.

लकीने कोठारीशी संपर्क करायचा प्रयत्न केला. ज्या फोर्ड गाडीमध्ये परगई आणि अमित मृतावस्थेत आढळले ती परगईने कोठारीकडून उसनी घेतली होती. लकीने कोठारीचा फोन नंबर मिळवला. केसमध्ये त्याची नेमकी भूमिका काय आहे हे लकीला जाणून घ्यायचं होतं. कोठारी लकीला म्हणाला, ''मला तुझ्या विरुद्ध साक्ष देण्यामध्ये जराही रस नाही.'' कोठारीने तशी याचिकाच कोर्टात दाखल केली. पण कोर्टाने ती फेटाळून ठरल्या तारखेला साक्ष देण्यासाठी हजर होण्याचा आदेश त्याला दिला. कोठारीचा निरुपाय झाला.

उलटतपासणीत तो म्हणाला, ''खून झाला त्या संध्याकाळी परगई अमित आर्यसोबत माझ्याकडे आला होता हे खरं आहे. त्याला गाडी आणि काही पैसे उधार हवे होते. त्याव्यतिरिक्त माझा केसशी कोणताही संबंध नाही.''

''किती पैसे मागितले?'' फिर्यादी पक्षाच्या वकिलांनी विचारलं.

''पाच लाख, ऐंशी हजार रुपये.''

"पैसे कशासाठी उसने घेतले? परगई काहीतरी बोलला असेल ना?"

"पैसे का घेतले ह्या गोष्टीशी मला काहीही देणंघेणं नाही. मी कायदेशीर लेंडर आहे. परगईच्या व्यवहाराची रीतसर पावतीही आहे माझ्या जवळ." कोठारीने ठामपणे सांगितलं.

"मिस्टर कोठारी, तुम्ही हे खात्रीपूर्वक सांगताहात का? काही लोकांसोबत चंदीगडला जाणार आहे असा उल्लेख परगईने केला नाही?"

लकीचे वकील ताडकन उठून म्हणाले, "न्यायाधीशमहाराज, ह्या प्रश्नाला माझा आक्षेप आहे. फिर्यादीचे वकील साक्षीदाराला सूचक प्रश्न विचारताहेत."

"आक्षेप ग्राह्य आहे." न्यायाधीश म्हणाले.

"ह्या माणसाला तुम्ही परगईसोबत पाहिलं होतं का?" फिर्यादीच्या वकिलांनी लकीकडे बोट दाखवून विचारलं.

"नाही, सर. आज प्रथमच पाहतो आहे."

उलटतपासणी घ्यावी असं साक्षीदार काहीच बोलला नव्हता त्यामुळे त्या दिवशीचं कामकाज संपलं. कोठारी शेवटचा साक्षीदार असल्याने केसची कायदेशीर कार्यवाही संपल्याचं न्यायाधीशांनी जाहीर केलं.

"साक्ष देऊ नये म्हणून साक्षीदारांना धमकावल्याचे गुन्हे अन्य आरोपींविरुद्ध दाखल झाले होते. पण लकीविरुद्ध एकही धमकीची केस नव्हती. पुढे अन्य आरोपींचीही धमकीच्या आरोपातून मुक्तता करण्यात आली." बलविंदर सिंग म्हणाले.

आता लकीच्या वकिलांनी जामिनासाठी याचिका दाखल केली. 'केसची कार्यवाही पूर्ण झाली असल्याने माझा अशील साक्षीदारांना इजा पोहोचवेल अशी जराही शक्यता नाही. त्याला तुरुंगात ठेवण्याचं काहीही कारण दिसत नाही.' असा युक्तिवाद त्यांनी केला. न्यायालयाने लक्ष्मण बिश्त उर्फ लकी कमांडोचा जामीनअर्ज मंजूर केला. अटकेनंतर पहिल्यांदाच तुरुंगामधून बाहेर पडताना लकीच्या हातांमध्ये बेड्या घातलेल्या नव्हत्या.

एकेचाळीस

बहिणीचा विवाह

जामिनावर सुटल्यानंतर लकी तुरुंगाबाहेर पडला तेव्हा त्याला घरी नेण्यासाठी एक स्कॉर्पिओ दाराबाहेर उभी होती. त्याचे वडील दुसऱ्या गाडीतून उतरले. त्याला भेटण्यासाठी ते येत होते तोच लकी घाईघाईने पुढे होऊन त्यांच्या पाया पडला. वडिलांनी खांदे पकडून त्याला वर उचललं आणि हृदयाशी घट्ट धरलं. पाणावलेल्या डोळ्यांनी लकी गाडीत बसला. एक मित्र सोडला तर गाडीमध्ये सर्व अनोळखी चेहरे होते. सर्व गाड्या हल्द्वानीचा बडा व्यावसायिक हितेंदर ह्यांनी पाठवल्या आहेत असं मित्राने सांगितलं. हे ऐकून लकी प्रचंड भारावून गेला.

आपण तब्बल तीन वर्षांनी आपल्या घरी जातो आहोत, मुक्त, हातामध्ये बेड्या नाहीत ही गोष्ट अखेर लकीला लख्ख उमगली. मनामध्ये असंख्य भावभावनांचा कल्लोळ माजला. दोन्ही बहिणी, आणि सर्वांत महत्त्वाचं म्हणजे आई भेटणार होती. पोलीस अटक करून न्यायला आले तेव्हा पायात फ्लिपफ्लॉप घालताना तो आईला ''आत्ता परत येतो'' म्हणाला, त्या गोष्टीला तीन वर्षं झाली. सर्वांसाठी भेटवस्तू घ्यायच्या होत्या पण अकाउंटमध्ये फक्त सहाशे दहा रुपये उरले होते. ह्यामुळे लकी थोडा खट्टू झाला होता.

सात तासांच्या प्रवासानंतर लकी घरी पोहोचला. हितेंदरची माणसं बाहेर वाट पाहत थांबली होती. लकी गाडीतून उतरताच त्यापैकी एकाने पुढे होऊन लकीच्या हातात पैसे ठेवले. हितेंदरने एक लाख रुपये पाठवले होते. लकीने पैसे स्वीकारायला नकार दिला. हितेंदरने फोन करून लकीला आग्रह केला. ''तुला पैशांची गरज असेल. हवं तर हे कर्ज म्हणून घे. जमेल तेव्हा आणि जमेल तशी परतफेड कर,''

असं दोन-तीन वेळा सांगितल्यानंतर लकीने पैसे स्वीकारले. मदतीबद्दल हितेंदरचे मन:पूर्वक आभार मानले.

लकी घरी परतल्याला एक दिवस झाला होता. त्याला अजून घरच्या चांगल्याचुंगल्या जेवणाची सवय झाली नव्हती. चक्क अपचन झालं होतं. रात्रीचे नऊ वाजले असतील. लकी वडिलांसोबत खोलीमध्ये बसला असताना लँडलाइन फोन वाजला. वडिलांनी लकीला बसायची खूण करून फोन उचलला.

पलीकडून रूक्ष खरखरीत आवाज आला, ''हॅलो, मी एजन्सीच्या कार्यालयातून बोलतोय. मिस्टर लक्ष्मणशी बोलू शकतो का?''

वडिलांनी लकीला 'फोन घे' असा इशारा केला. जवळ आल्यानंतर त्याच्या कानात कुजबुजले, 'एजन्सी.' लकीने त्यांच्याकडे नापसंतीचा कटाक्ष टाकून फोन हातात घेतला.

''लक्ष्मण बिश्त, पुढील चोवीस तासांत एजन्सीच्या दिल्ली कार्यालयात कामावर हजर हो.''

''पण सर, घरी येऊन जेमतेम एक दिवस झालाय. निदान एक आठवडा तरी सुट्टी द्या.'' लकीच्या आवाजात वैफल्य आणि संताप जाणवत होता.

''ऑर्डर म्हणजे ऑर्डर, लकी. आम्ही उद्या तुझी वाट पाहतो.''

एवढं बोलून त्या माणसाने फोन बंद केला. लकी अधिकच संतापला. ''ह्यापुढे एजन्सीतून फोन आले तर मी घरी नाही असं सांगायचं,'' तो वडिलांना म्हणाला. लकीचा जामीन मंजूर झाल्याबरोबर न्यायालयाने ती बातमी एजन्सीला कळवली असावी.

एजन्सीमध्ये परत जायच्या कल्पनेनेही लकीची प्रचंड चिडचिड व्हायची. एजन्सी आणि सरकारी यंत्रणेने त्याचा चांगलाच भ्रमनिरास केला होता. देशासाठी त्याने केलेल्या कामगिरीची, त्यागाची भरपाई करण्यात एजन्सी कमी पडली होती. गेल्या तीन वर्षांत एजन्सीने त्याच्याकडे ढुंकूनही पाहिलं नव्हतं. ह्या कटू अनुभवांमुळे त्याचं मन कमालीचं दुखावलं होतं. दुसरं म्हणजे उर्वरित सुनावण्या होऊन त्याची सर्व आरोपांमधून निर्दोष मुक्तता होईपर्यंत त्याला केसवर संपूर्ण लक्ष केंद्रित करायचं होतं. सध्यातरी तो एजन्सीमध्ये परत जाणार नव्हता. त्याच्या ह्या निर्णयामध्ये किंचितही बदल होणार नव्हता हे निश्चित.

पुढील काळात एजन्सी लकीला समन्स पाठवत राहिली. प्रथम समन्स जिल्हा दंडाधिकाऱ्यांकडे पाठवली जात. ते ती वरिष्ठ पोलीस अधीक्षकांकडे पाठवत. तिथून समन्स स्थानिक कोतवालाकडे जात. पोलीस चौकीतून सहा-सात पोलीस लकीच्या घरी जाऊन समन्स बजावत. 'तुला कामावर जायला हवं' असं त्याला सांगितलं जाई. लकी इथेही चलाखी करायचा. पोलिसांना छान छान भेटवस्तू देऊन खूश करायचा. नंतर ते जिल्हा दंडाधिकाऱ्यांना निरोप पाठवत : 'लकी घरी नव्हता!'

ह्या सर्व प्रकारामुळे लकीचं लक्ष विचलित होत नसे. बहिणीचं लग्न तोंडावर आलं होतं. त्याला ते धूमधडाक्यात साजरं करायचं होतं. समन्सकडे दुर्लक्ष करून तो जोमाने लग्नाच्या तयारीला लागला.

घर सुंदर सजवलं होतं. सुरेख नक्षीचे पडदे. सर्वत्र चांदण्यांसारख्या लुकलुकणाऱ्या दिव्यांच्या माळा सोडल्या होत्या. पाहुण्यांची वर्दळ सुरू झाली होती. पंचपक्वान्नांच्या मेजवान्या, विवाहपूर्व सोहळे, पारंपरिक समारंभ, धार्मिक विधी. सारं काही साग्रसंगीत चालू होतं. लपून बसण्याऐवजी लकी खुल्लमखुल्ला वावरत होता. 'अति कष्टाने मिळवलेलं स्वातंत्र्य मी हवं तितकं आणि हवं तसं उपभोगणार आहे,' असा स्पष्ट संदेशच लकीने एजन्सी आणि राज्यसरकारला पाठवला होता.

१३ डिसेंबर २०१५

आज बहिणीचा विवाह संपन्न होणार होता. लकी भपकेदार कुर्ता-सलवार आणि पारंपरिक मोजडी घालून सजला. लग्नसमारंभासाठी जमलेल्या मंडळींमध्ये निमंत्रितांइतक्याच संख्येने पोलीस अधिकारी आणि स्थानिक गुप्त पोलीस हजर आहेत ही गोष्ट लकीच्या बारीक नजरेतून सुटली नाही. अग्रगण्य स्थानिक राजकारणी आणि व्यापारीवर्गही आवर्जून उपस्थित होता. वधूची वरात ढोलताशे आणि शहनाईच्या साथीने विवाहस्थानाकडे निघाली. लहान मुलं अधूनमधून वरातीसमोर फटाके फोडत होते.

लकीही वरातीमध्ये सामील होण्यासाठी घराबाहेर पडला. इतक्यात खिशातल्या फोनचा व्हायब्रेटर थरथरायला लागला. लकीने पाहिलं, फोनवर अनोळखी नंबर दिसत होता. कंट्रीकोडवरून फोन नेपाळहून येत होता हे त्याला समजलं. फोन उचलला तेव्हाच रंगबेरंगी रॉकेट आकाशात ऊंच जाऊन फुटलं. तेजस्वी प्रकाशकिरणांनी आकाश उजळून निघालं.

'हॅलो.' वरातीमध्ये वाजणाऱ्या ढोलताशांच्या आवाजात लकीला पलीकडचा माणूस काय बोलतोय हे समजत नव्हतं.

''लक्ष्मण, नानाच्या वतीने फोन केला. आमच्या गँगमध्ये सामील हो. आणि बहिणीच्या विवाहाबद्दल अभिनंदन.'' पलीकडून गंभीर आवाजात कोणीतरी बोलत होतं.

लकी प्रचंड भडकला. नाना म्हणजे अंडरवर्ल्ड डॉन छोटा राजन. त्याने दिलेली छुपी धमकी ऐकल्यावर लकीला संताप अनावर झाला. त्याने कुटुंबाचा, लग्नाचा उल्लेख केला हे लकीला सहन झालं नाही. तो दाऊद इब्राहिमला टक्कर देणारा डॉन छोटा राजन असला तरी लकीला पर्वा नव्हती.

लकी किंचाळला, ''नीट ऐक, भडव्या. माझ्या कुटुंबीयांना बोट जरी लावलंस ना, तुझी छाती फाडून काळीज काढेन आणि कच्चं खाईन. तुझं गटारतोंड बंद कर आणि जा मालकाचे बूट चाट.''

फोन बंद करून लकी घाईघाईने वरातीमध्ये सामील झाला. दोनच मिनिटांपूर्वी अत्यंत खतरनाक डॉनकडून धमकीचा फोन आला होता ह्या गोष्टीचा मागमूसही त्याच्या चेहऱ्यावर दिसत नव्हता.

त्या फोनविषयी त्याने कोणाही जवळ अवाक्षरही काढलं नव्हतं आणि तरीही दुसऱ्या दिवशीच्या वृत्तपत्रांमध्ये ती बातमी ठळक मथळ्यांसह झळकली. दोन पोलीस अधिकारी लकीला भेटायला आले. संरक्षणाची आवश्यकता असल्यास पोलीस ते द्यायला तयार आहेत असं त्यांनी सांगितलं. पण ''फुटकळ गँगस्टरपासून संरक्षण घ्यायची गरज नाही,'' असं सांगून त्याने तो प्रस्ताव उडवून लावला.

पुढील सुनावणीमध्ये फॉरेन्सिक तज्ज्ञ साक्ष देणार होते. लकी त्या तयारीला लागला.

बेचाळीस

दोषी की निर्दोष?

लकीसोबत त्याचे वडील न्यायालयात आले होते. प्रथम अटक झाली तेव्हा लकीला आत्यंतिक कठीण परिस्थितीमधून जावं लागलं होतं. त्या वेळी फॉरेन्सिक तज्ज्ञाच्या डोळ्यांत धूळ फेकण्यात लकी यशस्वी झाला होता. तेव्हा त्याने कोणतंही निवेदन दिलं नव्हतं. न्यायाधीशांसमोर फॉरेन्सिक तज्ज्ञांची साक्ष होईल तेव्हा सत्य समोर येईलच असा त्याने विचार केला. पोलीसखातं आणि फॉरेन्सिक तज्ज्ञांना आपल्या सापळ्यात अडकवण्यासाठी त्याने फार मोठं चातुर्य आणि धारिष्ट्यं दाखवलं होतं. आज त्याचं फळ मिळणार होतं.

लकी साक्षीदाराच्या पिंजऱ्यात उभा राहिला. न्यायालयात लोकांनी तुफान गर्दी केली होती. अनेक वकीलही कुतूहलाने कामकाज बघायला आले होते.

फॉरेन्सिक तज्ज्ञ साक्षीदाराच्या पिंजऱ्यात उभे होते. प्रेक्षकवर्गामध्ये कुजबुज आणि चुळबुळ सुरू झाली. न्यायाधीश महोदयांनी शांतता राखायचं आव्हान केलं. साक्षीदाराने शर्टच्या खिशातून चश्मा काढून डोळ्यांवर घातला. हे पाहून आपण त्यांना खोटा फोन नंबर दिला तो दिवस लकीला आठवला. लकीने सांगितलेला खोटा फोन नंबर लिहिल्यानंतर चश्मा खिशात ठेवताना त्यांच्या चेहऱ्यावर अतीव समाधान दिसलं होतं. काळोख्या छळकोठडीमधून ते निघाले तेव्हा लकीच्या हेतूचा त्यांना किचितही अंदाज लागला नव्हता.

आज फॉरेन्सिक तज्ज्ञांना बचावपक्षाने साक्ष देण्यासाठी बोलावलं ह्यामुळे फिर्यादी पक्षासकट सारेच बुचकळ्यात पडले होते. लकीने पूर्वीच मोठ्या चतुराईने त्यांना आपल्या सापळ्यात अडकवलं होतं. ही गोष्ट लकी आणि त्याचे वकील ह्यांव्यतिरिक्त अन्य कोणालाही माहीत नव्हती.

लकीच्या वकिलांनी साक्षीदाराजवळ येऊन 'स्वत:ची ओळख करून द्या' असं सांगितलं. ''मी डॉक्टर दयाल शरण. ह्या केसमधील बोटांचे ठसेतज्ज्ञ.'' ते म्हणाले. त्यानंतर 'पोलिसांना दिलेलं निवेदन नेमक्या शब्दांमध्ये पुन्हा सांगा' अशी सूचना वकिलांनी केली.

दयाल म्हणाले, ''६ सप्टेंबर २०११ रोजी तपास अधिकारी विजय चौधरींनी मला खून झालेल्या ठिकाणी बोलावून घेतलं. तिथे पोहोचल्यानंतर मी फोर्ड गाडीच्या मागील सीटवर अतिशय छिन्नविच्छिन्न अवस्थेतील दोन मृतदेह पाहिले. मी आवश्यक ते सर्व पुरावे गोळा केले. ते प्लास्टिक पिशव्यांमध्ये व्यवस्थित सील करून घेतले आणि परतलो.''

''दुसऱ्या दिवशी तपास अधिकाऱ्यांनी मला भोवाली पोलीसचौकीवर बोलावलं. प्रमुख आरोपीच्या, लक्ष्मण बिश्तच्या, हातापायांचे ठसे घ्यायचे होते. मी तिथे जाऊन ठसे घेतले, कागदपत्रांवर सह्या केल्या आणि निघालो.''

''एवढंच विचारायचं होतं, न्यायाधीशमहोदय,'' असं म्हणून लकीच्या वकिलांनी उलटतपासणी संपवली.

हा प्रकार पाहून फिर्यादीचे वकील गोंधळून गेले. काय चाललंय त्यांना समजेना. त्याच गोंधळलेल्या मन:स्थितीत 'साक्षीदाराला काहीही विचारायचं नाही' असं त्यांनी जाहीर केलं. न्यायाधीशांनी डॉक्टर दयाल शरण ह्यांना पुढील सुनावणीसाठी, तसंच बचावपक्षाने विनंती केल्यास कोर्टात हजर राहावं लागेल असं सांगितलं.

पुढची आणि अखेरची आणि बहुधा सर्वांत महत्त्वाची साक्ष होती तपास अधिकारी विजय चौधरी ह्यांची. इन्स्पेक्टर विजय साक्षीदाराच्या पिंजऱ्यात आले. लकी आरोपीच्या पिंजऱ्यात उभा होता. दोघांनी एकमेकांकडे खुनशी कटाक्ष फेकले. फिर्यादी पक्षाच्या वकिलांनी इन्स्पेक्टर विजयना खूनाच्या दिवशी घडलेल्या घटना कथन करायला सांगितल्या.

विजय चौधरी म्हणाले, ''दोन्ही गँगस्टरचे मृतदेह सापडल्यानंतर मी चौकशीला सुरुवात केली. खुनासंबंधी काहीही माहिती असेल तर मला कळवा असा निरोप माझ्या खबऱ्यांना पाठवला. घटनेनंतर लवकरच परगईचे मामा जमन जबानी द्यायला पुढे आले. खुनापूर्वी लक्ष्मण बिश्तला आपला भाचा आणि अमितबरोबर पाहिलं होतं आणि नक्की त्यानेच दोघांचा खून केला,'' असा दावा त्यांनी केला.

इन्स्पेक्टर चौधरी ताबडतोब लकीला अटक करण्यासाठी त्याच्या घरी गेले. पण तो तिथे नव्हता. लकी पळाला असून नेपाळला निसटून जाणार आहे अशी खबर त्यांना मिळाली. ''आम्ही त्वरेने कारवाई केली. अखेर आठ सप्टेंबरला भाक्रा नांगल जंगलात लपलेल्या लकीला पकडण्यात आम्हाला यश आलं. त्याच्याजवळचं पिस्तूल आणि बंदूक आम्ही जप्त केली.''

विजय चौधरींची साक्ष संपवून फिर्यादी वकील आपल्या जागी जाऊन बसले. आता लकीचे वकील उलटतपासणीसाठी पुढे सरसावले. साक्षीदाराच्या पिंजऱ्याजवळ गेले, पण प्रश्न विजय चौधरींना नव्हे तर फॉरेन्सिक तज्ज्ञ दयालना विचारला.

''मिस्टर दयाल, पोलीस कस्टडीतील माझ्या अशिलाच्या हाताचे ठसे कोणत्या तारखेला घेतले हे कोर्टाला पुन्हा सांगाल का?'' हा प्रश्न विचारताना त्यांच्या चेहऱ्यावर भलंमोठं हास्य होतं.

''सात सप्टेंबर,'' दयाल उत्तरले.

आता वकील चौधरींकडे वळले. त्यांनी हसत हसत विचारलं, ''मिस्टर विजय चौधरी, तुम्ही माझ्या अशिलाला कोणत्या तारखेला अटक केली? न्यायाधीशमहोदयांना पुन्हा ती तारीख सांगाल का?''

चौधरीचा चेहरा पांढराफटक पडला. लकीच्या ओठांवर हलकंसं हसू उमटलं. लकीने तेव्हा मोठ्या धूर्तपणे ७ सप्टेंबर ही तारीख असलेल्या अधिकृत कागदपत्रांवर फॉरेन्सिक तज्ज्ञांना सही करायला लावली. नंतर हत्यारं शोधायचं निमित्त करून पोलिसांना दोन दिवस नाचवलं. त्याचं फळ आज मिळालं.

''आठ सप्टेंबर.'' अखेर विजय चौधरी कापऱ्या आवाजात म्हणाला.

वकील कुचेष्टेने हसले. प्रेक्षक हा नाट्यमय विनोदी प्रसंग चकित होऊन पाहत होते. काही जण हसायला लागले होते.

''मिस्टर चौधरी, हे कसं शक्य आहे?'' वकिलांनी घोडं आणखी पुढे दामटलं. ''फॉरेन्सिक कागदपत्रांवरून स्पष्ट दिसून येतं की दयालनी माझ्या अशिलाच्या बोटांचे ठसे सात तारखेला घेतले. आणि तुम्ही म्हणता तुम्ही त्याला आठ तारखेला अटक केली. दोन्हीचा मेळ कसा लावायचा?''

विजय चौधरी पुतळा होऊन निःशब्दपणे उभे होते.

''ह्यावरून सिद्ध होतं न्यायाधीश महोदय, एक तर मिस्टर चौधरी असत्य बोलताहेत, किंवा माझ्या अशिलाला अधिकृत चौकशीपूर्वी एक दिवस बेकायदेशीरपणे डांबून ठेवलं होतं. दोन्हीपैकी कोणतंही एक कारण असो, हे सर्व प्रकरण पोलिसांनी संशयास्पद पद्धतीने हाताळलं हे स्पष्ट दिसून येतं.''

''भारतीय कायद्यानुसार अटकेनंतर चोवीस तासांच्या आत त्या व्यक्तीला न्यायाधीशांसमोर हजर करणं बंधनकारक आहे. तपास अधिकाऱ्याने (IO) हा नियम पाळला नाही. आणि ही लबाडी लपवण्यासाठी रेकॉर्डमध्येही फेरफार केले.'' एवढं बोलून लकीच्या वकिलांनी उलटतपासणी संपल्याची खूण केली. तपास अधिकाऱ्याने आपल्याच हाताने पायावर धोंडा मारून घेतला होता.

सात सप्टेंबरला लकीच्या बोटांचे ठसे घेतल्यानंतर तज्ज्ञांनी अधिकृत कागदपत्रांवर सही केली. खेळी यशस्वी झाल्यानंतर लकीने दुसऱ्या दिवशी संपूर्ण

पोलीसखात्याला अस्तित्वातच नसलेल्या हत्यारांचा शोध घेण्यासाठी खूप धावाधाव करायला लावली. त्यामुळे फॉरेन्सिक तज्ज्ञांच्या सहीनंतर चोवीस तासांच्या आत लकीला कोर्टासमोर हजर करणं तपास अधिकाऱ्यांना शक्य झालं नाही. हत्यारांच्या शोधमोहिमेवरून परत आल्यानंतर लकीला नऊ सप्टेंबरला कोर्टामध्ये हजर करण्याव्यतिरिक्त विजय चौधरींना अन्य मार्गच नव्हता. बेकायदेशीर अटकप्रकरण लपवण्यासाठी त्यांनी अटक आठ सप्टेंबरला झाल्याची खोटी कागदपत्रं कोर्टाला सादर केली.

काही दिवसांनंतर दोन्ही बाजूंचे वकील न्यायाधीशांसमोर अंतिम निवेदन करणार होते. फिर्यादी पक्षाच्या निवेदनानंतर बचावपक्षाचे वकील उठले.

साक्षीदारांच्या जबान्यांमध्ये कमालीच्या तफावती आणि त्रुटी आहेत ह्या गोष्टींकडे न्यायाधीशांचं लक्ष वेधून ते पुढे म्हणाले, ''क्षुल्लक गँगवॉरमध्ये भाग घेऊन हात खराब करायचं माझ्या अशिलाला काहीएक कारण नाही. तो एक सन्माननीय सैनिक आहे. अनेक उत्तमोत्तम कामगिऱ्या त्याने पार पाडल्या आहेत. असा कर्तबगार माणूस गँगवॉरमध्ये सामील होईल ह्याची शून्य शक्यता आहे.

''एकाच भागात राहत असल्यामुळे दुसरा आरोपी संजय ह्याच्याशी लकीची तोंडओळख आहे. असं असताना संजयचा गँगलीडर योगेश सुनेहरीच्या खुन्याला मारण्यासाठी लकी का तयार होईल? केवळ तोंडओळख असलेल्या संजयसाठी लकी एवढा मोठा धोका का पत्करेल?'

''माझ्या अशिलाविरुद्ध साक्ष देण्यासाठी पुढे आलेले सर्व साक्षीदार खून झालेल्या व्यक्तींचे नातेवाईक असून फिर्यादी पक्षाने त्यांना व्यवस्थित पढवलेलं होतं. न्यायाधीश महोदय, माझ्या अशिलानेच हत्या केल्या हे निर्विवाद सिद्ध करणारा एकही पुरावा फिर्यादीपक्षाने सादर केलेला नाही.''

''न्यायाधीशमहोदय, ह्याला माझा आक्षेप आहे.'' फिर्यादीचे वकील उठले. ''गुन्ह्याच्या जागी होल्स्टर सापडलं हे माझे सहकारी मित्र हे विसरलेले दिसतात.''

''आणि होल्स्टरवर मालकाचं नाव नव्हतं हे माझे प्रिय सहकारी विसरलेले दिसतात. एकसारखी दिसणारी होल्स्टर अनेक लोकांकडे असू शकतात. सर्वसाधारण होल्स्टर हा भक्कम पुरावा आहे असं तुम्हाला वाटतं ही अतिशय आश्चर्याची गोष्ट आहे.''

''बचावपक्षाचे वकील गुन्ह्याच्या जागी सापडलेल्या काडतुसाबद्दल काहीच बोलत नाहीत हे कसं?''

''न्यायाधीश महोदय, नामवंत चंदीगड फॉरेन्सिक लॅबोरेटरीमध्ये माझ्या अशिलाचं पिस्तूल आणि त्यासोबत ते काडतूस तपासणीसाठी पाठवलं होतं. हा त्याचा अहवाल पहा. त्यामध्ये म्हटलं आहे की काडतूस वेगळ्या पिस्तुलामधील आहे. अशिलाच्या पिस्तुलातील नाही.''

''फॉरेन्सिक तज्ज्ञांच्या अहवालाचं काय?'' फिर्यादीचे वकील मुद्दा सोडत नव्हते. ''त्यामध्ये मिस्टर लक्ष्मणच्या पिस्तुलातून अटकेच्या थोड्याच काळापूर्वी गोळी झाडली होती.''

लकीचे वकील हसले. ''हल्ली रस्त्यावरती प्रचंड वाहतूक, जागोजागी वाहनांची कोंडी असते. त्यामुळे मी माझी गाडी क्वचितच वापरतो. बहुतांश वेळा गाडी घरीच पार्क केलेली असते. मी गाडी अखेरची कधी वापरली हे सांगू शकाल का?''

फिर्यादीचे वकील बावचळून त्यांच्याकडे पाहत राहिले. मग म्हणाले, ''ते मी कसं सांगू?''

''गाडीचं ओडोमीटर असतं ना? ते पाहून सांगता येईल.'' लकीचे वकील खोट्या विनम्रतेने म्हणाले.

''हा काय मूर्खपणा!''

''मला नेमकं हेच म्हणायचंय. न्यायाधीशमहोदय, ओडोमीटरवरून गाडी अखेरची कधी धावली हे सांगता येत नाही, तसंच पिस्तुलातून अखेरची गोळी कधी सुटली होती हा निष्कर्ष अहवालावरून काढता येत नाही. अलीकडेच गोळी झाडली होती एवढंच अहवाल सांगतो. ती काल, किंवा दोन दिवसांपूर्वी, किंवा आठवड्यापूर्वी झाडलेली असू शकते.''

तपासकामात सहभागी असलेल्या अनेक लोकांचं मत होतं की लकीने पोलीसचौकीत सर्व्हिस रिव्हॉल्व्हर जमा केलं. पण परगई आणि आर्यला मारण्यासाठी त्याने वेगळं हत्यार वापरलं होतं. त्यामुळेच नेमकं कोणतं शस्त्र वापरलं ह्याविषयी गोंधळ झाला होता.

आत्ता लकीच्या वकीलांचा युक्तिवाद ऐकल्यानंतर न्यायालयात संपूर्ण शांतता पसरली. प्रतिक्रिया देण्यासाठी फिर्यादीच्या वकिलांना शब्द सापडेनात. त्यांनी हताश होऊन खुर्चीत बसकण मारली. न्यायाधीशांनी फायलीमध्ये नोंदी केल्या आणि निकाल पुढील आठवड्यात, सहा मार्चला, लागेल असं जाहीर केलं.

६ मार्च २०१८

न्यायालयाला एखाद्या किल्ल्याचं स्वरूप आलं होतं. मोठ्या प्रमाणात पोलीस बंदोबस्त होता. अंगावर दंगल गिअर आणि हातात AK-47 रायफली घेऊन ते सज्ज झाले होते. न्यायालयाच्या सभोवताली पोलिसांचं कडं होतं. रस्त्यांवर शुकशुकाट होता. फक्त पोलिसांच्या गस्त घालणाऱ्या गाड्या फिरताना दिसत होत्या. लकीच्या विरुद्ध निकाल लागला तर दंगली होतील अशी भीती अधिकाऱ्यांना वाटत होती. प्रतिबंधित विभागाबाहेर हजारोंचा जमाव जमला होता.

लकी कोर्टात पोहोचला तेव्हा त्याच्या सोबत दीडशे मित्र आणि हितचिंतकांचा जत्था होता. मिरवणुकीसमोर लकीची नेपाळची माणसं दोन गाड्या चालवत होती. निकाल आपल्या विरुद्ध लागला तर नेपाळला पळून जायची जय्यत तयारी लकीने केली होती. पुन्हा तुरुंगात जाण्यापेक्षा पळून गेलेलं जास्त चांगलं, तसं करताना मरण आलं तरी बेहत्तर, असा निर्धार करूनच तो आला होता.

हल्द्वानी कोर्टाबाहेर सकाळपासूनच सुमारे पंधराशे लोकांचा जमाव जमला होता. कोणतीही अप्रिय घटना घडू नये म्हणून बंदोबस्तासाठी जवळपासच्या जिल्ह्यांमधून पोलिसांची कुमक मागवली होती. साडेअकरानंतर संपूर्ण शहरामध्ये संचारबंदी असावी तशी सामसूम झाली. इतकंच नव्हे तर निकाल ऐकण्यासाठी कोर्टात आलेल्या परगईच्या नातेवाइकांना – जमन सिंग आणि रतन सिंग – पोलिसांनी घरी नेऊन सोडलं. शिवाय त्यांनी पुन्हा बाहेर पडू नये म्हणून घरावर पोलीस पहाराही बसवला गेला.

लकी आणि चार सहआरोपींना पाच पोलिसांच्या गराड्यात कोर्टामध्ये आणलं गेलं. न्यायाधीश महाराजांचं आगमन झालं. फाईल उघडून त्यांनी काही कागदपत्रांवर सह्या केल्या. नंतर मान वर करून लकी आणि बाकीच्या आरोपींवर नजर रोखली. लकीनेही मोठ्या आशेने त्यांच्याकडे पाहिलं.

''पाचही आरोपींची निर्दोष सुटका केली जात आहे.'' न्यायाधीश महाराजांनी एका दमात निकाल जाहीर केला.

लकीने दीर्घ निश्वास सोडला. त्याचे डोळे भरून आले. पिंजऱ्याच्या कठड्याला घट्ट पकडून तो आनंदाश्रू ढाळत होता. इतकी वर्षं दाबून ठेवलेलं वैफल्य अखेर अश्रुरूपाने बाहेर पडलं. त्याच्या वकिलांनी अंगठा वर करून जिंकल्याची खूण केली. बातमी वाऱ्याच्या वेगाने सर्वत्र पसरली. अख्ख्या शहरात जल्लोष सुरू झाला. फटाके फुटले. लोक आनंदाने नाचत सुटले. लकीचा जयजयकार झाला.

''निकालपत्र संध्याकाळी पावणेपाचच्या सुमारास वाचण्यात आलं. पण प्रसारमाध्यमं, तसंच लकी आणि परगईच्या समर्थकांनी सकाळपासूनच कोर्टामध्ये गर्दी केली होती.'' लकीचे वकील बलविंदर सिंग म्हणाले, ''लकीला दोषी ठरवलं जाणार अशी कुजबुज होती. कोर्टामध्ये दोन्ही बाजूंचे वकील आणि पाच आरोपींव्यतिरिक्त कोणालाही आतमध्ये येण्याची मुभा नव्हती. निकाल जाहीर झाल्यानंतर आम्ही बाहेर येऊन प्रसारमाध्यमांना ही खबर दिली.''

लकीचं घरी जंगी स्वागत झालं. आई दारात उभी होती. तिने लकीला मिठीत घेतलं. देवाचे आभार मानून लकीला आशीर्वाद दिल्यानंतरच घरात घेतलं. सहा मार्च २०१८ रोजी लकीने पुन्हा घरात पाय टाकला. अखेर मुक्त झाला होता तो.

दुसऱ्या दिवशी लकीने अश्मिताच्या घरावरून चक्कर मारली. पुढील दोन महिने तो नियमितपणे अशी चक्कर मारायचा. निर्दोष मुक्तीचा आनंद त्याला तिच्या सोबत शेअर करायचा होता. ज्यामुळे तिने संबंध तोडले ते आपल्यावरील सर्व भयंकर आरोप कोर्टाने मागे घेतले हे तिला सांगायचं होतं. तिची एक झलक दिसावी म्हणून तो तडफडत होता. तिच्या घरी जाण्यासाठी उचललेलं पाऊल तो मागे घ्यायचा. एका जागी स्तब्ध उभा राहून तो तिच्या घराकडे एकटक पाहत राहायचा. 'माझ्या आयुष्यातून कायमचा निघून जा,' हे तिचे जिव्हारी लागलेले शब्द आठवले की तो तसाच परत वळायचा.

लकी निर्दोष सुटला तरी परगईचे कुटुंबीय त्याला माफ करायला तयार नव्हते. त्यांच्या मनामध्ये लकीविषयी तीव्र द्वेष भरला होता. परगईच्या मृत्यूचा सूड उगवण्याची त्यांनी प्रतिज्ञा केली होती. एक दिवस लकी नेहमीप्रमाणे बाहेर निघाला असताना ती मंडळी त्याच्या घरी धडकली. दारावर थापा मारल्या पण लकीने दरवाजा उघडला नाही. अखेर लकीने पोलिसांना बोलावलं. त्यांनी परगईच्या गँगला हटवलं.

''तेव्हापासून लकी गल्लीबोळातून जाणं कटाक्षाने टाळायचा. कोणालाही भेटायचं तर ते मुख्य, गजबजलेल्या रस्त्यावरच असा त्याचा नियम होता.'' पत्रकार भूपिंदर सिंग म्हणाले.

त्रेचाळीस

आजन्म सैनिकच

"निर्दोष मुक्तता झाल्यामुळे पोलिसांच्या ताब्यामध्ये असलेली शस्त्रं, बंदूक आणि पिस्तूल, तुला परत मिळतील." लकीचे वकील म्हणाले होते. पण लकीला शस्त्रं परत मिळवण्याची फारशी घाई दिसत नव्हती. 'सध्या तरी नकोच' त्याने ठरवलं होतं. जामिनावर सुटला ही बातमी एजन्सीपर्यंत विजेच्या वेगाने पोचली होती. लकीची निर्दोष सुटका ही बातमीही त्यांना लगेच समजली. एजन्सीकडून सतत येणाऱ्या समन्सकडे लकी दुर्लक्ष करत होता. पण सोळा जुलैला एका कनिष्ठ सहकाऱ्याने 'एजन्सी तुला तुझ्या घरामधून उचलणार आहे' अशी खबर दिल्यानंतर लकी गायब झाला.

एजन्सीने संरक्षण आणि गृहमंत्रालयाकडून लकीला पकडण्यासाठी रीतसर कायदेशीर परवानगी घेतली होती. ही खबर मिळाल्यावर लकी घरातून पळाला तो थेट तिसऱ्या दिवशी एजन्सीच्या मणिपूर कँपवर प्रकट झाला. त्याच्या आगमनाची बातमी समजताच एजन्सीने कारवाईला सुरुवात केली. लकीची न्यायालयीन चौकशी सुरू झाली.

जामिनावर सुटल्यानंतर एजन्सीमध्ये रुजू झाला नाही, ह्या कारणासाठी लकीवर अनेक आरोप ठेवण्यात आले. लष्कराच्या कायदेशीर शाखेच्या वकिलाची मदत न घेता लकीने स्वत: केस लढायचा निर्णय घेतला. पुन्हा एकदा आरोपांचं खंडन करून आपलं निर्दोषत्व सिद्ध करायची वेळ लकीवर आली होती.

लकी पुन्हा पळून जाऊ नये म्हणून एजन्सीच्या दिल्लीतील अधिकाऱ्यांनी मणिपूरमधील अधिकाऱ्यांना लकीवर बारीक नजर ठेवायला सांगितलं. मणिपूरमध्ये

लकीने काम करायला साफ नकार दिला. 'मला एजन्सीचा राजीनामा द्यायचा आहे, त्यासाठी ब्रिगेडिअरना भेटायचं आहे,' हा एकच धोशा त्याने लावला होता.

अनेक दिवस उलटले पण त्याची विनंती मान्य झाली नाही. लकीही कमी जिद्दी नव्हता. एजन्सीचं काम करायला त्याचा नकार कायम होता. दिवसेंदिवस त्याच्या मनातील कटुता आणि नाराजी वाढत होती. एक दिवस त्याने वैतागून शू लेस, पट्टा आणि दोरी काढून टाकली. ''माझ्यापासून ब्रिगेडिअरना कसलाही धोका नाही. आता तरी त्यांची भेट घेऊ द्या.'' त्याने वरिष्ठांना सांगितलं. ह्यावर वरिष्ठ काहीच बोलले नाहीत. अतिशय संतापलेल्या लकीला एजन्सी आणि वरिष्ठांची खिल्ली उडवायची आहे हे त्यांना माहीत होतं.

दरम्यान ट्रायलसाठी लकीला कोर्टामध्ये आणायची व्यवस्था झाली. ब्रिगेडिअरसहित अनेक उच्च पदस्थ अधिकारी उपस्थित होते. भारतीय सेनेत कर्नल असलेले मनोज मिश्रा सुनावणीचं नेतृत्व करत होते. लकीची उलटतपासणी सुरू झाली.

''मिस्टर लक्ष्मण बिश्त, जामीन मिळूनही तू एजन्सीत कामावर रुजू झाला नाहीस. ह्याचं कारण सांगता येईल का?'' मनोज मिश्रांनी विचारलं.

''फक्त जामीन मिळाला होता, सर. निर्दोष सुटेपर्यंत मला केस लढायची होती.''

''पण तुला एजन्सीचं काम करत असतानाही ते करता आलं असतं.''

''सांगणं सोपं आहे, सर. प्रत्येक सुनावणीनंतर केसमध्ये चित्रविचित्र वळणं येत होती, फाटे फुटत होते. जराही चूक झाली असती तर केस माझ्या हातून कायमची निसटली असती.''

''एजन्सीने तुला हल्द्वानीच्या जवळपास पोस्टिंग दिलं असतं.''

''त्यामुळे माझी शारीरिक धावपळ वाचली असती, पण मानसिक त्रासाचं काय? शिवाय गेल्या तीन वर्षांच्या अनुभवावरून मी केस जिंकलो किंवा हरलो तरी एजन्सीला काही फरक पडला नसता हे मी समजून चुकलो होतो. समजा, फरक पडत असला तरी कोर्टाचा माझ्या विरुद्ध गेलेला निकाल बदलण्याइतपत ताकद एजन्सीजवळ नाही हेही मला माहीत आहे.''

मनोज मिश्रांनी लकीकडे तीक्ष्ण कटाक्ष फेकला. एजन्सीवर कठोर टीका करणाऱ्या लकीचं धाडस पाहून ते थक्क झाले.

''ठीक आहे, मिस्टर बिश्त. पण निर्दोष मुक्तता झाल्यानंतरही कामावर रुजू का झाला नाहीस?''

''माझी शस्त्रं पोलिसांच्या ताब्यात होती. ती मिळाल्यानंतर मी रुजू होणारच होतो.''

आपल्या विधानांना पुष्टी देतील असे पुरावे लकी गोळा करत होता. म्हणूनच त्याने हत्यारांचा ताबा घेतला नव्हता. उलटतपासणी नऊ महिने चालू राहिली. लकीने आपल्या बचावासाठी भक्कम युक्तिवाद केला होता. कर्नल मिश्रांनी लकीच्या

फायली तपासून पाहिल्या. लकी एजन्सीचा अत्यंत सन्मान्य अधिकारी असून सरकार आणि एजन्सीने त्याला असंख्य सन्मानचिन्हांनी गौरवलं आहे हेच त्याच्या रेकॉर्डमधून दिसून आलं.

अखेर लकीवरचे सर्व आरोप मागे घेण्यात आले. पंधरा वर्षांच्या दीर्घ कारकिर्दीमध्ये त्याने मिळवलेले सर्व मानसन्मान त्याला परत दिले गेले. 'ब्रिगेडिअरना भेटून एजन्सी सोडून ऐच्छिक निवृत्ती घ्यायची विनंती करायची आहे,' ह्या गोष्टीचा लकीने पुनरुच्चार केला. ऐच्छिक निवृत्तीसाठी दहा वर्षं आणि पंचावन्न दिवसांची सेवा पूर्ण केलेली असणं आवश्यक होतं. ही अट लकीने सुमारे पाच वर्षांपूर्वीच पूर्ण केली होती.

मणिपूरला असताना लकीने एकच टुमणं लावलं होतं 'मला एजन्सी सोडायची आहे. निवृत्त व्हायचंय.' कर्नल मिश्रांनी अजूनही आशा सोडली नव्हती. ते वारंवार त्याची समजूत काढायला येत. 'निवृत्तीचा विचार मनातून काढून टाक. देशाची आणि एजन्सीची सेवा करत रहा.' लकीसारख्या उत्तम कमांडोला गमावण्याची एजन्सीची तयारी नव्हती. त्याला रोखण्यासाठी एजन्सीने सर्वतोपरी प्रयत्न केले पण आपल्याला मदतीची अत्यंत गरज असताना एजन्सीने पाठ फिरवली ह्या गोष्टीने लकी कमालीचा दुखावला होता. एजन्सीने पुढे केलेला तहाचा हात हाती घ्यायची त्याला अजिबात इच्छा नव्हती.

अखेर एजन्सीने हार मानली. २३ फेब्रुवारी २०१९ रोजी एजन्सीने लकीला 'सक्तीच्या सेवानिवृत्ती'चं पत्र दिलं. लकीची निर्दोष कारकिर्द पाहता एजन्सीला असं पत्र देण्याविना अन्य पर्याय नव्हताच. अशा तऱ्हेच्या सेवानिवृत्तीचा अर्थ लकीला हवं तेव्हा एजन्सीत रुजू होता येणार होतं. आणि मधल्या काळाचा सर्व पगार त्याला मिळाला असता.

पण अशा सेवानिवृत्तीचा एक तोटाही होता. लकीला निवृत्तिवेतन मिळणार नव्हतं. ते मिळालं नाही तरी लकीला पर्वा नव्हती. कोणत्याही परिस्थितीमध्ये एजन्सी सोडायचीच हा त्याचा निर्धार पक्का होता. त्याने सर्व अटी मान्य केल्या. आवश्यक त्या औपचारिकता पूर्ण केल्या आणि राजीनामा दिला. एजन्सीपासून फारकत घेतल्यानतरही संबंधांमध्ये कटुता आली नाही. लकीला नंतरही रेजिमेंटच्या पाट्यांची आमंत्रणं एजन्सी पाठवत होती. आपल्या शहरात परतल्यानंतर लकीने सर्वांना उद्देशून एक घोषणा केली : 'तुमच्यापैकी कोणालाही त्रास देण्यात आला, खंडणी मागितली, किंवा जबरदस्तीने जमीन बळकावली तर त्या व्यक्तीने स्थानिक पोलीस ठाण्यामध्ये तक्रार करावी. मदतीसाठी माझ्याकडे येऊ नये. मी कमांडो आहे, गँगस्टर नाही.'

राजीनामा देऊन काही वर्षं उलटली होती. एकदा लकी एजन्सीच्या पार्टीला गेला. भूतपूर्व सहकाऱ्यांबरोबर हास्यविनोद चालू होते. अचानक त्याच्या खांद्यावर कोणीतरी हात ठेवला. लकीने मागे वळून पाहिलं. समोर कर्नल मनोज मिश्रा होते.

''लकी, एजन्सीला अति महत्त्वाच्या टार्गेटचा ठावठिकाणा समजला आहे. त्याला पकडण्यासाठी आम्ही लवकरच मोहीम सुरू करणार आहोत.'' एवढं बोलून त्यांनी लकीकडे अपेक्षेने पाहिलं. लकी लक्षपूर्वक ऐकत होता पण त्याने कोणतीच प्रतिक्रिया मात्र दिली नाही.

''लकी, तुला जन्मभर एक सामान्य नागरिक म्हणूनच जगायचं आहे का?''

''हो सर. पण बाकी काही असलं तरी एक सैनिक जन्मभर सैनिकच असतो हे खरं आहे.'' लकी म्हणाला.

कर्नल मिश्रांनी लकीच्या खांद्यावर हात ठेवला. त्याने भोगलेल्या असह्य नरकयातनांनंतर कमांडो एजन्सीसाठी अति गोपनीय मोहिमेत भाग घ्यायला तयार होईल की नाही हे काळच ठरवेल. मात्र, ह्या क्षणी लक्ष्मण बिश्त उर्फ लकी मंद हसत होता कारण फारच थोड्या लोकांना माहीत नसलेली एक गोष्ट त्याला माहीत होती.

– समाप्त –

श्रेयनिर्देश

व्यावसायिक कारकिर्दीमधील पंचवीस वर्षांपेक्षाही अधिक काळ शोधपत्रकारिता केलेल्या माझ्यासारख्या व्यक्तीला कोणत्याही विषयाचा अखेरपर्यंत पाठपुरावा करणं सहज जमतं. दहशतवादी हल्ले, गुन्हेगारी जग आणि माफिया बॉसेससारखी माहिती मिळवण्यास कठीण असलेल्या विषयांवर मी तपशीलवार लेखन केलं आहे. पण क्वचितच अतिशय गुंतागुंतीच्या, विविध कंगोरे असलेल्या आणि असंख्य गूढ प्रश्नांनी भरलेल्या कहाणीने मला इतकं भारून टाकलं असेल. लक्ष्मण बिश्तची जीवनकहाणी नेमकी अशीच आहे. माझ्या सर्जनशीलतेवर चिरंतन छाप सोडून गेलेली ही कथा लिहिताना माझ्या समोर अनेक आव्हानं आली.

यंत्रमानवासारखा भावनाहीन, जगातील सर्वोत्तम कमांडोंसारखी कौशल्यं असणारा आणि ज्याच्या कोणत्याही परिस्थितीमधून मार्ग काढण्याच्या क्षमतेचं माझ्यासारखा सर्वसामान्य माणूस कल्पनाही करू शकणार नाही, अशा व्यक्तीच्या मनामध्ये डोकावणं हा माझ्यासाठी संपूर्णत: अनोखा अनुभव होता. त्यातही भर म्हणजे ह्या देशभक्तावर खुनाचा आरोप होता. अटक करून त्याला तुरुंगामध्ये डांबलं होतं. इतकंच नव्हे तर तो डॉन म्हणूनही कुप्रसिद्ध झाला होता. उत्तराखंडच्या डोंगराळ विभागातील बाहुबली.

ह्या पुस्तकाची बीजं कशी रुजली ह्यामागील कथा रंजक आहे. वृत्तपत्रांमध्ये वार्तांकन करणं बंद केल्यानंतर माझ्या यूट्यूब चॅनेलवर विविध प्रकारची कथावृत्तं सादर करावी असा मी विचार केला. एका कथावृत्तान्तासाठी मला लक्ष्मण बिश्त उर्फ लक्कीची मुलाखत घ्यायची होती. लकीला मी गेल्या दोन वर्षांपासून ओळखत होतो. त्याच्या एका सहकाऱ्याने आमचा परिचय करून दिला होता. तेव्हा मी लकीकडे फारसं लक्ष दिलं नव्हतं. त्याचे मित्र लकी कमांडोच्या थरारक पराक्रमाच्या गोष्टी सांगत असताना तो लकी वेगळीच व्यक्ती आहे असा माझा ग्रह झाला.

पण काही भेटींनंतर हाच रॉ एजंट लकी कमांडो आहे हे समजल्यावर मी समोरच्या लक्ष्मण बिश्तकडे अविश्वासाने पाहिलं. खरंच? हा लकी कमांडो आहे? *माझी चेष्टा करताय का?*

त्यानंतर मी माझ्या यूट्यूब चॅनेलसाठी त्याची मुलाखत घेतली. पंचेचाळीस मिनिटांच्या मुलाखतीमध्ये मी मंत्रमुग्ध होऊन त्याची चित्तथरारक, रंजक आणि अद्भुत कहाणी ऐकत होतो.

माझ्या यूट्यूब चॅनेलसाठी मी अनेकांच्या मुलाखती घेतल्या होत्या. लकी त्यांपैकी एक होता इतकंच. पण लकीने मर्यादा ओलांडली. दोन पत्रकारांशी बोलताना 'मी त्याच्यावर आधारित पुस्तक लिहितो आहे' असं त्याने सूचित केलं. हे समजल्यावर मला धक्का बसला. मी लकीवर अतिशय नाराज झालो. एका मुलाखतीच्या आधारे मी संपूर्ण पुस्तक लिहिणार आहे असं गृहीत धरणं अयोग्य होतं. पण गंमत अशी झाली की त्यानंतर मला काही पत्रकार आणि दिग्दर्शक मित्रांनी, तसंच एका निर्मात्यानेही 'पुस्तकाचे हक्क घेण्यात आपल्याला रस आहे' असं फोन करून कळवलं. माझ्यासाठी हा साक्षात्काराचा क्षण होता.

तोपर्यंत लकीला मी विशेष महत्त्व दिलं नव्हतं. त्याची कहाणी रंजक, वेधक होती ह्यात शंका नव्हती, पण माझ्या प्रेक्षकांना, वाचकांना आणि बॉलीवुडला त्याच्याविषयी एवढं आकर्षण वाटेल असं वाटलं नव्हतं. लकीच्या मुलाखतीनंतर माझ्या यूट्यूब चॅनेलची दर्शकसंख्या तुफान वेगाने दशलक्षपेक्षाही जास्त वाढली.

बहुधा लकीची असामान्य जीवनकथा लोकांना जाणून घ्यायची होती. मी पुस्तक लिहायला सुरुवात केली, पण ते प्रकाशित कोण करणार हे ठरत नव्हतं. त्यासाठी मी विविध प्रकाशकांशी संपर्क साधला. सायमन अ‍ॅन्ड शूस्टर ह्या प्रकाशन संस्थेने फारच रस घेतला. प्रकाशक सायमन अ‍ॅन्ड शूस्टर आणि खूप प्रोत्साहन देणारे संपादक सायंतन घोष ह्यांचा मी आभारी आहे. माझ्या तीस वर्षीय लेखन कारकिर्दीमधील अतिशय वेगाने पूर्ण केलेल्या पुस्तकांपैकी एक हे आहे. सायंतन कमालीच्या सहनशीलतेने माझ्यामागे पहाडासारखा उभा होता.

लकीची कथन करायची पद्धत कमालीची रंजक होती. मन:पूर्वक बोलायचा तो. इस्रायलमधील कमांडो प्रशिक्षण त्याने जितक्या निष्ठेने घेतलं, तेवढीच उत्कट एकनिष्ठा आणि प्रामाणिकपणा आपल्या कामाविषयी बोलताना त्याच्या आवाजात प्रकर्षाने जाणवत असे.

पुस्तकासाठी मदत करणाऱ्या माझ्या सहकाऱ्यांचा मी सदैव ऋणी राहीन. त्यांचं सहकार्य आणि अथक परिश्रमांमुळेच पुस्तक पूर्ण होऊन वेळापत्रकानुसार प्रकाशित होऊ शकलं.

काशिफ माशेखने घेतलेल्या मेहनतीला तोड नाही. उत्तम संपादक आहे तो. त्याच्याविना हे पुस्तक वेळेवर प्रकाशित झालंच नसतं. अनेक मुद्द्यांवर आमची चर्चा चालायची. काशिफ माझं प्रतिरूप होता असं म्हटलं तर वावगं होणार नाही. अनेक गोष्टी महत्त्वाच्या आहेत, गाळता येणार नाहीत असं मला वाटायचं. त्यावरून

आमच्यात कडाक्याचे वाद, मतभेद आणि गैरसमज होत. पण त्यातूनच पुस्तकासाठी आवश्यक आणि अनावश्यक काय आहे हे समजून येत असे.

पुस्तकासाठी इतरांचीही खूप मदत झाली. त्याच दरम्यान झैद खान भेटला. पूर्वी त्याने काशिफबरोबर काम केलं होतं. ह्या पुस्तकासाठी त्याने अतिशय मेहनत घेतली. त्याचं भवितव्य उज्ज्वल आहे आणि त्याला प्रोत्साहन आणि योग्य मार्गदर्शन करणारं कोणी मिळालं तर तो अधिक चांगलं करू शकेल असं मला मनापासून वाटतं. काशिफने झैदला बरीच मदत केली आणि ह्या पुस्तकाचं काम करताना निश्चितच त्याची व्यावसायिक प्रगती झाली.

पहिला आराखडा तयार झाला तेव्हा तपशिलांमध्ये काही त्रुटी उरल्या आहेत हे माझ्या लक्षात आलं. त्यासाठी हल्द्वानीला जाणं अपरिहार्य होतं. हे काम माझी विश्वासार्ह संशोधक येशा कोटक करू शकेल ह्याची मला खात्री होती. तरुण येशा एक अत्यंत हुशार पत्रकार असून तिचा वृत्तपत्रं ते टेलिव्हिजन असा उंचावत गेलेला प्रवास मी पाहिला आहे. *भायखळा ते बँकाक* पुस्तकापासून ती माझ्या टीमचा भाग आहे. माझ्यासाठी तिने अनेक धोकादायक कामं केली आहेत. अश्विन नाईकसारख्या खतरनाक गँगस्टरच्या मुलाखती घेऊन ती सहीसलामत परत आली आहे. तिच्या अंगावर अदृश्य संरक्षक कवच आहे अशी दाट शंका मला वाटत असते. धाडसी येशावर मी हल्द्वानीला जाण्याची कामगिरी सोपवली ह्यात नवल नाही.

ती सध्या CNN-News 18मध्ये वार्ताहर आहे. हल्द्वानीला जाऊन तिने दोन दिवसांत अनेक लोकांच्या – काही पोलीस अधिकारी, काही अतिशय संशयास्पद माणसं – मुलाखती घेतल्या. मला हवी असलेली सर्व माहिती मिळवूनच ती परतली. तिच्यामधील परिपूर्ण पत्रकाराने अचूक तपशील जमा केल्यामुळेच आम्हाला अनेक गोष्टींची सत्यता पडताळता आली.

पुस्तकाचा सारांश कल्पकतेने कव्हरमध्ये उतरवणं हे अतिशय कौशल्याचं काम आहे आणि त्यासाठी उत्तम ताकदीचा डिझायनर मला हवा होता. मी मोहसिन रिझवीवर ते काम सोपवलं. तो लंडनला स्थलांतरित झाला असून एक अतियशस्वी उद्योजक म्हणून त्याने नाव कमावलं आहे. फक्त तोच पुस्तकाच्या कव्हरला न्याय देऊ शकेल ह्याची मला खात्री होती. अत्यंत व्यग्र असूनही त्याने काम स्वीकारलं आणि सुरेख आणि समर्पक कव्हर बनवून दिलं. धन्यवाद बेटा.

दिल्लीचे माजी पोलीस आयुक्त श्रीयुत नीरज कुमार ह्यांचा मी अतिशय ऋणी आहे. माझे मित्र, सहकारी, तत्त्वचिंतक आणि वैचारिक देवाणघेवाण करण्याचं हक्काचं ठिकाण. नीरज कुमार कमालीचे बुद्धिवान आहेत. ज्ञानी आणि चतुरस्र व्यक्तिमत्त्व. पोलीस अधिकारी ह्या नात्याने त्यांनी माझ्या पुस्तकामध्ये मोलाची भर घातली. माहिती बिनचूक आणि समतोल असावी ह्यासाठी मार्गदर्शन केलं. काही बाबतींमध्ये त्यांनी लकीच्या विधानांवर शंका व्यक्त केली हे खरं असलं

तरी त्यांची विश्लेषणाची पद्धत मला अतिशय आवडते. त्यांच्या प्रस्तावनेमधून ह्या पुस्तकाविषयीचा एका पोलीस उच्चाधिकाऱ्याचा दृष्टिकोन वाचकांना समजेल.

लक्ष्मण सिंग बिश्तच्या कथनातील सत्यता पडताळून पाहण्यासाठी मी कागदोपत्री पुरावे आणि छायाचित्रं मिळवली. पण अखेर मी एक पत्रकार आहे आणि कोणतीही बाजू न घेता बातमी देणं हे माझं कर्तव्य समजतो. लकीची कहाणी काही लोकांना अविश्वासार्ह वाटेल, किंवा तो अतिशयोक्ती करतो असंही काही लोकांना वाटेल, पण ती त्यांची मतं आहेत. मला त्यावर काहीही भाष्य करायचं नाही.

पुस्तक परिपूर्ण झालं ह्याचं श्रेय लकी सिंग बिश्त, काशिफ माशेख, झैद खान आणि येशा कोटक ह्यांना जातं. कोणत्याही त्रुटी किंवा चुका राहिल्या असतील तर तो दोष संपूर्णत: माझा आहे.

माझी पत्नी वेल्ली थेवर हिचा मी मनापासून ऋणी आहे. माझ्या पत्रकारितेचा प्रवास तिच्या सोबत सुरू झाला. माझ्या लेखनाची ती कठोर समीक्षक आणि समर्थक आहे. आणि सर्वांत महत्त्वाचं म्हणजे तिने मला सदैव साथ दिली आहे.

लेखकाविषयी

एस. हुसेन झैदी हे अनुभवी शोध, गुन्हेगारी आणि दहशतवाद पत्रकार आहेत. अनेक दशकं पत्रकारिता क्षेत्रामध्ये त्यांनी कारकिर्द गाजवली आहे. *'माफिया क्वीन्स ऑफ मुंबई'*, *'डोंगरी टू दुबई'*, *'भायखळा टू बँकॉक'*, *'मुंबई अॅव्हेंजर्स'* आणि *'इलेव्हन्थ अवर'* ही त्यांनी लिहिलेली काही पुस्तकं. त्यावर काही बॉलीवुड चित्रपटही बनवले गेले. हुसेन झैदी सध्या आपल्या कुटुंबासोबत मुंबईत राहतात.

अनुवादक परिचय

उल्का राऊत यांनी पत्रकारितेच्या अभ्यासक्रमात अनुवाद हा विषय हाताळला आणि तिथून त्यांना अनुवादाची आवड निर्माण झाली. 'ऋतुशैशव' हे त्यांचं पहिलं अनुवादित पुस्तक. त्यानंतर हा अनुवाद सिलसिला सुरूच राहिला. आजपर्यंत त्यांची वीस पुस्तकं प्रकाशित झाली आहेत. 'नेमसेक', 'माफिया क्वीन्स ऑफ मुंबई', 'गाइड', 'द इंग्लिश टीचर', 'इन द नेम ऑफ ऑनर', 'सिद्धार्थ', 'इकिगाई' ही त्यांतील काही लक्षणीय पुस्तकं आहेत.